AF758726

റഷ്യൻ നാടോടിക്കഥകൾ

Russian Nadodikadhakal
Children's Literature

Retold
B M Zuhara

CHINTHA PUBLISHERS
Thiruvananthapuram

First Edition
January 2023

Published & Typesetting
Chintha Publishers, Thiruvananthapuram

Cover Design
Vinod Mangoes

ISBN : 978-93-94753-00-6

CO - 3215 / 6251

₹ 260

Email: chinthapublishers@gmail.com
Website: www.chinthapublishers.com

A version is available at National Libraries
Kolkata, Mumbai, Chennai and Delhi

Distribution
DESHABHIMANI BOOKHOUSE
H O Thiruvananthapuram 695035

Branch
Head Office Kunnukuzhi • Statue Thiruvananthapuram
KSRTC Bus Terminal Thampanoor • Saphalyam Complex Thiruvananthapuram
KSRTC Bus Station Alappuzha • KSRTC Bus Station Ernakulam
Machingal Lane Thrissur • IG Road Kozhikode
Mavoor Road Kozhikode • NGO Union Building Kannur
Central Bus Terminal Complex Thavakkara Kannur

റഷ്യൻ നാടോടിക്കഥകൾ

പുനരാഖ്യാനം
ബി എം സുഹറ

ചിന്ത പബ്ലിഷേഴ്സ്
തിരുവനന്തപുരം-695 035
വില : ₹ 260

ബി എം സുഹറ

കോഴിക്കോട് ജില്ലയിൽ തിക്കോടിയിൽ ജനിച്ചു. പിതാവ്: വൈദ്യേരകത്ത് മമ്മദുകുട്ടി ഹാജി. മാതാവ്: ബടയക്കണ്ടി മാളിയേക്കൽ മറിയുമ്മ.

തിക്കോടി പ്രൈമറി സ്കൂൾ, കോഴിക്കോട് പ്രോവിഡൻസ് ഹൈസ്കൂൾ, പ്രോവിഡൻസ് കോളേജ് – എന്നിവിടങ്ങളിൽ വിദ്യാഭ്യാസം.

കൃതികൾ: *കിനാവ്, മൊഴി, ഇരുട്ട്, നിലാവ്, നിഴൽ, ആകാശഭൂമികളുടെ താക്കോൽ, വർത്തമാനം, പെണ്ണുങ്ങൾ* (നോവൽ), *ചോയിച്ചി, ഭ്രാന്ത്, കൂഹു കൂഹു..., സുഹറയുടെ കഥകൾ* (കഥകൾ), *മലമുകളിലെ അപ്പൂപ്പൻ, കുട്ടികളുടെ അറബിക്കഥകൾ, ഏഴാങ്ങളമാരും ഒരു കുഞ്ഞിപ്പെങ്ങളും, നീലക്കുറുക്കനും മറ്റുകഥകളും, പവിഴപ്പുറ്റ്, പഞ്ചതന്ത്ര കഥകൾ, മന്ത്രമോതിരം* (ബാലസാഹിത്യം), *അമൃതപുത്രി, കൊട്ടാരത്തെരുവ്, സൈനിന്റെ കല്യാണം, റഷ്യൻ നാടോടിക്കഥകൾ* (പരിഭാഷ).

പുരസ്കാരങ്ങൾ: ലളിതാംബിക അന്തർജ്ജനം സ്മാരക വിശേഷാൽ പുരസ്കാരം (1992), കെ ബാലകൃഷ്ണൻ സ്മാരക അവാർഡ് (2004), കേരളസാഹിത്യ അക്കാദമി സമഗ്രസംഭാവന അവാർഡ്.

ഇരുട്ട്, നിലാവ്, മൊഴി എന്നീ നോവലുകൾ ഇംഗ്ലീഷിലേക്കും അറബിയിലേക്കും പരിഭാഷപ്പെടുത്തിയിട്ടുണ്ട്. *മൊഴി* കന്നടയിലേക്ക് പരിഭാഷപ്പെടുത്തിയിട്ടുണ്ട്.

ഭർത്താവ് : ഡോ. എം എം ബഷീർ
മക്കൾ : അജ്മൽ ബഷീർ, അനീസ് ബഷീർ
വിലാസം : മാളിയേക്കൽ, ചേവായൂർ പി ഒ
കോഴിക്കോട് –673017.
E-mail : bmzuhara10@hotmail.com

ഉള്ളടക്കം

സാർ സാൾട്ടന്റെയും മകൻ സാർവ്വിച്ച് ഗുയിഡന്റെയും കഥ

പണ്ടുപണ്ടൊരു നാട്ടിൽ മൂന്നു സഹോദരിമാർ വീട്ടിന്റെ ജനാലപ്പടിക്കരികിലിരുന്ന് നൂൽനൂല്ക്കുകയായിരുന്നു.

പാചകം ഇഷ്ടപ്പെടുന്ന മൂത്തവൾ പറഞ്ഞു:

"ഞാൻ ഈ രാജ്യത്തെ ചക്രവർത്തിനിയായിരുന്നെങ്കിൽ ലോകമെമ്പാടുമുള്ളവർക്കും ചക്രവർത്തിക്കുംവേണ്ടി സ്വാദേറിയ സദ്യ ഒരുക്കുമായിരുന്നു."

തുന്നൽവേലകളിൽ വിദഗ്ദ്ധയായ രണ്ടാമത്തെവൾ പറഞ്ഞു:

"ആ സ്ഥാനത്ത് ഞാനാണെങ്കിൽ കൊട്ടാരത്തിലുള്ളവർക്കായി ഞാൻ മനോഹരമായ വസ്ത്രങ്ങൾ തയ്ക്കുമായിരുന്നു."

ഇളയവളായ സുന്ദരി പറഞ്ഞു:

"ഞാനാണ് റാണിയെങ്കിൽ, സകലഗുണങ്ങളും ഒത്തുചേർന്ന, ലോകം മുഴുവൻ അറിയപ്പെടുന്ന ഒരു മകനെ ചക്രവർത്തിക്കുവേണ്ടി പ്രസവിക്കുമായിരുന്നു."

പതിവ് സവാരിക്കിറങ്ങിയ ചക്രവർത്തിയായ സാർസാൾട്ടൻ പെൺകുട്ടികളുടെ വീട്ടിനരികിലെത്തിയപ്പോൾ ഈ സംഭാഷണം കേൾക്കാനിടയായി. മൂന്നാമത്തെ സഹോദരിയുടെ വാക്കുകൾ രാജാവിന് വളരെ ഇഷ്ടപ്പെട്ടു. അദ്ദേഹം വാതിൽ തുറന്ന് വീട്ടിനകത്ത് ചെന്നു.

"അല്ലയോ സുന്ദരിയായ കന്യകേ, നിന്റെ ആഗ്രഹം നടപ്പിലായിരിക്കുന്നു. നിന്നെ ഞാൻ തീർച്ചയായും എന്റെ ഭാര്യയാക്കും. പക്ഷേ, താമസിയാതെ നീ എനിക്ക് സകലഗുണസമ്പന്നനായ ഒരു പുത്രനെ സമ്മാനിക്കണം." എന്നിട്ട് മറ്റു സഹോദരിമാരോടായി പറഞ്ഞു:

"കുഞ്ഞിക്കിളികളേ, നിങ്ങളെയും ഞാൻ നിരാശപ്പെടുത്തില്ല. പാചകം ഇഷ്ടപ്പെടുന്നവൾ കൊട്ടാരം അടുക്കളയുടെ മേൽനോട്ടക്കാരിയാകണം. തയ്യൽക്കാരിക്കായിരിക്കും കൊട്ടാരത്തിലുള്ളവർക്കു വേണ്ട വസ്ത്രം തയ്ക്കുന്നതിന്റെ ചുമതല."

രാജാവ് മൂന്നുസഹോദരിമാരെയും കൂട്ടി അപ്പോൾത്തന്നെ കൊട്ടാരത്തിലെത്തി. അന്നുരാത്രിതന്നെ ആഘോഷപൂർവ്വം വിവാഹം നടന്നു. മൂത്ത രണ്ടു ജ്യേഷ്ഠത്തിമാർക്കും അനിയത്തിയോട് തോന്നിയ അസൂയയ്ക്ക് അതിരുണ്ടായിരുന്നില്ല. അധികം താമസിയാതെ രാജ്ഞി ഗർഭിണിയായി.

അപ്പോഴേക്കും രാജ്യത്ത് യുദ്ധം പൊട്ടിപ്പുറപ്പെട്ടു. രാജാവിനു സൈന്യത്തോടൊപ്പം യുദ്ധക്കളത്തിലേക്ക് യാത്ര തിരിക്കേണ്ടിവന്നു. ആരോഗ്യം ശ്രദ്ധിക്കണമെന്നും ഗർഭത്തിലുള്ള കുഞ്ഞിന് ഒരാപത്തും ഉണ്ടാകരുതെന്നും റാണിയെ ശട്ടംകെട്ടി, മഹാരാജാവ് യാത്രപറഞ്ഞ് സൈന്യത്തോടൊപ്പം യുദ്ധത്തിനു പുറപ്പെട്ടു. മകൻ ജനിക്കുമ്പോൾ രാജാവ് അങ്ങു ദൂരെ യുദ്ധക്കളത്തിലായിരുന്നു. തള്ളപ്പരുന്തിനെപ്പോലെ മഹാറാണി കുഞ്ഞിനെ കാത്തുസൂക്ഷിച്ചു. മഹാറാണി പ്രസവിച്ച കുഞ്ഞിന് മൂന്നടി ഉയരമുണ്ടായിരുന്നു. അവൻ സുന്ദരനും ആരോഗ്യവാനുമായിരുന്നു. റാണി രാജാവിനെ വിവരമറിയിക്കാൻ അപ്പോൾത്തന്നെ പട്ടാളക്കാരനെ അയച്ചു. സംഗതി മണത്തറിഞ്ഞ അസൂയാലുക്കളായ അവളുടെ സഹോദരിമാരും ഒരു വിവാഹദല്ലാളും ചേർന്ന് വഴിയിൽവച്ച് ഭടനെ തടഞ്ഞുനിർത്തി രാജ്ഞിയുടെ സന്ദേശം മാറ്റിയെഴുതി. റാണി പ്രസവിച്ചത് മകനെയോ മകളെയോ അല്ല ഒരു രാക്ഷസക്കുഞ്ഞിനെയാണെന്നായിരുന്നു അവർ തിരുത്തിയെഴുതിയത്.

വിവരമറിഞ്ഞ രാജാവിനു സന്ദേശവാഹകനെ കൊല്ലാനുള്ള അരിശമുണ്ടായിരുന്നെങ്കിലും സ്വയം നിയന്ത്രിച്ചു. താൻ

തിരിച്ചെത്തിയിട്ട് ഇതിനൊരു തീരുമാനമാകാം എന്ന ദൂതുമായി രാജാവ് ദൂതനെ തിരിച്ചയച്ചു. ദുരമൂത്ത സഹോദരിമാരും കല്യാണ ദല്ലാളും ദൂതനെ വീണ്ടും വഴിയിൽ തടഞ്ഞു രാജാവിന്റെ സന്ദേശം തിരുത്തിയെഴുതി. റാണിയെയും കുഞ്ഞിനെയും കടലിലൊഴുക്കിക്കളനാനുള്ള രാജാവിന്റെ കല്പനയായി ആ സന്ദേശം മാറി. വളരെ വേദനയോടെയാണ് രാജഭടന്മാർ ഇക്കാര്യം രാജ്ഞിയെ അറിയിച്ചത്. മഹാരാജാവിന്റെ കല്പന നിരസിക്കാൻ നിവൃത്തിയില്ല. എന്നാൽ, കടലിലൊഴുക്കാൻ അവരുടെ മനസ്സ് സമ്മതിച്ചുമില്ല. അവർ റാണിയെയും കുഞ്ഞിനെയും എവിടെയെങ്കിലും കരയ്ക്കണഞ്ഞ് രക്ഷപ്പെട്ടോട്ടെ എന്നു കരുതി വീപ്പയിലടച്ച് കടലിലൊഴുക്കി.

മിന്നിത്തിളങ്ങുന്ന നക്ഷത്രങ്ങളെയും ലക്ഷ്യമില്ലാതെ നീങ്ങുന്ന മേഘങ്ങളെയും സാക്ഷിയാക്കി വീപ്പ തിരമാലകളിൽ പൊങ്ങിത്താണു. രാജ്ഞി പേടിച്ചു വിറച്ചു നിലവിളിച്ചു. രണ്ടുപേരും വല്ലാതെ ബുദ്ധിമുട്ടി. ഒരു മണിക്കൂറിനകം കുഞ്ഞ് വളരാൻ തുടങ്ങി. പെട്ടെന്ന് ആ കുഞ്ഞ് ഒത്തമനുഷ്യനായി വളർന്നു.

“അല്ലയോ തിരമാലകളേ, നിങ്ങൾ എത്ര ഉയരത്തിൽ വേണമെങ്കിലും അലയടിച്ചോ. പക്ഷേ, കപ്പലിനെ കാത്തുരക്ഷിക്കുന്നതുപോലെ ഈ വീപ്പയേയും രക്ഷിച്ച് കരയ്ക്കണയ്ക്കൂ.” കുമാരൻ തിരമാലകളോട് അപേക്ഷിച്ചു.

തിരമാലകൾ അത് അനുസരിച്ചു. അമ്മയെയും മകനെയും സുരക്ഷിതമായി കരയ്ക്കണച്ചു. എങ്ങനെ പുറത്തുകടക്കും എന്നതായിരുന്നു അവരുടെ അടുത്ത ചിന്ത. ഈ ജനാല അടിച്ചു തകർത്താലോ എന്നായി കുമാരൻ. തലകൊണ്ട് ഇടിച്ചതും വീപ്പ പൊട്ടിത്തകർന്ന് അവർ പുറത്തെത്തി. അമ്മയും മകനും ചുറ്റും നോക്കി. അവർക്ക് വിശന്നിട്ട് കണ്ണുകാണുന്നുണ്ടായിരുന്നില്ല. അപ്പോഴാണ് കുറച്ചുദൂരെയായി കുന്നിൻചരിവിലുള്ള ഓക്കുമരം അവന്റെ കണ്ണിൽപ്പെട്ടത്. ഉടനെ ചെന്ന് അതിന്റെ കൊമ്പൊടിച്ചു വളച്ച് വസ്ത്രത്തിന്റെ തുമ്പു കീറിക്കെട്ടി വില്ലുണ്ടാക്കി. മറ്റൊരു കൊമ്പൊടിച്ച് അറ്റം പാറയിലുരച്ച് കൂർപ്പിച്ച് ഒരമ്പുമുണ്ടാക്കി വീണ്ടും തീരത്തേക്കു നടന്നു.

തിരമാലയ്ക്കിടയിൽ പൊങ്ങിത്താണ് സ്വയം രക്ഷയ്ക്ക് ശ്രമിക്കുന്ന അരയന്നം അപ്പോഴാണ് അവന്റെ കണ്ണിൽപ്പെട്ടത്. അതിനു ചുറ്റും പറന്ന് ഒരു പരുന്ത് അതിനെ വല്ലാതെ ഉപദ്രവിക്കുന്നുണ്ടായിരുന്നു. ചിറകുകൊണ്ട് പരുന്തിനെ അടിച്ചും തെന്നിമാറിയും അരയന്നം രക്ഷപ്പെടാൻ കഠിനമായി ശ്രമിക്കുന്നുണ്ട്. രാജകുമാരൻ ഉടനെ അമ്പു തൊടുത്തു. പരുന്തിന്റെ കഴുത്തിലാണ് അമ്പുകൊണ്ടത്. ചോരയൊഴുകി കടലിൽ പരന്നു. അരയന്നത്തിന്റെ ചിറകുകൊണ്ടുള്ള മർദ്ദനംകൂടി ഏറ്റപ്പോൾ പരുന്ത് വെള്ളത്തിൽ മുങ്ങിത്തുടങ്ങി.

"എന്നെ രക്ഷിക്കാനായിട്ടു മാത്രമാണ് നിങ്ങളിവിടെ എത്തിയത്. ഇനി ഒന്നുകൊണ്ടും വിഷമിക്കേണ്ട. നിങ്ങൾ മൂന്നു ദിവസമായല്ലോ ഭക്ഷണംകഴിച്ചിട്ട്. അമ്പ് കടലിൽ നഷ്ടപ്പെട്ടല്ലോ എന്ന ആശങ്കയൊന്നും ഇനി വേണ്ട. നഷ്ടപ്പെട്ടതെല്ലാം ഞാൻ നിങ്ങൾക്ക് തിരിച്ചുനല്കും. നീ രക്ഷിച്ചത് വെറുമൊരു അരയന്നത്തെയല്ല, ഒരു കന്യകയെയാണ്. ആ പരുന്താകട്ടെ ഒരു കൊലയാളി വേട്ടക്കാരനും. ഇനിയുള്ള കാലം നിങ്ങളുടെ രക്ഷയ്ക്കായി ഞാനുണ്ടാകും. ഒരു വേവലാതിയുമില്ലാതെ ഈ മണലിൽക്കിടന്ന് ഉറങ്ങിക്കോളൂ."

അരയന്നം പറന്നുയർന്നതും അമ്മയും മകനും വെറുംവയറോടെ കടൽത്തീരത്തെ മണൽപ്പരപ്പിൽ തലചായ്ച്ചു. പിറ്റേന്നു രാവിലെ ഉറക്കമെഴുന്നേറ്റ രാജകുമാരൻ തനിക്കു ചുറ്റിലുമുള്ള കാഴ്ചകൾ കണ്ട് അമ്പരന്നുപോയി. ചുറ്റോടുചുറ്റും കോട്ടകൊത്തളങ്ങൾ, കാവല്ക്കാർ, പള്ളിഗോപുരം, സന്ന്യാസി മഠം.... മകൻ അമ്മയെ വിളിച്ചുണർത്തിയിട്ട് പറഞ്ഞു:

"അരയന്നം ശരിക്കും ബുദ്ധിമുട്ടിയിട്ടുണ്ടാകും, അല്ലേ അമ്മേ."

അവർ നഗരകവാടത്തിലേക്കു നടന്നു. കവാടത്തിലെത്തിയതും അവരെ സ്വീകരിക്കാനായി മണിമുഴങ്ങി. അപ്പോഴേക്കും ആടിയും പാടിയും സ്വർണ്ണത്തേരുമായി അവരെ സ്വീകരിക്കാനെത്തിയ ജനം അവർക്കു ചുറ്റുംകൂടി. അന്നുതന്നെ രാജകുമാരനെ അവർ ആ നാട്ടിലെ ചക്രവർത്തിയായി വാഴിച്ച് കിരീടാരോഹണച്ചടങ്ങും നടത്തി, ഗുയിഡൻ ചക്രവർത്തിയുടെ സാമ്രാജ്യം എന്ന് നാടിനു പേരുമിട്ടു.

സ്ഥിരമായി ആ വഴി പോകാറുണ്ടായിരുന്ന ഒരു കപ്പൽ യാത്രക്കാർ ആ വിജനമായ കടൽക്കരയിൽ അതിമനോഹരമായ നാടും നഗരവും കണ്ട് അമ്പരന്നു. മനോഹരമായ നഗരവും സഞ്ചാരികൾക്ക് കപ്പലടുപ്പിക്കാൻ തുറമുഖവുമൊക്കെ കണ്ട് അവർ കപ്പൽ ആ തുറമുഖത്ത് അടുപ്പിക്കാൻ തീരുമാനിച്ചു. കപ്പലടുത്ത വിവരമറിഞ്ഞ് ഗുയിഡൻ രാജാവ് നേരിട്ടെത്തി അവരെ സ്വീകരിച്ചു. വിശദമായി സൽക്കരിച്ചശേഷം രാജാവ് പറഞ്ഞു:

"നിങ്ങൾ കച്ചവടക്കാരാണെന്നു മനസ്സിലായി. പക്ഷേ, എന്താണ് നിങ്ങളുടെ കപ്പലിലുള്ളത്? എങ്ങോട്ടേക്കാണ് നിങ്ങളുടെ യാത്ര?"

"ഞങ്ങൾ തുകൽ കച്ചവടക്കാരാണ്. ലോകം മുഴുവൻ സഞ്ചരിച്ച് തുകലുല്പന്നങ്ങളും കമ്പിളിവസ്ത്രങ്ങളും വില്ക്കുന്നവർ. ചരക്കെല്ലാം വിറ്റഴിച്ച് കിഴക്കുള്ള ബുയാൻ ദ്വീപിനടുത്തുള്ള സാർസാൾട്ടന്റെ രാജ്യത്തേക്ക് തിരിച്ചുപോകുമ്പോഴാണ് ഈ നഗരത്തിന്റെ സ്വർണ്ണത്താഴികക്കുടം കണ്ണിൽപ്പെട്ടത്."

"നിങ്ങൾക്ക് ഞാൻ എല്ലാ യാത്രാമംഗളങ്ങളും നേരുന്നു. സാൾട്ടൻ ചക്രവർത്തിയെ എന്റെ സ്നേഹാന്വേഷണങ്ങൾ അറിയിക്കാൻ മറക്കരുത്." കപ്പൽ കണ്ണിൽനിന്നു മറയുന്നത് ഗുയിഡൻ വ്യസനത്തോടെ നോക്കിനിന്നു. അതുകണ്ട് അരയന്നം എത്തി അതിന്റെ കാരണം തിരക്കി.

"എന്റെ അച്ഛനെ ഒന്നു കാണണമായിരുന്നു."

ഗുയിഡൻ സങ്കടത്തോടെ പറഞ്ഞു.

"നീ അത്ര ദുഃഖിതനാണെങ്കിൽ നിന്നെ ഞാനൊരു കാട്ടീച്ചയാക്കാം. നീ ആകാശത്തുകൂടെ ആ കപ്പൽ പോകുംവഴിയെ പറന്നോ." എന്നു പറഞ്ഞുകൊണ്ട് അരയന്നം ചിറകിട്ടടിച്ച് തിരമാലകളെ വകഞ്ഞു മാറ്റി, കാട്ടീച്ചയായി മാറിയ ഗുയിഡനെ കപ്പലിലെത്തിച്ചു. ഈച്ച കപ്പലിലെ ഒരു ചെറിയ വിള്ളലിൽ ഒളിച്ചിരുന്നു. കാറ്റിന്റെ ഗതി അനുകൂലമായതിനാൽ കപ്പൽ വേഗതയോടെ മുന്നോട്ടു നീങ്ങി സാൾട്ടൻ ചക്രവർത്തിയുടെ രാജ്യത്ത് നങ്കൂരമിട്ടു. രാജ്യത്തെത്തിയ കച്ചവടക്കാരെ ചക്രവർത്തി എതിരേറ്റപ്പോൾ അവരുടെ പിറകേ ഈച്ചയായി മാറിയ

ഗുയിഡൻ രാജകുമാരനും കൊട്ടാരത്തിലെത്തി. സർവ്വാഭരണവിഭൂഷിതനായി സ്വർണ്ണസിംഹാസനത്തിലിരിക്കുന്ന തന്റെ പിതാവിന്റെ മുഖം നിറയെ സങ്കടമാണല്ലോ എന്നായി ഗുയിഡന്റെ ചിന്ത. രാജാവിനടുത്തായി ഗുയിഡന്റെ വല്യമ്മമാരും വിവാഹദല്ലാളും ഇരിക്കുന്നുണ്ടായിരുന്നു. കച്ചവടക്കാരെ സ്വീകരിച്ചിരുത്തിയിട്ട് ചക്രവർത്തി ചോദിച്ചു:

"എങ്ങനെയുണ്ടായിരുന്നു നിങ്ങളുടെ യാത്ര? പുതിയ അതിശയങ്ങളെന്തെങ്കിലും കാണാനിടയായോ?"

"ലോകം മുഴുക്കെ സഞ്ചരിക്കുന്നതിനിടയിൽ ഞങ്ങൾ അത്ഭുതകരമായ ഒരു കാഴ്ച കാണാനിടയായി. ഒരു ഓക്കുമരം മാത്രമുണ്ടായിരുന്ന വിജനമായ ഒരു തീരപ്രദേശത്ത് അതിമനോഹരമായ ഒരു നഗരം പടുത്തുയർത്തിയിരിക്കുന്നു. സ്വർണ്ണത്താഴികക്കുടമുള്ള പള്ളി, കോട്ടകൊത്തളങ്ങൾ, അതിമനോഹരമായ പൂന്തോട്ടം.... കണ്ണഞ്ചിപ്പിക്കുന്ന കാഴ്ചയായിരുന്നു. അവിടത്തെ രാജകുമാരനായ ഗുയിഡൻ, അദ്ദേഹത്തിന്റെ സ്നേഹവും ആദരവും അങ്ങയെ അറിയിക്കാൻ ഞങ്ങളെ ചട്ടംകെട്ടിയിട്ടുണ്ട്."

"സമയവും സന്ദർഭവും ഒത്തുകിട്ടുകയാണെങ്കിൽ തീർച്ചയായും ഞാനാ അത്ഭുതദ്വീപ് സന്ദർശിക്കാതിരിക്കില്ല."

പാചകക്കാരിക്കും തയ്യൽക്കാരിക്കും വിവാഹദല്ലാളിനും അതൊട്ടും രസിച്ചില്ല.

"കടൽത്തീരത്തൊരു നഗരമോ.... അയ്യേ." മറ്റുള്ളവരെ നോക്കി കണ്ണിറുക്കിക്കൊണ്ട് പാചകക്കാരി പ്രതികരിച്ചു.

"ഇതിനേക്കാൾ എത്രയോ മുന്തിയ കാഴ്ച ഞാൻ കാണിച്ചുതരാം. അങ്ങൊരു കാട്ടിൽ ഒരു ദേവതാരുമരമുണ്ട്. അതിന്റെ ചുവട്ടിലൊരു അണ്ണാറക്കണ്ണനും. അത് പാട്ടുംപാടിയാണ് പഴം കടിച്ചുമുറിച്ച് കുരു തുപ്പുന്നത്. അങ്ങനെ തുപ്പുന്ന കുരുക്കളുണ്ടല്ലോ വെറും കുരുവല്ല. സ്വർണ്ണവും വൈരക്കല്ലുകളുമാണ്. ഇതിനേക്കാൾ അതിശയക്കാഴ്ച വേറെയുണ്ടോ?"

അത് ചക്രവർത്തിയെ സന്തോഷിപ്പിച്ചെങ്കിലും മതിലിൽ പതിയിരുന്ന കാട്ടീച്ചയെ ക്ഷുഭിതനാക്കി. അത് പാചകക്കാരിയുടെ വലത്തെ കണ്ണിൽത്തന്നെ നന്നായൊന്നു കുത്തി. അവൾ വിളറി

വെളുത്ത് അനങ്ങാനാവാതെ വേദനകൊണ്ട് പുളഞ്ഞു. തയ്യൽക്കാരിയും വിവാഹദല്ലാളും വടിയും കുന്തവുമായി ഈച്ചയുടെ പിറകേ പാഞ്ഞെങ്കിലും അത് ജനലിലൂടെ പറന്നുയർന്ന് സ്വന്തം നാട്ടിലെത്തി.

സ്വന്തം രാജ്യത്ത് തിരിച്ചെത്തിയതും ഈച്ച ഗുയിഡനായി കടൽത്തീരത്ത് വിഷണ്ണനായിരുന്നു. അദ്ദേഹത്തെ കണ്ടതും അരയന്നമെത്തി സംഗതി ആരാഞ്ഞു:

"എന്തു പറ്റി രാജകുമാരാ? വല്ലാതെ നിരാശനാണല്ലോ."

"അവിടെവച്ചു കേട്ട ഒരു കഥ എന്നെ വല്ലാതെ ശല്യപ്പെടുത്തുന്നു. അങ്ങ് ദൂരെയൊരു കാട്ടിൽ ഒരു ദേവതാരു വൃക്ഷമുണ്ടെന്നും അതിനു ചുവട്ടിലൊരു അണ്ണാനുണ്ടെന്നും അത് പാട്ടും പാടി കടിച്ചുതുപ്പുന്ന സ്വർണ്ണക്കുരു രത്നക്കല്ലുകളും വൈരവുമൊക്കെയാണെന്നും കേട്ടു. അതു നേരായിരിക്കില്ല അല്ലേ?"

കുമാരൻ വിഷണ്ണനായി ചോദിച്ചു.

"പ്രിയപ്പെട്ട കുമാരാ, അതോർത്ത് താങ്കൾ മനസ്സ് പുണ്ണാക്കണ്ട. അക്കാര്യത്തിൽ ഞാൻ നിങ്ങളെ സഹായിക്കാം."

രാജകുമാരൻ കൊട്ടാരമുറ്റത്തെത്തിയപ്പോൾ അവിടെയതാ ഒരു ദേവതാരു വൃക്ഷം. അതിനു ചുവട്ടിലിരുന്ന് ഒരു അണ്ണാൻ സ്വർണ്ണയണ്ടി കടിച്ചു പൊട്ടിക്കുമ്പോൾ രത്നക്കല്ലുകളും വൈരക്കല്ലുകളും ചുറ്റും ചിതറുന്നു. അണ്ണാൻ പാട്ടുംപാടി അതെല്ലാം കൂമ്പാരമാക്കി കാണികളെ അമ്പരപ്പിച്ചു.

"ദൈവമേ, ഇതൊരു അത്ഭുത അരയന്നം തന്നെ. എനിക്കിപ്പോൾ കിട്ടുന്ന ആനന്ദവും സന്തോഷവും അരയന്നത്തിനും കിട്ടേണമേ" രാജകുമാരൻ സന്തോഷത്തോടെ പ്രാർത്ഥിച്ചു. രാജകിങ്കരന്മാരെ വിളിച്ച് അണ്ണാന് പളുങ്കുകൊണ്ടൊരു കൂടു പണിയാനും അണ്ണാൻ കടിച്ചു തുപ്പുന്ന വൈരത്തിന്റെയും രത്നത്തിന്റെയും കണക്കെടുക്കാനും ഏർപ്പാടാക്കി. രാജാവിന് ഇഷ്ടംപോലെ പണം. അണ്ണാനാകട്ടെ ആദരവും ബഹുമാനവും.

വീണ്ടുമൊരു കപ്പൽ അതുവഴി വരുന്നത് കണ്ട് രാജകുമാരൻ അടയാളം കാണിച്ചു കപ്പൽ കരയ്ക്കടുപ്പിക്കാൻ ആജ്ഞ നല്കി. കപ്പലിറങ്ങിയ വ്യാപാരികളെ രാജാവ് സ്നേഹത്തോടെ

സ്വീകരിച്ചു. അവരെ ആഹാരം കൊടുത്ത് സൽക്കരിച്ച ശേഷം രാജാവ് പതിവുപോലെ വിശേഷം തിരക്കി.

"എങ്ങോട്ടാ യാത്ര? എന്താ നിങ്ങളുടെ ചരക്ക്?"

"ഞങ്ങൾ ലോകമെമ്പാടും സഞ്ചരിച്ച് കുതിരകളെയും ചെറുകുതിരകളെയും കച്ചവടം ചെയ്യുന്നവരാണ്. ചരക്കു വിറ്റഴിച്ചശേഷം ഞങ്ങളുടെ ദേശമായ സാൾട്ടൻ രാജാവിന്റെ രാജ്യത്തേക്കു മടങ്ങുകയാണ്."

"യാത്രാമംഗളങ്ങൾ വ്യാപാരികളേ. സാൾട്ടൻ ചക്രവർത്തിയെ എന്റെ അന്വേഷണം അറിയിക്കാൻ മറക്കല്ലേ."

എന്നു പറഞ്ഞ് രാജകുമാരൻ അവരെ യാത്രയാക്കി. അവർ യാത്ര തിരിച്ചതും ഗുയിഡൻ കടലിലേക്കു കണ്ണുംനട്ട് തീരത്ത് നിന്നു. കുമാരന്റെ മുഖത്തെ ശോകഭാവം കണ്ട് പതിവുപോലെ അവിടെയെത്തിയ അരയന്നം തന്റെ ചിറകിനാൽ വെള്ളം തെറിപ്പിച്ച് അവനെ ഒരീച്ചയാക്കി. കുമാരൻ തിടുക്കത്തിൽ പറന്ന് കപ്പലിൽ ഒളിച്ചിരുന്നു. കാറ്റിന്റെ ഗതിയനുസരിച്ച് മുന്നോട്ടു നീങ്ങിയ കപ്പൽ അതിവേഗം സാൾട്ടൻ ചക്രവർത്തിയുടെ രാജ്യത്തെ തുറമുഖത്ത് നങ്കൂരമിട്ടു. തീരമണഞ്ഞതും കച്ചവടക്കാർ പതിവുപോലെ സാൾട്ടൻ ചക്രവർത്തിയെ മുഖം കാണിക്കാൻ കൊട്ടാരത്തിലെത്തി. കൂടെ ഈച്ചയായി മാറിയ ഗുയിഡനും. രാജാവ് അന്നും സ്വർണ്ണസിംഹാസനത്തിൽ ദുഃഖിതനും വിഷണ്ണനുമായി ഇരിക്കുന്നുണ്ടായിരുന്നു. അടുത്തുതന്നെ പാചകക്കാരിയും നെയ്ത്തുകാരിയും ബാബരിക എന്ന വിവാഹ ദല്ലാളും സൂത്രക്കാരികളെപ്പോലെ അദ്ദേഹത്തെ നോക്കിക്കൊണ്ട് ഇരിക്കുന്നുണ്ടായിരുന്നു.

അതിഥികളോട് ഇരിക്കാൻ പറഞ്ഞ് രാജാവ് പതിവുപോലെ വിശേഷങ്ങൾ തിരക്കി. "എവിടെയൊക്കെ പോയി? എന്തൊക്കെ കണ്ടു? ഇത്തവണ പ്രത്യേകിച്ചെന്തെങ്കിലും കാണാനിടയായോ?"

"ഞങ്ങളുടെ യാത്ര വളരെ ആനന്ദകരമായിരുന്നു. നാടും നഗരവും ചുറ്റിക്കറങ്ങി ഒരു കൊച്ചുരാജ്യത്തെത്തി. അവിടത്തെ സ്വർണ്ണഗോപുരങ്ങളും, പള്ളിയും നഗരവീഥികളും, കൊട്ടാരമുറ്റത്തെ ദേവതാരുമരവും അതിനു ചുവട്ടിലിരുന്ന് പാട്ടുംപാടി സ്വർണ്ണയണ്ടി കടിച്ച് രത്നവും വൈരവും തുപ്പുന്ന അണ്ണാനും

ഞങ്ങളെ കുറച്ചൊന്നുമല്ല അമ്പരപ്പിച്ചത്. അണ്ണാന്റെ കൂട് പളുങ്കുകൊണ്ടുള്ളതാണ്. അത്ഭുത ജീവിയായ ആ അണ്ണാനെ ഭടന്മാർ ആദരവോടെ വണങ്ങുന്നു. അത് കടിച്ചുതുപ്പുന്ന രത്നവും വൈരവും കണക്കുകൂട്ടാനായി മാത്രം അവിടെ ഒരു ഉദ്യോഗസ്ഥനുമുണ്ട്. അവിടെ വീടുകളല്ല, എല്ലാവർക്കും മണിമാളികകളാണുള്ളത്. എല്ലാവരും പണക്കാർ. പെൺകുട്ടികൾ രത്നം പെറുക്കി ഖജനാവിലാണ് സൂക്ഷിക്കുന്നത്."

"ആരോഗ്യവും ആയുസ്സുമുണ്ടെങ്കിൽ ഞാനാ ഗുയിഡന്റെ കൊട്ടാരം സന്ദർശിക്കുകതന്നെ ചെയ്യും." ചക്രവർത്തി പറഞ്ഞത് പാചകക്കാരിക്കും നെയ്ത്തുകാരിക്കും ബാർബരയ്ക്കും ഒട്ടും ഇഷ്ടപ്പെട്ടില്ല.

"സ്വർണ്ണയണ്ടിയുടെ തൊലിപൊളിച്ച് അണ്ണാൻ വൈരക്കല്ലുകൾ പുറത്തേക്കു തുപ്പുന്നു എന്നു പറയുന്നതൊന്നും അത്ര വിശ്വാസയോഗ്യമായി എനിക്കു തോന്നുന്നില്ല. ആണെങ്കിൽ അതിലെന്താ ഇത്ര അതിശയം പറയാനുള്ളത്? അതിനെ തോല്പിക്കുന്ന മറ്റൊരു അത്ഭുതത്തെക്കുറിച്ചാണ് എനിക്കു പറയാനുള്ളത്. അങ്ങ് ദൂരെയൊരിടത്ത് കലിതുള്ളുന്ന കടലിൽ തിരമാലകൾ അലയടിക്കുമ്പോൾ തീരത്ത് തെറിച്ചു വീഴുന്നത് ചരൽക്കല്ലുകളാണ്. ഓരോ തവണ തിരമാലകൾ അലയടിക്കുമ്പോഴും മുപ്പത്തിമൂന്ന് വീരന്മാരാണ് കത്തുന്ന തീപ്പന്തംപോലെ പുറത്തേക്ക് വരുന്നത്. അവരെല്ലാംതന്നെ അതിസുന്ദരന്മാരും രാക്ഷസന്മാരെപ്പോലെ ഉയരമുള്ളവരും കരുത്തരും ഒരേപോലെയുള്ളവരുമാണ്. അവരോടൊപ്പം അവരുടെ വീരനായകനുമെത്തുന്നു, ഇതിൽപ്പരം അതിശയം മറ്റെന്താണ്?"

സാൾട്ടൻ ചക്രവർത്തി പ്രസന്നനായെങ്കിലും ഗുയിഡന് അരിശം നുരഞ്ഞുപൊന്തി. അവൻ മൂളിക്കൊണ്ട് വലിയമ്മയുടെ കണ്ണിനകത്ത് കയറി ഇരുന്നു. അവളാകെ അസ്വസ്ഥയായി ഉറക്കെ നിലവിളിച്ചു. പുറത്തേക്കു പറന്ന ഈച്ചയെക്കൊല്ലാൻ അവിടെ കൂടിയവർ ഒട്ടാകെ ശ്രമിച്ചെങ്കിലും ഗുയിഡൻ അപ്പോഴേക്ക് ജനലിലൂടെ പുറത്തേക്ക് പറന്ന് സ്വന്തം നാട്ടിലെത്തിയിരുന്നു.

കടൽത്തീരത്ത് ദുഃഖിതനായി നില്ക്കുന്ന ഗുയിഡനെ സന്തോഷിപ്പിക്കാൻ അരയന്നമെത്തി.

"എന്തു പറ്റി? മുഖത്തൊരു സന്തോഷവുമില്ലല്ലോ. ഇത്തവണ എന്താ പ്രശ്നം?"

"എന്റെ ആശകൾക്ക് അറുതിയില്ല. അത്യത്ഭുതകരമായ ഒരു കാര്യം എനിക്ക് സ്വന്തമാക്കണം."

"അതെന്തു കാര്യമാ?"

"അങ്ങൊരിടത്ത് പ്രക്ഷുബ്ധമായ കടൽ ആഞ്ഞടിക്കുമ്പോൾ സുന്ദരന്മാരും വീരന്മാരുമായ മുപ്പത്തിമൂന്നുപേരും ഒപ്പം ഒരു ജ്ഞാനിയും കരയ്ക്കണയുന്നു."

"ഇതാണോ നിന്നെ സങ്കടപ്പെടുത്തുന്നത്? ഇതൊക്കെ നിസ്സാരമല്ലേ? ഇതിലും മുന്തിയ എന്തെല്ലാം സംഗതികളുണ്ട്. കടലിലെ ഓളങ്ങളിൽ വസിക്കുന്ന ഈ നായകന്മാരെല്ലാം എന്റെ സുഹൃത്തുക്കളാണ്. നീ കൊട്ടാരത്തിൽച്ചെന്ന് അവരെ സ്വീകരിക്കാൻ തയ്യാറായിക്കോ."

ഗുയിഡൻ തിരക്കിട്ട് കൊട്ടാരത്തിലെത്തി മുകളിലെ വരാന്തയിൽ കടലിലേക്കു കണ്ണുംനട്ടു നിന്നു. അപ്പോഴേക്കും തിരമാലകൾ ആഞ്ഞടിച്ചു. അപ്പോഴതാ മിന്നുന്ന വേഷം ധരിച്ച മുപ്പത്തിമൂന്നുപേർ തീപ്പന്തങ്ങൾപോലെ കരയിലേക്കിറങ്ങുന്നു. ഒപ്പം അവരുടെ നേതാവും. ഈരണ്ടുപേരായി അണിനിരന്നു നിന്നു. ഏറ്റവും മുന്നിൽ ധീരനായ അവരുടെ നേതാവും. അവർ അണിയായി നടന്ന് കൊട്ടാരത്തിലെത്തി. ഗുയിഡൻ മാളികമുകളിൽനിന്ന് തിരക്കിട്ട് ഇറങ്ങിച്ചെന്ന് അവരെ സ്വീകരിച്ചു.

"അങ്ങയുടെ കൊട്ടാരത്തെ സംരക്ഷിക്കാൻ അരയന്നം പറഞ്ഞയച്ച ഭടന്മാരാണ് ഞങ്ങൾ. എന്നും രാവിലെയെത്തുന്ന ഞങ്ങൾ ഈ നാടിന്റെ കാവല്ക്കാരായിരിക്കും. ഇപ്പോൾ ഞങ്ങൾക്ക് തിരിച്ചുപോകേണ്ടിയിരിക്കുന്നു. ഭൂമിയിലെ കാറ്റ് ഞങ്ങളെ വല്ലാതെ അസ്വസ്ഥരാക്കുന്നു."

താമസിയാതെ കാറ്റിന്റെ ഗതിക്കനുസരിച്ച് ഒരു കൊച്ചുകപ്പൽക്കൂടി കരയ്ക്കണഞ്ഞു. പതിവുപോലെ ഗുയിഡൻ അവരെ കൊട്ടാരത്തിലേക്കു ക്ഷണിച്ചുവരുത്തി ആദരിച്ച് എങ്ങോട്ടാണ് പോകുന്നതെന്നും എവിടെന്നാണ് വരുന്നതെന്നുമൊക്കെ കുശലമന്വേഷിച്ചു.

"ഞങ്ങൾ വെള്ളിയും സ്വർണ്ണവും സ്റ്റീലും ലോകം മുഴുവൻ വിതരണം ചെയ്യുന്ന കച്ചവടക്കാരാണ്. നാട്ടിലേക്കുള്ള മടക്കവഴിയാണ്. സാൾട്ടൻ ചക്രവർത്തിയാണ് ഞങ്ങളുടെ രാജാവ്." ഗുയിഡൻ അവർക്ക് സമ്മാനങ്ങൾ കൊടുത്തതിനോടൊപ്പം സാൾട്ടൻ ചക്രവർത്തിയെ തന്റെ ആദരമറിയിക്കാനും ഏല്പിച്ചു.

വിഷണ്ണനായ ഗുയിഡനെ സമാധാനിപ്പിക്കാൻ ഇത്തവണയും അരയന്നമെത്തി. ഇത്തവണ തേനീച്ചയായിട്ടായിരുന്നു ഗുയിഡൻ സാൾട്ടൻ രാജാവിനെ കാണാൻ പുറപ്പെട്ടത്. സാൾട്ടൻ രാജാവിന്റെ തുറമുഖത്ത് കപ്പലടുപ്പിച്ചതും അവരെ കൊട്ടാരത്തിലേക്കു ക്ഷണിക്കാൻ ഭടന്മാരെത്തി, അവരോടൊപ്പം തേനിച്ചയും കൊട്ടാരത്തിലെത്തി. സ്വർണ്ണ സിംഹാസനത്തിലിരിക്കുന്ന രാജാവ് അപ്പോഴും ദുഃഖിതനായിരുന്നു. പാചകക്കാരിയും തയ്യൽക്കാരിയും ബാബരികയും പുതിയ തന്ത്രം മെനയാൻ

അടുത്തുതന്നെ ഇരിക്കുന്നുണ്ടായിരുന്നു. പക്ഷേ, ഇത്തവണ മൂന്നുപേർക്കുംകൂടി നാലു കണ്ണുകളേ ഉണ്ടായിരുന്നുള്ളൂ. അവരെ വിരുന്നൂട്ടിയശേഷം ചക്രവർത്തി വിശേഷങ്ങളാരാഞ്ഞു.

"ഇത്തവണ അതിശയക്കാഴ്ചകൾ വല്ലതും കണ്ടോ നിങ്ങൾ?"

അപ്പോൾ അവർ ഗുയിഡൻ രാജകുമാരന്റെ കൊട്ടാരം കാവല്ക്കാരായ കടലിൽനിന്നുയർന്നു പൊങ്ങുന്ന മുപ്പത്തിമൂന്ന് വീരശൂരന്മാരായ ഭടന്മാരുടെ കഥ ചക്രവർത്തിയെ കേൾപ്പിച്ചു. ഇത്ര ആത്മാർത്ഥതയുള്ള കാവല്ക്കാരെ വേറെ കിട്ടില്ലെന്നും ഗുയിഡൻ രാജകുമാരൻ സ്നേഹാന്വേഷണങ്ങൾ അറിയിച്ചിട്ടുണ്ടെന്നും അവർ ചക്രവർത്തിയെ ഉണർത്തിച്ചു. ഗുയിഡന്റെ രാജ്യത്ത് പോകാനുള്ള ആശ ചക്രവർത്തിയും അവരെ അറിയിച്ചു.

പതിവുപോലെ ബാബരിക ഇടപെട്ടു: "ഓരോരുത്തർ ഓരോരോ കഥകളും മെനഞ്ഞ് എത്തിക്കോളും. കടൽത്തിരകളിൽനിന്ന് പട്ടാളക്കാർ ഉയർന്നുപൊങ്ങിപോലും. നേരാണെങ്കിൽത്തന്നെ അതിൽ ഇത്രമാത്രം അതിശയിക്കാനെന്തിരിക്കുന്നു. ഇതൊന്ന് കേൾക്ക്. അങ്ങകലെയുള്ള സമുദ്രത്തിലൊരു രാജകുമാരിയുണ്ട്. അവളെപ്പോലൊരു സുന്ദരി ഈ ഭൂമിയിൽ ഇന്നുവരെ ഉണ്ടായിട്ടില്ല. ചന്ദ്രനെപ്പോലെ തിളങ്ങും അവളുടെ മുടി,. കണ്ണിൽ നക്ഷത്രത്തിളക്കം. മയിൽപ്പീലിവിടർത്തി നൃത്തംവയ്ക്കുന്നതുപോലുള്ള നടത്തം. അരുവി ഒഴുകുന്നതുപോലെയുള്ള സംസാരം. ഇതൊരത്ഭുതമാണെന്ന കാര്യത്തിൽ ആർക്കും സംശയം വേണ്ട."

ആ സ്ത്രീയോട് തർക്കിക്കാൻ ആഗ്രഹമില്ലാത്തതുകൊണ്ട് വ്യാപാരികൾ മറുപടിയൊന്നും പറഞ്ഞില്ല. രാജാവ് പതിവുപോലെ ചകിതനായി. ഗുയിഡനാകട്ടെ കോപംകൊണ്ടു തുടുത്തു. ഇത്തവണ അവൻ കിളവിയുടെ മൂക്കിലാണ് കുത്തിയത്. ഉടനെ മൂക്ക് തടിച്ചുവീർത്തു നീരൊലിച്ചു. "അതിനെ പിടിച്ചു കൊല്ല്....... വിടല്ലേ....." ചുറ്റും നിന്നവർ ബഹളം വയ്ക്കുന്നതിനിടയിൽ തേനീച്ച ജനലിലൂടെ പുറത്തുകടന്ന് സ്വന്തം നാട്ടിലേക്കു പറന്നു.

കടൽക്കരയിൽ വിഷണ്ണനായി നില്ക്കുന്ന രാജാവിനെ കാണാൻ അരയന്നമെത്തി.

"തീർന്നില്ലേ നിങ്ങളുടെ സങ്കടം. ഇപ്പോഴെന്താ പ്രശ്നം?"

"ഞാനാകെ നിരാശയിലാണ്. എല്ലാവരും വിവാഹിതരാവുന്നു. ഞാൻ മാത്രം ഇങ്ങനെ ഏകനായി എത്രകാലം ജീവിക്കും?"

"മനസ്സിൽ ആരെങ്കിലുമുണ്ടെങ്കിൽ പറയൂ. നമുക്ക് നിവൃത്തിയുണ്ടാക്കാം." അരയന്നം സമാധാനിപ്പിച്ചു.

"ആരു കണ്ടാലും അന്തംവിട്ടു നിന്നുപോകുന്ന അതിസുന്ദരിയായ ഒരു രാജകുമാരിയുണ്ടെന്ന് അവരു പറയുന്നു. പകൽ സൂര്യനെപ്പോലെയും രാവിൽ ചന്ദ്രനെപ്പോലെയും തിളങ്ങുന്ന അവൾ ഈ ഭൂമിയുടെ വിളക്കാണത്രെ. ചന്ദ്രശോഭയുള്ള വാർമുടിയും നക്ഷത്രത്തിളക്കമുള്ള കണ്ണുകളുമുള്ളവൾ. അരുവി ഒഴുകുന്നതുപോലെ മൃദുവായും സൗമ്യമായും സംസാരിക്കുന്നവൾ. നേരാണോ?"

അരയന്നം ഒന്നും മിണ്ടാതെ കുറച്ചുനേരം നിന്നിട്ടു പറഞ്ഞു:

"സംഗതി നേരാ. അങ്ങനെയൊരുത്തിയുണ്ട്.

പക്ഷേ, അവളെ നിങ്ങൾക്ക് നിങ്ങളുടെ ഇഷ്ടത്തിനൊത്ത് കൂടെ കൊണ്ടുനടക്കാനോ അണച്ചുപിടിക്കാനോ ഒന്നും ചിലപ്പോൾ സാധിച്ചെന്നുവരില്ല, നന്നായിട്ടൊന്ന് ആലോചിക്ക്. പിന്നീട് ദുഃഖിക്കാനിടവരരുത് എന്നേ എനിക്കു പറയാനുള്ളൂ."

"എന്റെ ഭാര്യ എങ്ങനെയായിരിക്കണമെന്ന് ഞാനല്ലേ തീരുമാനിക്കേണ്ടത്. ഞാനത് നേരത്തേ തീരുമാനിച്ചുകഴിഞ്ഞു." രാജകുമാരൻ പിന്മാറാൻ തയ്യാറായില്ല.

"അവളെ ഞാനെന്റെ മനസ്സിൽ കുടിയിരുത്തിക്കഴിഞ്ഞു. അവളെ കിട്ടാൻ ഈ ലോകം മുഴുക്കെ മൂന്നുവട്ടം വലംവയ്ക്കണമെന്നു പറഞ്ഞാൽ അതിനും ഞാൻ തയ്യാറാ."

"അത്ര ത്യാഗമൊന്നും നിങ്ങൾ ചെയ്യേണ്ടിവരില്ല. അവൾ നിങ്ങളുടെ വിരൽത്തുമ്പത്തുതന്നെയുണ്ട്. നിങ്ങൾ നേരത്തേ വിവരിച്ച സുന്ദരിയും കുലീനയുമായ ആ രാജകുമാരി ഞാൻതന്നെയാണ്."

നെടുവീർപ്പിട്ടുകൊണ്ടാണ് അരയന്നം പറഞ്ഞത്.

കേട്ടതും രാജകുമാരൻ അവളെ മാറോടണച്ച് അമ്മയുടെ അടുത്തേക്ക് കൂട്ടിക്കൊണ്ടുപോയി.

"പ്രിയപ്പെട്ട അമ്മേ, എന്റെ ഭാര്യയെ, നിങ്ങളുടെ അനുസരണയുള്ള മരുമകളെ ഞാനിതാ കണ്ടെത്തിയിരിക്കുന്നു. അനുവാദവും ആശീർവാദവും തന്ന് ഞങ്ങളെ അനുഗ്രഹിച്ചാലും,"

രാജകുമാരൻ അമ്മയോട് അഭ്യർത്ഥിച്ചു.

അമ്മ അവരുടെ തലയിൽ കൈവച്ച് അനുഗ്രഹിച്ച് കണ്ണീരോടെ പറഞ്ഞു:

"ദൈവം നിങ്ങളെ അനുഗ്രഹിച്ച് കാത്തുരക്ഷിക്കും."

താമസിയാതെ അരയന്നത്തിന്റെയും രാജകുമാരന്റെയും വിവാഹം ആർഭാടത്തോടെ നടന്നു. ഒരു കുഞ്ഞിക്കാല് കാണാനുള്ള ആശയോടെ അവരിരുവരും സന്തോഷത്തോടെ കഴിഞ്ഞു.

അങ്ങനെയിരിക്കെ കാറ്റിന്റെ ഗതിക്കനുസരിച്ച് വീണ്ടുമൊരു കപ്പൽ ആ തീരത്തണഞ്ഞു. ഗുയിഡൻ രാജകുമാരൻ സന്തോഷത്തോടെ അവരെ കൊട്ടാരത്തിലേക്ക് വരവേറ്റു. വിശേഷങ്ങൾ കൈമാറി. കച്ചവടം കഴിഞ്ഞ് സ്വന്തം രാജ്യത്തേക്കു മടങ്ങുകയാണെന്നും സാൾട്ടൻ ചക്രവർത്തിയാണ് തങ്ങളുടെ നാട് ഭരിക്കുന്നതെന്നും അവർ ഉണർത്തിച്ചു.

"നിങ്ങളുടെ യാത്ര ശുഭമാകട്ടെ. ഇങ്ങോട്ടൊന്നു വരണമെന്ന് സാൾട്ടൻ രാജാവ് എന്നും പറയാറുണ്ട്. എന്നാൽ, ഇതുവരെ വന്നില്ല. ഇക്കാര്യം അദ്ദേഹത്തെ ഓർമ്മിപ്പിക്കാൻ മറക്കല്ലേ. എന്റെ സ്നേഹാന്വേഷണങ്ങളും അദ്ദേഹത്തെ അറിയിക്കണം." ഗുയിഡൻ അവരെ ഓർമ്മിപ്പിച്ചു. ഇത്തവണ ഗുയിഡൻ അവരെ പിന്തുടരാതെ ഭാര്യയോടൊപ്പം സ്വന്തം കൊട്ടാരത്തിൽത്തന്നെ കഴിയാൻ തീരുമാനിച്ചു.

കപ്പൽ കരയ്ക്കണഞ്ഞതും സാൾട്ടൻ രാജാവ് അവരെ കൊട്ടാരത്തിലേക്കു വിളിപ്പിച്ചു. രാജാവിനെ നിരീക്ഷിച്ചുകൊണ്ട് പാചകക്കാരിയും തയ്യൽക്കാരിയും ബാബരികയും അടുത്തുതന്നെയുണ്ട്. മൂന്നുപേർക്കുംകൂടി നാലു കണ്ണും ഒരുത്തിക്ക് വീർത്തുനീണ്ടൊരു മൂക്കും. യാത്രയിലെ വിശേഷങ്ങൾ

തിരക്കിയപ്പോൾ ഇത്തവണ അത്ഭുതക്കാഴ്ചകൾ വല്ലതും കണ്ടോ എന്ന ചോദ്യം ചക്രവർത്തി ആവർത്തിച്ചു.

അവർക്കും പറയാനുണ്ടായിരുന്നത് ഗുയിഡന്റെ രാജ്യത്തെക്കുറിച്ചായിരുന്നു. അതിമനോഹരമായ നഗരത്തെക്കുറിച്ചും സ്വർണ്ണയണ്ടി കടിച്ചുപൊളിക്കുന്ന അണ്ണാനെക്കുറിച്ചും കടൽത്തിരയിൽനിന്ന് നുരഞ്ഞുപൊന്തി രാജ്യം കാക്കുന്ന മുപ്പത്തിമൂന്നു കാവല്ക്കാരെക്കുറിച്ചും അവർ വാതോരാതെ പറഞ്ഞു. രാജകുമാരന്റെ അതിസുന്ദരിയും സുശീലയും കുലീനയുമായ ഭാര്യയെക്കുറിച്ചു പറഞ്ഞപ്പോൾ അവർക്ക് ആയിരം നാവായിരുന്നു. താമസിയാതെ അങ്ങവിടെ ച്ചെല്ലുമെന്നുള്ള പ്രതീക്ഷയിലാണ് ഗുയിഡൻ രാജകുമാരൻ. കുമാരന്റെ സ്നേഹാന്വേഷണം അങ്ങയെ അറിയിക്കാൻ ഞങ്ങളെ ഏല്പിച്ചിരിക്കുന്നു.

കൂടുതലൊന്നും ആലോചിക്കാതെ, ഗുയിഡന്റെ രാജ്യത്തേക്കു പോകാനുള്ള ഏർപ്പാടുകൾ ചെയ്യാൻ അദ്ദേഹം മന്ത്രിമാരെ ചട്ടംകെട്ടി. കുശുമ്പുമൂത്ത രണ്ടു സഹോദരിമാരും ബാബരികയും യാത്ര മുടക്കാൻ പതിവുപോലെ ശ്രമിച്ചപ്പോൾ ചക്രവർത്തി ക്ഷുഭിതനായി അലറി.

“ഞാൻ കൊച്ചുകുട്ടിയൊന്നുമല്ല. എന്നെ നിയന്ത്രിക്കാൻ വന്നാൽ വിവരമറിയും.”

വാതിൽ ഉറക്കെ വലിച്ചടച്ച് കോപിഷ്ഠനായ ചക്രവർത്തി പുറത്തേക്കിറങ്ങി.

ഗുയിഡൻ പതിവുപോലെ കടലിലേക്ക് കണ്ണുംനട്ട് ജനലരികിൽഇരിക്കുകയായിരുന്നു, അപ്പോഴതാ ഒരു കപ്പൽ കരയ്ക്കണയുന്നു. അതേ, സാൾട്ടൻ ചക്രവർത്തിയുടെ വരവുതന്നെ. രാജകുമാരൻ ചാടിയെഴുന്നേറ്റു ഉറക്കേ വിളിച്ചു:

“അമ്മേ.... .... മരുമകളെയും കൂട്ടി ഓടി വായോ....... ഇതാ, എന്റെ അച്ഛൻ എത്തിയിരിക്കുന്നു.”

ഭൂതക്കണ്ണാടിയുമായി ഗുയിഡൻ കപ്പലിനെ വീക്ഷിച്ചു. അതേ....... അച്ഛൻതന്നെ. കൂടെ വല്യമ്മമാരും ബാബരികയും. ഗുയിഡന്റെ സാമ്രാജ്യംകണ്ട് അവരെല്ലാം അന്തംവിട്ടിരിക്കുന്നു എന്നു അവരുടെ മുഖം വിളിച്ചു പറഞ്ഞു. ഗുയിഡൻ അവരെ

സ്വീകരിക്കാനായി കടൽക്കരയിലെത്തി. ഗുയിഡൻ ആദരവോടെ ചക്രവർത്തിയെ കൊട്ടാരത്തിലേക്കാനയിച്ചു.

ഒരുപോലിരിക്കുന്ന അതിസുന്ദരന്മാരായ മുപ്പത്തിമൂന്നു ഭടന്മാരുംഅവരുടെ നേതാവും കൊട്ടാരവളപ്പിലെ കവാടത്തിൽ കവാത്തു നടത്തുന്നുണ്ടായിരുന്നു. കൊട്ടാരമുറ്റത്ത് അണ്ണാറ ക്കണ്ണൻ പാട്ടുംപാടി സ്വർണ്ണയണ്ടി തൊലിപൊളിച്ച് വൈരവും രത്നവും കുന്നുകൂട്ടുന്നു. നക്ഷത്രത്തിളക്കമുള്ള കണ്ണുകളും ചന്ദ്രനെപ്പോലെ തിളങ്ങുന്ന മുടിയഴകും പീലിവിടർത്തിയ മയിലിനെപ്പോലെ ചുറ്റുപാടും വർണ്ണം വാരിവിതറിക്കൊണ്ട് ഗുയിഡന്റെ ഭാര്യ അമ്മായിയമ്മയുടെ കൈയുംപിടിച്ച് ചക്രവർത്തിയെ എതിരേല്ക്കാനായി വാതില്ക്കലെത്തുന്നു.

തന്റെ പ്രിയപ്പെട്ട റാണിയെക്കണ്ട് ചക്രവർത്തിയുടെ കണ്ണ് തള്ളിപ്പോയി.....

“ദൈവമേ........... ഞാനെന്താ ഇക്കാണുന്നത്? ഇതാരാ എന്റെ മുന്നിൽ.....” എന്നു പറഞ്ഞുകൊണ്ട് അദ്ദേഹം റാണിയെയും മകനെയും മരുമകളെയും തന്നോട് ചേർത്തുനിർത്തി കണ്ണീരൊ ഴുക്കി.

അവർക്കായി കൊട്ടാരത്തിൽ അപ്പോഴേക്കും കേമമായ സദ്യ ഒരുക്കിയിരുന്നു. പാചകക്കാരിയും തയ്യൽക്കാരിയും അതിനിടയിൽ എങ്ങോട്ടോ ഓടി ഒളിച്ചിരുന്നു. ഏറെ നേരം കഴിഞ്ഞാണ് മൂവരും വീണ്ടും പ്രത്യക്ഷപ്പെട്ടത്. തെറ്റുപറ്റി പ്പോയെന്നും ക്ഷമിക്കണമെന്നും പറഞ്ഞ് മൂന്നുപേരും കരച്ചിലോട് കരച്ചിൽ. റാണിയെയും മകനെയും വീണ്ടുകിട്ടിയ സന്തോഷത്തിൽ സാൾട്ടൻ ചക്രവർത്തി അവർക്ക് മാപ്പുനല്കി അവരെ നാട്ടിലേക്കയച്ചു.

തീറ്റയും കുടിയുമായി അവിടെ ആഘോഷം പൊടിപൊ ടിച്ചു. അതിനു സാക്ഷിയായ എന്റെ കണ്ണും സന്തോഷംകൊണ്ട് തുളുമ്പി.

വാസിലിസ എന്ന സുന്ദരിയും ബാബായാഗ എന്ന മന്ത്രവാദിനിയും

ദൂരെദൂരെയൊരു നാട്ടിൽ പണ്ടൊരു കച്ചവടക്കാരനുണ്ടായിരുന്നു. വിവാഹം കഴിഞ്ഞിട്ട് വർഷം പന്ത്രണ്ടായെങ്കിലും ഒരേയൊരു മകളേ അദ്ദേഹത്തിനുണ്ടായിരുന്നുള്ളൂ. അതിസുന്ദരിയായ അവളെ സുന്ദരി എന്നർത്ഥമുള്ള വാസിലിസ എന്നായിരുന്നു വിളിച്ചിരുന്നത്. മകൾക്ക് എട്ടുവയസ്സായപ്പോൾ അമ്മയ്ക്ക് കഠിനമായ രോഗം പിടിപെട്ടു. ഇനി അധികകാലമില്ല എന്നു മനസ്സിലാക്കിയ അമ്മ മകളെ അടുത്തു വിളിച്ച് ഒരു മരപ്പാവ നല്കിയിട്ട് പറഞ്ഞു:

"പൊന്നുമോളേ, അമ്മ മരിക്കാറായെന്നാ തോന്നുന്നത്. എന്റെ അനുഗ്രഹമായി ഈ മരപ്പാവ അമ്മ നിനക്കു തരികയാണ്. ഇത് വളരെ അമൂല്യമായതാണ്. ഇതുപോലൊരു പാവ ലോകത്തെവിടെയുമില്ല. ഇത് എന്നും നിന്റെ കൈവശമുണ്ടാകണം. മറ്റാരെയും ഇത് കാണിക്കരുത്. നീ എപ്പോഴെങ്കിലും സങ്കടത്തിലും പ്രയാസത്തിലുമാവുകയാണെങ്കിൽ ഈ പാവയുമായി ആളൊഴിഞ്ഞ ഒരു മൂലയിൽ ചെന്നിരുന്നു അതിനു ഭക്ഷണം കൊടുക്കണം. എന്നിട്ട് സഹായം ആവശ്യപ്പെട്ടാൽ പാവ തീർച്ചയായും നിന്നെ സഹായിക്കും."

പാവ മകളെ ഏല്പിച്ച്, അവളെ കെട്ടിപ്പിടിച്ച് ഉമ്മവച്ചനുഗ്രഹിച്ച അമ്മ താമസിയാതെ മരണപ്പെട്ടു. സങ്കടം സഹിക്കാനാ

വാതെ കുഞ്ഞു വാസിലിസ നിർത്താതെ കരഞ്ഞു. രാത്രിയിൽ അവൾക്ക് ഉറങ്ങാൻ കഴിഞ്ഞില്ല. അപ്പോഴാണ് കീശയിലുള്ള പാവയെക്കുറിച്ചോർത്തത്. അമ്മ പറഞ്ഞതുപോലെ ആരും കാണാതെ ഒരു കഷണം റൊട്ടിയും ഒരു കപ്പു പാലും പാവയുടെ മുന്നിൽവച്ചിട്ട് അവൾ പറഞ്ഞു:

"അല്ലയോ പാവക്കുട്ടി നീയിത് കഴിക്ക്. എന്റെ അമ്മയെ ഇനി കാണാനൊക്കില്ലല്ലോ എന്നോർത്ത് എനിക്കു സങ്കടം സഹിക്കാനാവുന്നില്ല."

അപ്പോൾ പാവയുടെ കണ്ണുകൾ മിന്നാമിനുങ്ങിനെപ്പോലെ തിളങ്ങി, അത് ഒരു കുഞ്ഞുകഷണം റൊട്ടിയും ഒരിറക്ക് പാലും കുടിച്ചിട്ടു പറഞ്ഞു:

"കരയല്ലേ കുഞ്ഞു വാസിലിസ. ദുഃഖം രാത്രിയാകുമ്പോൾ ഇരട്ടിക്കും. കണ്ണടച്ചു കിടന്നുറങ്ങാൻ ശ്രമിക്ക്. പകൽ രാവിനേക്കാൾ ബുദ്ധിമതിയാണ്."

അതുകേട്ട് വാസിലിസ ഉറങ്ങാൻ കിടന്നു. പാവ പറഞ്ഞത് നേരായിരുന്നു. രാവിലെയായപ്പോൾ അവളുടെ സങ്കടം കുറഞ്ഞു. ഭാര്യക്കുവേണ്ടി കച്ചവടക്കാരൻ കുറച്ചുദിവസം കണ്ണീരൊഴുക്കിയെങ്കിലും താമസിയാതെ വീണ്ടും വിവാഹം കഴിക്കണമെന്നുള്ള മോഹം അയാൾക്കുണ്ടായി. കച്ചവടക്കാരൻ നല്ലവനും ദാനശീലനുമായിരുന്നു. അതുകൊണ്ടുതന്നെ താമസിയാതെ അയാൾക്ക് ധാരാളം വിവാഹാലോചനകൾ വന്നുതുടങ്ങി. വളരെ ആലോചിച്ച ശേഷമാണ് രണ്ടു പെൺമക്കളുള്ള ഒരു വിധവയെ വിവാഹം കഴിക്കാൻ അയാൾ തീരുമാനിച്ചത്. അവൾ തന്റെ കുടുംബം പരിപാലിക്കുമെന്നും തന്റെ കൊച്ചുമകൾക്ക് നല്ലൊരു രണ്ടാനമ്മയായിരിക്കുമെന്നും അയാൾ കരുതി.

പക്ഷേ, ധനമോഹിയും ക്രൂരയും ദയയില്ലാത്തവളുമായിരുന്നു വ്യാപാരിയുടെ രണ്ടാം ഭാര്യ. സ്വത്ത് മോഹിച്ചുമാത്രമാണ് അവൾ അയാളെ വിവാഹം കഴിച്ചത്. അവളുടെ രണ്ടു പെൺമക്കളും കാണാൻ ചേലില്ലാത്ത കാക്കക്കറുമ്പികളായിരുന്നു. വാസിലിസയാകട്ടെ സുന്ദരിക്കുട്ടിയും. അമ്മയും മക്കളും വാസിലിസയുടെ ശത്രുക്കളായി. അവളെയും തന്റെ മക്കളെപ്പോലെ ചന്തമില്ലാത്തവളാക്കാൻ വേണ്ട തന്ത്രങ്ങൾ

മെനയുകയായിരുന്നു അമ്മയുടെയും മക്കളുടെയും കാര്യമായിട്ടുള്ള പണി. വാസിലിസ പരാതിപോലും പറയാതെ എല്ലാം സഹിച്ചു. തിന്നുകുടിച്ച് മദിച്ചു നടന്നിട്ടും രണ്ടാനമ്മയുടെ പെൺമക്കൾ ദിവസം കഴിയുന്തോറും വിരൂപികളായിത്തീർന്നു. അവർ കിണഞ്ഞു ശ്രമിച്ചിട്ടും വാസിലിസയുടെ സൗന്ദര്യം ദിവസംതോറും കൂടിയതല്ലാതെ ഒട്ടും കുറഞ്ഞില്ല.

അതിന്റെ രഹസ്യം അവളുടെ പാവയായിരുന്നു. അതിന്റെ സഹായംകൊണ്ടാണ് കഠിനമായ ജോലികൾ എളുപ്പത്തിലാക്കാൻ വാസിലിസയ്ക്ക് സാധിച്ചത്. രാത്രി എല്ലാവരും ഉറങ്ങുമ്പോൾ ആരുംകാണാതെ വാസിലിസ പാവയ്ക്ക് ഭക്ഷണം കൊടുക്കുമായിരുന്നു. എന്നിട്ട്, തന്റെ പരാതികളറിയിക്കും. പിറ്റേദിവസം ചെയ്യേണ്ട കഠിനമായ ജോലികളെക്കുറിച്ചും പറയും. പാവ അവളെ സമാധാനിപ്പിക്കുകമാത്രമല്ല വാസിലിസ ഉറങ്ങുന്ന നേരത്ത് പിറ്റേദിവസം അവൾ ചെയ്യേണ്ട ജോലികളെല്ലാം ചെയ്തുതീർക്കുകയും ചെയ്യും. തോട്ടം വൃത്തിയാക്കുക, ക്യാബേജ് ചെടികൾ നനയ്ക്കുക, വെള്ളം കോരി പാത്രങ്ങളിൽ നിറയ്ക്കുക, വിറകുവെട്ടുക തുടങ്ങിയ അനേകം ജോലികൾ വാസിലിസയെ ചെയ്യാനേല്പിച്ചിട്ടാണ് രണ്ടാനമ്മയും മക്കളും എന്നും ഉറങ്ങാൻ കിടക്കുന്നത്. ഇത്രയും കഠിനമായ ജോലികൾ ചെയ്തിട്ടും വാസിലിസയുടെ കൈയിലെ തൊലി ചുളുങ്ങുകയോ വെയിലും മഞ്ഞുമേറ്റ് നിറം മങ്ങുകയോ സൗന്ദര്യം കുറയുകയോ ചെയ്തില്ല.

വർഷങ്ങൾ കഴിഞ്ഞുപോയി. വാസിലിസയ്ക്ക് വിവാഹപ്രായമായി. നഗരത്തിലെ പ്രശസ്തരായ പലരും അവളെ വിവാഹം കഴിക്കാൻ ആഗ്രഹം പ്രകടിപ്പിച്ച് വ്യാപാരിയെ സമീപിച്ചു. എന്നാൽ, അയാളുടെ രണ്ടാം ഭാര്യയുടെ മക്കൾക്ക് ഒരു വിവാഹാലോചനപോലും വന്നതുമില്ല. ഇത് അമ്മയെ വിറളിപിടിപ്പിച്ചു. മൂത്തവർ ഇരിക്കുമ്പോൾ ഇളയവളെ കെട്ടിക്കുന്ന പ്രശ്നമേയില്ലെന്ന് അവൾ വിവാഹദല്ലാളന്മാരെ അറിയിച്ചു. വാസിലിസയെ കൂടുതൽ ഉപദ്രവിച്ചു. പാവക്കുട്ടിയുടെ സഹായമില്ലായിരുന്നെങ്കിൽ വാസിലിസയെ അവർ നശിപ്പിക്കുമായിരുന്നു.

കച്ചവടാവശ്യത്തിനായി യാത്രപോകാൻ വ്യാപാരി നിർബ്ബന്ധിതനായി. അയാൾ ഭാര്യയോടും വളർത്തുമക്കളോടും യാത്ര ചോദിച്ചു. വാസിലിസയെ കെട്ടിപ്പിടിച്ച് ഉമ്മവെച്ചിട്ട് തന്റെ യാത്ര ശുഭകരമാകാനും തടസ്സമൊന്നും കൂടാതെ തിരിച്ചുവരാനും പ്രാർത്ഥിക്കണേ എന്നു ഏല്പിച്ചു. താമസിയാതെ അയാളുടെ രണ്ടാംഭാര്യ ആ വീടും പുരയിടവും വിറ്റ് മൂന്നു പെൺകുട്ടികളെയും കൂട്ടി അങ്ങുദൂരെ കാട്ടിനുള്ളിലുള്ള ഒരു വീട്ടിലേക്കു താമസം മാറ്റി. ലോകത്തെ സകലമാന മന്ത്രവാദികളുടെയും മുത്തശ്ശിയായ ദുർമന്ത്രവാദിനി ബാബായാഗ അതിനടുത്തായിരുന്നു താമസിച്ചിരുന്നത് എന്ന് അറിഞ്ഞുകൊണ്ടാണ് അങ്ങോട്ടേക്ക് താമസം മാറ്റിയത്. മനുഷ്യനും പട്ടിയും പൂച്ചയുമൊക്കെയായിരുന്നു മന്ത്രവാദിനിയുടെ ഭക്ഷണം. ഇതറിയാവുന്ന രണ്ടാനമ്മ ഓരോ കാരണം പറഞ്ഞ് ദിവസവും വാസിലിസയെ കാട്ടിലയച്ചു. വാസിലിസ തിരിച്ചെത്തില്ല എന്ന പ്രതീക്ഷയോടെയാണ് ഓരോ ദിവസവും രണ്ടാനമ്മ അവളെ കാട്ടിലേക്കയക്കുന്നത്. എന്നാൽ, പാവയുടെ സഹായത്തോടെ വാസിലിസ എന്നും സുരക്ഷിതയായി തിരിച്ചെത്തി. രണ്ടാനമ്മ കൊണ്ടുവരാനേല്പിച്ച പഴങ്ങളും കൂണുമൊക്കെ എവിടെ കിട്ടുമെന്ന് പാവ വാസിലിസയ്ക്ക് പറഞ്ഞുകൊടുക്കും. ഒരാപത്തിലും അകപ്പെടാതെ പാവ അവളെ കാത്തുരക്ഷിച്ചുകൊണ്ടിരുന്നു.

രണ്ടാനമ്മ പുതിയ തന്ത്രങ്ങൾ മെനയാൻ തുടങ്ങി. ഒരു ദിവസം മൂന്നു പെൺകുട്ടികളെയും വിളിപ്പിച്ച് ഓരോരോ ജോലികളേല്പിച്ചു. ലെയിസുണ്ടാക്കാനായിരുന്നു ഒരു മകളെ ഏല്പിച്ചത്. മറ്റവളെ കാലുറ തയ്ക്കാൻ ഏല്പിച്ചു. ഒരു കുട്ട നിറയെ ചണം നല്കിയിട്ട് അതിൽനിന്ന് ചരടുപിരിക്കാനായിരുന്നു വാസിലിസയോട് ആവശ്യപ്പെട്ടത്. വീട്ടിലെ മറ്റെല്ലാ വെളിച്ചവും അണച്ചിട്ട് പെൺകുട്ടികളിരിക്കുന്ന മുറിയിൽ ഒരു മെഴുകുതിരി മാത്രം കത്തിച്ചുവച്ചു.

ജോലി ചെയ്യുന്നതിനിടയിൽ ഒരു പെൺകുട്ടി കരിന്തിരികത്തുന്ന മെഴുകുതിരിയുടെ തിരിനീട്ടാനെന്നപോലെ ചെന്നിട്ട്

മെഴുകുതിരി തട്ടിയിട്ടു. അമ്മ പറഞ്ഞതുപോലെ ഇത് അറിയാതെ സംഭവിച്ചതാണെന്ന് വരുത്തിത്തീർക്കാൻ അവൾ ശ്രമിക്കുന്നുണ്ടായിരുന്നു. എന്നിട്ട് പറഞ്ഞു:

"അയ്യോ മെഴുകുതിരി അണഞ്ഞല്ലോ. വിളക്കു തെളിക്കാൻ മറ്റൊരു മാർഗ്ഗവുമില്ലല്ലോ. നമ്മുടെ ജോലിയാണെങ്കിൽ തീർന്നതുമില്ലല്ലോ."

"അയ്യോ ഇനിയിപ്പോ തീക്കായി നമ്മളെങ്ങോട്ടുപോകും. ബാബായാഗയുടെ വീടാണ് ഏറ്റവും അടുത്തുള്ളത്. അവിടെ ച്ചെന്നു തീ ചോദിക്കാൻ എനിക്കു പേടിയാ. എന്റെ ജോലി ഏതാണ്ട് തീർന്നു."

രണ്ടാമത്തവൾ പറഞ്ഞു.

"എന്റെ പണി തീർക്കാൻ തയ്യൽസൂചിയുടെ വെളിച്ചം മതി. വാസിലിസാ നിന്റെ ജോലിയാണ് തീരാത്തത്. നീ ബാബായാഗയുടെ വീട്ടിൽച്ചെന്ന് തീ വാങ്ങിയിട്ട് എളുപ്പം വരൂ."

അവരിരുവരും ചേർന്ന് വാസിലിസയെ തള്ളിപ്പുറത്താക്കി വാതിലടച്ചിട്ട് പറഞ്ഞു:

"പെട്ടെന്നു ചെന്ന് തീയുമായിട്ട് വാ."

ഗതികെട്ട വാസിലിസ പേടിയോടെ ഉമ്മറപ്പടിയിലിരുന്നു. മരപ്പാവ അപ്പോഴും അവളുടെ കുപ്പായക്കീശയിലുണ്ടായിരുന്നു. രാത്രി ഭക്ഷണത്തിൽനിന്ന് പാവയ്ക്കായി ഒരു തുണ്ട് അപ്പവും കുറച്ചുവെള്ളവും അവൾ കീശയിൽ കരുതിയിരുന്നു. അപ്പവും വെള്ളവും പാവയ്ക്കു മുന്നിൽവച്ചിട്ട് അവൾ കേണുപറഞ്ഞു:

"പ്രിയപ്പെട്ട പാവക്കുട്ടി, ഭക്ഷണം കഴിച്ചിട്ട് നീയെന്റെ സങ്കടം കേട്ട് പരിഹാരമാർഗ്ഗം കാണിച്ചുതാ. ബാബായാഗയുടെ വീട്ടിൽപ്പോയി തീ വാങ്ങിയിട്ട് വാ എന്നുപറഞ്ഞ് എന്നെ വീട്ടിനു പുറത്താക്കി വാതിലടച്ചിരിക്കുകയാണ്. എനിക്കു പേടിയാവുന്നു. അവിടെച്ചെന്നാൽ ആ മന്ത്രവാദിനി എന്നെ കൊന്നുതിന്നുമെന്ന് ഉറപ്പാണ്. ഞാനെന്താ ചെയ്യേണ്ടത്?"

പാവയുടെ കണ്ണുകൾ രണ്ടും നക്ഷത്രംപോലെ വെട്ടിത്തിളങ്ങി,

"പേടിക്കല്ലേ വാസിലിസാ. അവർ പറഞ്ഞതുപോലെ

ബാബായാഗയുടെ വീട്ടിൽച്ചെന്ന് തീ ചോദിക്ക്. ഞാൻ കൂടെയുള്ളപ്പോൾ മന്ത്രവാദിനിത്തള്ളയ്ക്ക് നിന്നെ ഒരു ചുക്കും ചെയ്യാനാവില്ല."

പാവ വാസിലിസയെ സമാധാനിപ്പിച്ചു. അവൾ പാവയെ കീശയിൽ ഭദ്രമായി വച്ച് ഇരുട്ടിലേക്കിറങ്ങി പേടിയോടെ മുന്നോട്ടു നീങ്ങി. പെട്ടെന്നാണ് കുതിരക്കുളമ്പടി അവൾ കേട്ടത്. വെള്ളവസ്ത്രം ധരിച്ച ഒരു പ്രഭു കുതിരപ്പുറത്തിരുന്നു അതിവേഗം കുതിരയെപ്പായിച്ച് അവളെയും കടന്നു മുന്നോട്ടു പോയി. അടിമുടി വെള്ളവസ്ത്രത്തിൽ മിന്നിത്തിളങ്ങിയ പ്രഭു കടന്നുപോയപ്പോൾ ആകാശത്തെ ഇരുട്ടു മാഞ്ഞ് വെളിച്ചം പരക്കുന്നതായി അവൾക്കു തോന്നി.

കുറച്ചുദൂരം മുന്നോട്ടുപോയപ്പോൾ വീണ്ടും കുതിരക്കുളമ്പടി കേട്ടു. ഇത്തവണ കുതിരക്കാരൻ ചുവന്ന വസ്ത്രങ്ങൾ ധരിച്ചാണ് കുതിരയെ കാട്ടിനുള്ളിലേക്ക് പായിച്ചത്. അയാൾ മറഞ്ഞതും സൂര്യനുദിച്ചുപൊങ്ങി. അന്നു മുഴുവൻ വാസിലിസ നടന്നുകൊണ്ടേയിരുന്നു. വഴിയറിയാതെ അവൾ കാട്ടിൽ നട്ടംതിരിഞ്ഞു. പാവ കീശയിലുണ്ടായിരുന്നെങ്കിലും അതിനു കൊടുക്കാൻ ഭക്ഷണമൊന്നും അവളുടെ കൈയിലുണ്ടായിരുന്നില്ല. പകൽ മങ്ങി ഇരുട്ട് പരന്നപ്പോഴേക്കും അവൾ കാടിന്റെ അതിരിൽ എത്തിയിരുന്നു. അവിടെയതാ മറിഞ്ഞു വീണതുപോലൊരു കുടിൽ. കോഴിക്കാലാണ് തൂണ്. അതങ്ങനെ വട്ടം തിരിഞ്ഞുകൊണ്ടേയിരിക്കുന്നു. ബാബായാഗയുടെ വീടെത്തി എന്ന് അവൾക്ക് മനസ്സിലായി. മനുഷ്യരുടെ എല്ലുകൊണ്ട് കെട്ടിയ ചുറ്റുവേലിയിൽ തലയോട്ടികൾ തൂക്കിയിട്ടിരുന്നു. മനുഷ്യരുടെ കാല്പാദം കൊണ്ടായിരുന്നു ഗേറ്റിന്റെ വിജാഗിരി. പൂട്ടാകട്ടെ പല്ലോടുകൂടിയ താടിയെല്ലുകൾ. വാസിലിസ പേടികൊണ്ട് തണുത്തുവിറച്ചു,

അപ്പോഴേക്കും അവളുടെ പിറകേ മറ്റൊരു കുതിരക്കാരനെത്തി. കൽക്കരിപോലെ കറുത്തിരുണ്ട കുതിരപ്പുറത്തിരുന്ന അയാളുടെ മുഖവും വേഷവും കട്ടിക്കറുപ്പായിരുന്നു. ഗേറ്റിലെത്തിയതും പാതാളത്തിലേക്കു മറഞ്ഞതുപോലെ

അയാളെ കാണാതായി. പെട്ടെന്നാണ് ഇരുൾമൂടി രാത്രിയായത്. അപ്പോഴേക്കും വേലിപ്പുറത്തെ തലയോട്ടികളിലെ കണ്ണുകൾ വെട്ടിത്തിളങ്ങി. പകൽപോലെ നാലുപാടും വെളിച്ചം പരന്നു. വാസിലിസ അടിമുടി വിറച്ചു. എവിടെന്നില്ലാതെ പേടിപ്പെടുത്തുന്ന ശബ്ദങ്ങൾ. മരങ്ങൾ കടപുഴകി വീഴുന്നതുപോലെയും കരിയിലകൾ ഞെരിഞ്ഞമരുന്നതുപോലെയുമുള്ള ഭീകരശബ്ദങ്ങൾ വാസിലിസയെ കുറച്ചൊന്നുമല്ല ഭയപ്പെടുത്തിയത്. അപ്പോഴതാ ബാബായാഗ കാറ്റിൽ പറന്നവിടെയെത്തുന്നു. ഭീമാകാരത്തിലൊരു യന്ത്രം. ഉലക്കകൊണ്ടായിരുന്നു അവൾ തന്റെ വാഹനം നിയന്ത്രിച്ചിരുന്നത്. പിറകിൽ വാലുപോലെ വലിയൊരു ചൂല് കെട്ടിത്തൂക്കിയിരുന്നു. ഗേറ്റിലെത്തിയതും അവൾ പറഞ്ഞു:

"കുഞ്ഞിക്കുടിലേ, കുഞ്ഞിക്കുടിലേ
അമ്മ കെട്ടിയതുപോലെ ഒന്നെഴുന്നേറ്റു നിന്നേ.
പിൻവശം കാട്ടിലേക്കും
മുൻവശം എന്നിലേക്കും തിരിയട്ടെ."

ഉടനെ കുടിൽ അവൾ നിർദ്ദേശിച്ചതുപോലെ ഉയർന്നു പൊങ്ങി.

"ഹൂം. ഹാ ഹൂ....... ഇവടെ അപരിചിതരാരോ ഉണ്ടല്ലോ.... റഷ്യൻ ചോര മണം."

യാഗ മൂക്കുവിടർത്തി മണപ്പിച്ചിട്ട് തൊള്ളയിട്ടു:

"ആരാ അവിടെ?"

മരങ്ങളുടെ മറവിൽനിന്ന് പുറത്തേക്കുവന്ന് വാസിലിസ വിറയലോടെ പറഞ്ഞു:

"ഞാനാ മുത്തശ്ശി, വാസിലിസ. എന്റെ രണ്ടാനമ്മയും മക്കളും കുറച്ചു തീ വാങ്ങാനായി എന്നെ ഇങ്ങോട്ടയച്ചിരിക്കുകയാണ്."

"എനിക്കവരെ നന്നായിട്ടറിയാം. തീ തരാം. പക്ഷേ, ചില നിബന്ധനകളുണ്ട്. നീ ഇവിടെ കുറച്ചുനേരം തങ്ങി എന്റെ ജോലികൾ തീർത്തുതരണം. അതിനു സമ്മതമല്ലെങ്കിൽ ഞാനിപ്പോൾത്തന്നെ നിന്നെ കൊന്നുതിന്നും."

അവൾ ഉറക്കെ വിളിച്ചുപറഞ്ഞപ്പോൾ ഗേറ്റു തുറന്നു. അവർ രണ്ടുപേരും അകത്തു കടന്നതും ഭയങ്കര ശബ്ദത്തോടെ ടപ്പോന്ന് ഗേറ്റടഞ്ഞു.

അകത്തെത്തിയതും അടുപ്പിനടുത്തിരുന്ന് കാലുനീട്ടിയിട്ട് ബാബായാഗാ ആജ്ഞാപിച്ചു:

"തുടങ്ങിക്കോളൂ, നിന്റെ ജോലി. എനിക്കു വിശക്കുന്നുണ്ടെന്നറിയില്ലേ. അപ്പക്കൂട്ടിൽനിന്ന് ഭക്ഷണമെടുത്ത് വിളമ്പ്."

ഒരു മരക്കമ്പെടുത്ത് മതിലിൽ തൂങ്ങിക്കിടക്കുന്ന തലയോട്ടിയുടെ കണ്ണിൽ ആളിക്കത്തുന്ന തീയിൽ കാണിച്ച് വാസിലിസ അടുക്കളയിലേക്കോടി. മൂന്നു കരുത്തന്മാർക്ക് തിന്നാൻ മാത്രം ഇറച്ചി അവിടെ കൂനകൂട്ടിയിട്ടിരുന്നു. അലമാര തുറന്ന് പാനീയങ്ങളും വൈനും റൊട്ടിയുമൊക്കെ എടുത്ത് വാസിലിസ മന്ത്രവാദിനിയുടെ മുന്നിൽ കൊണ്ടുവച്ചു. ഒരു കുഞ്ഞുകഷണം ബ്രഡും ഒരിത്തിരി ക്യാബേജ് സൂപ്പും വാസിലിസയ്ക്കായി ബാക്കിവച്ചിട്ട് വിളമ്പിയതുമുഴുവൻ അകത്താക്കി ബാബായാഗ ഏമ്പക്കംവിട്ടു. വീണ്ടും കാലുനീട്ടി ഇരിപ്പ് സുഖമാക്കിയിട്ട് അവൾ കല്പിച്ചു:

"നാളെ രാവിലെ ഞാനിറങ്ങിയാലുടൻ നീ വീടിനകവും പുറവും വൃത്തിയാക്കണം. എനിക്കുള്ള അത്താഴമുണ്ടാക്കാൻ മറക്കരുത്. അതിന് അധികസമയമൊന്നുമാവശ്യമില്ല. അതു കഴിഞ്ഞാൽ സാമാനമുറിയിൽച്ചെന്ന് ഒരു ചാക്കുമെടുത്ത് പറമ്പിൽച്ചെന്ന് കാട്ടുപയറും കറുത്തധാന്യവും ശേഖരിക്കണം. ഇതിലെന്തെങ്കിലും വീഴ്ച വരുത്തിയാൽ നീയായിരിക്കും നാളത്തെ എന്റെ അത്താഴം."

താമസിയാതെ ചരിഞ്ഞ് കിടന്ന് അവൾ ഉറക്കെ കൂർക്കംവലി തുടങ്ങി. പേടിച്ചരണ്ട വാസിലിസ മുറിയുടെ മൂലയിൽച്ചെന്ന് പാവക്കുട്ടിക്ക് ഭക്ഷണം വിളമ്പിയിട്ട് പറഞ്ഞു.

"ആഹാരം കഴിച്ചിട്ട് എന്റെ പ്രശ്നങ്ങൾക്ക് പരിഹാരം കണ്ടെത്തിത്തരൂ, എന്റെ പ്രിയപ്പെട്ട പാവക്കുട്ടീ. ആ മന്ത്രവാദിനി ഏല്പിച്ച പണികളൊക്കെയും ഒറ്റയ്ക്ക് ചെയ്തുതീർക്കാൻ എനിക്കു സാധിക്കുമെന്നു തോന്നുന്നില്ല. നാളെ തീർച്ചയായും അവളെന്നെ കൊന്നു തിന്നും."

പാവയുടെ കണ്ണുകൾ മെഴുകുതിരിവെട്ടം പോലെ പ്രകാശിച്ചു.

"വേവലാതിപ്പെടാതെ ചെന്നുകിടന്നു ഉറങ്ങാൻനോക്ക് വാസിലിസ. പകലിനു രാവിനേക്കാൾ ബുദ്ധിയുണ്ട്."

പാവ വാസിലിസയെ സമാധാനിപ്പിച്ചു. പ്രാർത്ഥനചൊല്ലി കിടന്നതും വാസിലിസാ സുഖമായി ഉറങ്ങി. അതിരാവിലെ ഉണർന്ന് പുറത്തേക്കു നോക്കിയപ്പോൾ ഇരുട്ട് മാറിയിരുന്നില്ല. വേലിത്തലപ്പിലെ തലയോട്ടികളുടെ കണ്ണുകളിലെ വെളിച്ചം മങ്ങിത്തുടങ്ങിയിരുന്നു. അവൾ അവിടെ അങ്ങനെ നില്ക്കുമ്പോൾ വെള്ളക്കുപ്പായമണിഞ്ഞ് വെള്ളക്കുതിരപ്പുറത്തേറി വന്ന രാജകുമാരൻ കുടിലിനു ചുറ്റും വലംവയ്ക്കുന്നുണ്ടായിരുന്നു. കുതിര കണ്ണിൽനിന്നു മറഞ്ഞതും ഇരുട്ടുമാറി കുറേശ്ശ വെളിച്ചം പരന്നു. തലയോട്ടിയിലെ കണ്ണുകളിലെ വെളിച്ചവും അണഞ്ഞു.

അപ്പോഴേക്കും മന്ത്രവാദിനിത്തള്ള മുറ്റത്തെത്തി. അവളൊന്നു ഉറക്കെ ചൂളം വിളിച്ചതും അവളുടെ വാഹനമായ ഇരുമ്പെന്ത്രവും ഉലക്കയും ചൂലും ആകാശത്തൂടെ പറന്നെത്തി. അവൾ വാഹനത്തിൽ കയറിയിരുന്നതും ചുവന്ന കുതിരപ്പുറത്ത് ചുവന്നവേഷം ധരിച്ചയാളെത്തി വേലിത്തലപ്പിലൊന്നു തലോടി മറഞ്ഞതും സൂര്യനുദിച്ചുയർന്ന് നേരം പരപരാ വെളുത്തു.

"അല്ലയോ, കരുത്തുറ്റ താഴേ ഗേറ്റു തുറക്കൂ."

കേട്ടതും താഴ് താനേ മാറി ഗേറ്റ് മലർക്കെത്തുറന്നു. അവൾ തന്റെ വാഹനത്തിൽ കയറി പറന്നുയർന്നു. ഒറ്റയ്ക്കായ വാസിലിസ ജോലി എങ്ങനെ തുടങ്ങണമെന്നറിയാതെ പകച്ചുനിന്നു.

അപ്പോഴേക്കും നേരം പരപരാ വെളുത്തിരുന്നു. പാവതള്ള ഏല്പിച്ച ജോലിയെല്ലാം ചെയ്തു തീർത്തിരിക്കുന്നു. വീടും മുറ്റവും അടിച്ചുവാരി വൃത്തിയാക്കിയിരിക്കുന്നു. അവൾ സാമാനമുറിയിൽച്ചെന്നപ്പോൾ പാവ കറുത്തധാന്യവും പട്ടാണിയും ചാക്കിൽ നിറച്ചു കഴിഞ്ഞിരുന്നു.

"നീ പെട്ടെന്നു അടുക്കളയിൽച്ചെന്നു തള്ളയ്ക്കുള്ള അത്താഴമൊരുക്കിക്കോളൂ. ആ ജോലി മാത്രമേ ഇനി ബാക്കിയുള്ളൂ."

വീണ്ടുമൊരു പാവയായി വാസിലിസയുടെ കുപ്പായക്കീശ യിലേക്കു നൂണ്ടുകയറുന്നതിനിടയിൽ പാവ പറഞ്ഞു.

വാസിലിസ പകൽമുഴുവൻ വിശ്രമിച്ചു. വൈകുന്നേരമാ യപ്പോൾ അടുക്കളയിൽച്ചെന്ന് ബാബയ്ക്കുള്ള ആഹാരമൊ രുക്കി മേശപ്പുറത്തുവച്ച് അവളുടെ വരവിനായി കാത്തിരുന്നു. അപ്പോൾ മുറ്റത്ത് കുതിരക്കുളമ്പടി. കറുത്ത കുതിരപ്പുറ ത്തെത്തിയ കറുത്തരാജാവ് അതിലേ കടന്നതും വെളിച്ചം മാറി ഇരുട്ടാകാൻ തുടങ്ങി. വേലിപ്പുറത്തെ തലയോട്ടിക്കണ്ണുകൾ പ്രകാശിച്ചു.

മരങ്ങൾ കടപുഴകി വീഴുന്ന ശബ്ദവും കരിയിലകളുടെ പിടച്ചിൽ ശബ്ദവും കേട്ടതും മന്ത്രവാദിനി കുടിലിലെത്തി. വാസിലിസ അവളെ അകത്തേക്കാനയിച്ചു. ബാബായാഗയുടെ കഴുകൻ കണ്ണുകൾ ചുറ്റും പരതിയിട്ടും ഒരു കുറ്റവും കണ്ടെത്താനായില്ല. പറഞ്ഞ ജോലികളെല്ലാം കൃത്യമായി ചെയ്തിരിക്കുന്നു.

“ഓഹോ.... .... എല്ലാം ഭംഗിയായി ചെയ്തിട്ടുണ്ടല്ലോ.”

അരിശത്തോടെയാണ് അവൾ അതു പറഞ്ഞത്. എന്നിട്ട് കൈകൊട്ടിക്കൊണ്ട് വിളിച്ചുപറഞ്ഞു:

“അല്ലയോ കിങ്കരന്മാരെ സാമാനമുറിയിൽ ചാക്കിലിരിക്കുന്ന എന്റെ ധാന്യങ്ങൾ പെട്ടെന്നു പൊടിച്ച് മാവാക്ക്.”

കേട്ടതും മൂന്നുജോടി കരങ്ങളെത്തി ചാക്കുമായി മറഞ്ഞു. ബാബായാഗ അത്താഴം കഴിക്കാനിരുന്നതും വാസിലിസ എല്ലാം ചൂടായിട്ടുതന്നെ വിളമ്പി. കുടിക്കാൻ വൈനും മറ്റു അനുസാരിക കളും മേശപ്പുറത്തെത്തിച്ചു. പത്താൾക്കുള്ള ഭക്ഷണം തള്ള ഒറ്റയ്ക്കകത്താക്കി. എല്ലുകൾ കടിച്ചുപൊട്ടിച്ചു തിന്നു.

“ഇന്നത്തെ കാര്യം അങ്ങനെ കഴിഞ്ഞു. നാളെയും ഇതുപോലെ ചെയ്യണം. സാമാനമുറിയിലെ കസ്കസ് ചാക്കിലാക്കണം. അതിലപ്പടി മണ്ണാണ്. ഒരുതരി മണ്ണില്ലാതെ വേണം അത് ചാക്കിലാക്കാൻ.”

തിന്നു കഴിഞ്ഞപ്പോൾ ഉറക്കംതൂങ്ങിക്കൊണ്ട് മന്ത്രവാദിനി ഓർമ്മിപ്പിച്ചു. കിടന്നതും അവൾ കൂർക്കംവലി തുടങ്ങി.

സുരക്ഷിതമാണെന്നു തോന്നിയപ്പോൾ വാസിലിസ കീശയിൽനിന്ന് പാവക്കുട്ടിയെ പുറത്തെടുത്ത് ഭക്ഷണം കൊടുത്തിട്ട് പരാതിക്കെട്ടഴിച്ചു.

"നീ അതൊന്നും ആലോചിച്ച് വിഷമിക്കാതെ ഇന്നലത്തെപ്പോലെ ചെന്നു കിടന്നു സുഖമായുറങ്ങ്."

പിറ്റേദിവസം രാവിലെ മന്ത്രവാദിനിയുടെ ചൂളംവിളി കേട്ടാണ് വാസിലിസ കണ്ണുതുറന്നത്. ജനലിലൂടെ നോക്കിയപ്പോൾ തള്ള വണ്ടിയിൽ കയറുകയായിരുന്നു. അപ്പോഴേക്കും ചുവന്ന കുപ്പായക്കാരൻ ചുവന്ന കുതിരപ്പുറത്തേറിവന്ന് അവിടമാകെ വെളിച്ചം പരത്തിയിരുന്നു. അന്നും പാവ വീടു വൃത്തിയാക്കി. ഒരുതരി മണ്ണില്ലാതെ കസ്കസ് അരിച്ചുപെറുക്കി ചാക്കിലാക്കിവച്ചിട്ട് വാസിലിസയുടെ കീശയിലൊളിച്ചു. വാസിലിസ പകൽ മുഴുവൻ വിശ്രമിച്ചു. വൈകുന്നേരം ചെന്ന് ബാബയ്ക്കുള്ള അത്താഴമൊരുക്കി. അവരുടെ വരവും കാത്തിരുന്നു. കറുത്ത കുതിരക്കാരൻ കറുത്തകുപ്പായമണിഞ്ഞ് അവിടെ വലംവച്ചതും വെളിച്ചം മാറി ഇരുട്ട് പരന്നു. കാട് കുലുങ്ങുന്ന ഒച്ചയുമായി മന്ത്രവാദിനി തിരിച്ചെത്തി.

കൊടുങ്കാറ്റുപോലെ വീട്ടിനകത്തു പാഞ്ഞുകയറി അവൾ മുക്കുംമൂലയും പരിശോധിച്ചെങ്കിലും ഒരു കുറ്റവും കണ്ടുപിടിക്കാനായില്ല. കസ്കസിൽ ഒരു തരി മണ്ണുപോലുമില്ല. അവൾ കൈകൊട്ടിയതും മൂന്നു ജോടി കൈകളെത്തി കസ്കസിന്റെ ചാക്കുമായി മറഞ്ഞു. വാസിലിസ തലേദിവസത്തേതുപോലെ ഭക്ഷണം വിളമ്പി.

"നീയെന്താ ഒരക്ഷരം മിണ്ടാതെ അവിടെ തൂങ്ങിപ്പിടിച്ചു നില്ക്കുന്നത്? ഒന്നും പറയാനില്ലേ നിനക്ക്?"

വിളമ്പിയത് മുഴുവൻ അകത്താക്കിയിട്ട് അവൾ വാസിലിസയോടു ചോദിച്ചു.

"എനിക്കു മിണ്ടാൻപോലും പേടിയാ. എന്നാലും മുത്തശ്ശീ, ഞാൻ ചില കാര്യങ്ങൾ ചോദിച്ചോട്ടെ."

"വളരെ നല്ല കാര്യം. പക്ഷേ, ചോദ്യങ്ങൾ ഒന്നിനും ഒരു പരിഹാരമല്ല. അറിവുകൂടുന്തോറും വളർച്ചയും ഏറുമെന്ന പഴഞ്ചൊല്ല് ഓർക്കുന്നതും നന്നായിരിക്കും."

"എനിക്കാ കുതിരക്കാരെക്കുറിച്ചാ സംശയം. വരുന്നവഴിക്ക് വെള്ളക്കുതിരപ്പുറത്തേറിയ വെള്ളക്കുപ്പായക്കാരനെ കണ്ടു."

"അവൻ എന്റെ പകലുകൾ കൂടുതൽ പ്രകാശപൂർണ്ണമാക്കുന്ന എന്റെ ദാസനാണ്. അവൻ നിന്നെ ഉപദ്രവിക്കില്ല."

"അപ്പോ ചുവന്ന കുപ്പായമിട്ട് ചുവന്ന കുതിരപ്പുറത്ത് വരുന്നവനോ?"

"അവൻ എന്റെ മറ്റൊരു പണിക്കാരൻ. സൂര്യപ്രകാശം ഇവിടെയെത്തിക്കുന്നത് അവനാണ്. ഇനിയെന്തെങ്കിലും.... ?"

പല്ലിറുമ്മിക്കൊണ്ട് ബാബായാഗ ചോദിച്ചു.

"രാത്രിയിൽ കറുത്ത കുതിരപ്പുറത്തുകയറി ഗേറ്റിലെത്തുന്ന കറുത്ത കുപ്പായക്കാരനായ കറുത്ത കുതിരക്കാരനോ?"

"അവൻ മറ്റൊരു പണിക്കാരൻ. രാത്രി ഇരുട്ടുപരത്തുന്ന സേവകൻ. അവനും നിന്നെ ഉപദ്രവിക്കില്ല. ഇനിയെന്തെങ്കിലും അറിയാനുണ്ടോ നിനക്ക്? ഉണ്ടെങ്കിൽ ചോദിച്ച് തുലയ്ക്ക്."

ബാബായാഗയുടെ മുന്നറിയിപ്പ് മനസ്സിലുള്ളതുകൊണ്ട് വാസിലിസ പിന്നൊന്നും മിണ്ടിയില്ല.

"നീയെന്താ മിണ്ടാത്തത് ചോദിക്ക്? ആ മൂന്നു ജോടി കൈകളെക്കുറിച്ച് നിനക്കൊന്നും അറിയണ്ടേ?"

"കൂടുതൽ അറിവുനേടുന്നവർക്ക് പെട്ടെന്നു പ്രായംകൂടുമെന്ന് മുത്തശ്ശി എന്നെ താക്കീതു ചെയ്തതല്ലേ."

ജാഗ്രതയോടെ ആയിരുന്നു വാസിലിസ ഉത്തരം പറഞ്ഞത്.

"നീ ഇനിയെന്തെങ്കിലും എന്നോട് ചോദിച്ചിരുന്നെങ്കിൽ, പ്രത്യേകിച്ച് ആ കൈകളെക്കുറിച്ച് ചോദിച്ചിരുന്നെങ്കിൽ അവര് നിന്നെ തവിടുപൊടിയാക്കി ആഹാരമുണ്ടാക്കി എന്റെ മുന്നിൽ വിളമ്പുമായിരുന്നു. ഇനി എനിക്കു നിന്നോടൊരു ചോദ്യമുണ്ട്. ഞാൻ ഏല്പിക്കുന്ന ജോലികളെല്ലാം ഒറ്റയ്ക്ക് ഇത്ര വേഗത്തിൽ നീയെങ്ങനെയാ ചെയ്തുതീർക്കുന്നത്? പെട്ടെന്നു പറ."

മന്ത്രവാദിനിയുടെ പല്ലിറുമ്മുന്നതുകണ്ട് വാസിലിസയുടെ ചങ്കിടിച്ചു. പാവക്കുട്ടി സഹായിച്ചിട്ടാണ് എനിക്കിതൊക്കെ ചെയ്യാൻ പറ്റുന്നത് എന്നു പറയാൻ തുടങ്ങി. പെട്ടെന്ന് അവൾ അപകടം മനസ്സിലാക്കി ഇങ്ങനെ പറഞ്ഞു:

"എന്റെ അമ്മയുടെ അനുഗ്രഹംകൊണ്ടാണ് എനിക്കതിനു സാധിച്ചത്."

"കടക്കൂ പടിക്കുപുറത്ത്. ആരെങ്കിലും അനുഗ്രഹിച്ചവർക്ക് ഇവിടെ ഇടമില്ല. പോ....... പോയിത്തുലയ്."

മന്ത്രവാദിനി ഉറഞ്ഞുതുള്ളിയപ്പോൾ വാസിലിസ പേടിച്ചരണ്ട് മുറ്റത്തേക്കോടി. അപ്പോൾ, ഗേറ്റിലെ പൂട്ട് താനെ തുറക്കുന്നു, ഗേറ്റുകൾ മലർക്കെ തുറക്കുന്നു, വേലിത്തലപ്പത്തെ തലയോട്ടിക്കണ്ണുകളിൽ ഒരു കൊള്ളിത്തീയ് വാസിലിസയുടെ നേരെ പറന്നെത്തുന്നു.

"ഇതാ നിന്റെ തീക്കൊള്ളി. അതിനല്ലേ നിന്റെ രണ്ടാനമ്മയും മക്കളും നിന്നെ ഇങ്ങോട്ടേക്കയച്ചത്. ഇത് അവരെ സന്തോഷിപ്പിക്കട്ടെ."

കൈയിൽ തീക്കൊള്ളിയുമായി വാസിലിസ കാട്ടിലൂടെ നെട്ടോട്ടമോടി. അപ്പോഴേക്കും കത്തിക്കാളുന്ന രണ്ടുകണ്ണുകൾ അവിടെ പ്രത്യക്ഷപ്പെട്ടു. നേരം വെളുക്കുംവരെ ആ കണ്ണുകൾ അവളുടെ പിന്നാലെ ഉണ്ടായിരുന്നു. പിറ്റേദിവസം വൈകുന്നേരം തലയോട്ടിയിലെ കണ്ണുകൾ വീണ്ടും പ്രകാശിക്കാൻ തുടങ്ങിയ നേരത്ത് അവൾ രണ്ടാനമ്മയുടെ വീട്ടിനു മുന്നിലെത്തി. അവർക്ക് ഇപ്പോൾ തീ കിട്ടിക്കാണുമെന്നു വിചാരിച്ച് കൈയിലെ തലയോട്ടി അവൾ കുറ്റിച്ചെടികൾക്കിടയിലേക്ക് വലിച്ചെറിഞ്ഞു.

"അരുത് സുന്ദരിയായ വാസിലിസ, എന്നെ നിന്റെ രണ്ടാനമ്മയുടെ അടുത്തെത്തിക്ക്."

തലയോട്ടി യാചിച്ചപ്പോൾ അവിടെ ഇപ്പോഴും വെളിച്ചമില്ലല്ലോ എന്നു പറഞ്ഞുകൊണ്ട് വാസിലിസ വീണ്ടും തലയോട്ടി കൈയിലെടുത്തു.

അവളെ കണ്ടതും അമ്മയുടെയും മക്കളുടെയും മുഖത്ത് സന്തോഷമായി. കാരണം, വാസിലിസ പോയശേഷം അവിടെ വിളക്കൊന്നും കത്തുന്നുണ്ടായിരുന്നില്ല. അടുപ്പും എരിഞ്ഞില്ല.

ഭക്ഷണമൊന്നും പാകം ചെയ്യാനാവാതെ ഇത്രയും ദിവസം അവർ വിശന്നുവലഞ്ഞും തണുത്തുവിറച്ചും ഇരുട്ടത്ത് ഇരിക്കുകയായിരുന്നു. തീപ്പെട്ടിയുരച്ചാലും മെഴുകുതിരി

കത്തിക്കാനാവുന്നില്ല. അടുത്ത വീട്ടിൽച്ചെന്ന് തീ കടം വാങ്ങിക്കൊണ്ടുവന്നാലോ അവരുടെ വീട്ടിനകത്ത് കയറുന്നതും തീ അണയും. പക്ഷേ, വാസിലിസ കൊണ്ടുവന്ന തീക്കൊള്ളി വീട്ടിനകത്തെത്തിയിട്ടും അണഞ്ഞില്ല. രണ്ടാനമ്മ കരുതലോടെ അകത്തെ മേശപ്പുറത്തുള്ള മെഴുകുതിരി സ്റ്റാൻഡിൽ കുത്തിനിറുത്തി.

പക്ഷേ, പെട്ടെന്നു തലയോട്ടിയുടെ കണ്ണുകൾ ആളിക്കത്താൻ തുടങ്ങി. ആ മൂന്നു സ്ത്രീകൾ പോകുന്ന വഴിയിലെല്ലാം തീനാളം. അമ്മയും മക്കളും ആളിക്കത്തി ചാമ്പലാവുന്നതുവരെ തീനാളം അവരെ പിന്തുടർന്നു. വാസിലിസ മാത്രം പരുക്കൊന്നു മേല്ക്കാതെ രക്ഷപ്പെട്ടു.

പിറ്റേദിവസം രാവിലെ അവൾ വീട്ടിനകത്തൊരു കുഴികുത്തി അവരുടെ അസ്ഥികൂടങ്ങൾ അതിലിട്ടു മൂടി. പിന്നീട് അവൾ വീടു പൂട്ടി ഗ്രാമത്തിലേക്കു തിരിച്ചു. കച്ചവടത്തിനു പോയ അവളുടെ അച്ഛൻ തിരിച്ചുവരുന്നതുവരെ കൂടെ താമസിക്കാമെന്ന് വഴിയിൽ കണ്ടുമുട്ടിയ മക്കളില്ലാത്ത ഒരു വയസ്സിത്തള്ള സമ്മതിച്ചു.

കുറച്ചുദിവസം അങ്ങനെ പോയി. വെറുതെയിരുന്നു മടുത്തപ്പോൾ കുറച്ചു ചണം കിട്ടിയിരുന്നെങ്കിൽ നൂല് നൂല്ക്കാമായിരുന്നു എന്ന ആഗ്രഹം വാസിലിസ കിഴവിയെ അറിയിച്ചു. കൈപ്പുണ്യമുള്ളവളായിരുന്നു അവൾ. അതുകൊണ്ടു തന്നെ വളരെ വേഗം മുടിനാരുപോലെ ധാരാളം പട്ടുനൂൽ ആ ചണത്തിൽനിന്ന് അവൾ നൂറ്റെടുത്തു. വളരെ നേർത്തതും മൃദുലവുമായ ആ നാരുകൊണ്ട് വസ്ത്രം നെയ്യാനുള്ള തറിയോ നെയ്ത്തുകാരനോ ആ ഗ്രാമത്തിലുണ്ടായിരുന്നില്ല.

പതിവുപോലെ വാസിലിസ പാവയെ അഭയം പ്രാപിച്ചു.

"നീ ഒരു പഴയ തറിയും കുട്ടയും കുറച്ചു കുതിരരോമവും സംഘടിപ്പിക്ക്. ബാക്കി ഞാനേറ്റു."

പാവ പതിവുപോലെ അവളെ സമാധാനിപ്പിച്ചു. വാസിലിസ അതെല്ലാം സംഘടിപ്പിച്ചിട്ട് ഉറങ്ങാൻ കിടന്നു. നേരം വെളുത്തപ്പോൾ അവൾക്ക് വസ്ത്രം നെയ്യാൻ ആവശ്യമായ ഒന്നാന്തരം തറി തയ്യാറാക്കിവച്ചിരുന്നു.

തണുപ്പുകാലം മുഴുവൻ വാസിലിസ തറിയുടെ മുന്നിലിരുന്നു നെയ്യുകയായിരുന്നു. അതിമൃദുലവും സൂചിക്കുഴിയിലൂടെ കടക്കുംവിധം അത്ര നേർത്തതുമായിരുന്നു ആ പട്ടുതുണി. വസന്തകാലമായപ്പോൾ അവൾ അത് കഴുകി മഞ്ഞുപോലെ വെളുപ്പിച്ച് ചന്തയിൽകൊണ്ടുപോയി വിറ്റ് കാശെടുത്തോളാൻ പറഞ്ഞ് കിഴവിയെ ഏല്പിച്ചു.

“സാധാരണ ചന്തയിൽച്ചെന്നാൽ ഇതു വാങ്ങാനാളുണ്ടാവില്ല മോളെ. ചക്രവർത്തിമാർ ഉടുക്കുന്നതരം പട്ടാണിത്. അവരേ ഇതു വാങ്ങൂ.”

പിറ്റേദിവസം വൃദ്ധ പട്ടുമായി രാജാവിന്റെ കൊട്ടാരത്തിനു മുന്നിലെത്തി. അവൾ അതുമായി കൊട്ടാരകവാടത്തിൽ തെക്കും വടക്കും നടക്കുന്നതു കണ്ട് കൊട്ടാരംകാവല്ക്കാർ അടുത്തെത്തി സംഗതി ആരാഞ്ഞു. അവളാകട്ടെ ഒരക്ഷരം മിണ്ടിയില്ല. സംഗതി അറിഞ്ഞ ചക്രവർത്തി ജനാല തുറന്ന് കാര്യം തിരക്കി.

“അല്ലയോ തിരുമനസ്സേ, അതിമൃദുലമായ പട്ടുമായിട്ടാണ് ഞാനെത്തിയിരിക്കുന്നത്. അങ്ങേക്കു മാത്രമേ അത് കാണാൻ പോലും സാധിക്കൂ. അത്ര നേർത്തതാണ്.”

അത് എന്താണെന്ന് അറിയാനുള്ള ആഗ്രഹത്തോടെ രാജാവ് അവളെ അകത്തേക്കു വിളിപ്പിച്ചു. വിശേഷമായ ആ പട്ട് കണ്ട് ആകൃഷ്ടനായ രാജാവ് അതിന്റെ വില തിരക്കി.

“ഇതിനു വിലപറയാൻ ഞാനില്ല. അത്രയും വിശേഷപ്പെട്ട ഈ പട്ട് ഞാൻ അങ്ങേക്ക് കാഴ്ചയായി കൊണ്ടുവന്നതാണ്.”

സന്തുഷ്ടനായ രാജാവ് വിലകൂടിയ അനേകം സമ്മാനങ്ങൾ നല്കി അവളെ വീട്ടിലേക്കയച്ചു. കൊട്ടാരം തയ്യൽക്കാരെ വിളിച്ച് അതുകൊണ്ട് ഉടുപ്പു തയ്ക്കാൻ ഏല്പിച്ചു. വളരെ പ്രഗത്ഭരായിരുന്നിട്ടും അത്രയും നേർത്തപട്ടുകൊണ്ട് ഉടുപ്പുതയ്ക്കാൻ സാധിക്കില്ലെന്ന് വിഷമത്തോടെ അവർക്കു സമ്മതിക്കേണ്ടിവന്നു. ഉടനെ പട്ട് കാണിക്കയായി കൊണ്ടുവന്ന വൃദ്ധയെ വിളിപ്പിച്ചിട്ട് അതുകൊണ്ട് ഉടുപ്പു തയ്ച്ചുകൊണ്ടുവരാൻ അവരെത്തന്നെ ഏല്പിച്ചു.

“ബഹുമാന്യനായ ചക്രവർത്തി എന്നോട് ക്ഷമിക്കണം. ഞാനല്ല ഇതു നെയ്തത്. എന്റെ വളർത്തുപുത്രിയാണ്.”

"എങ്കിൽ അവളോടു പറയൂ ഉടുപ്പ് തയ്ച്ചുതരാൻ...."

വൃദ്ധ വീട്ടിലെത്തി വിവരം പറഞ്ഞതും വാസിലിസ മുറിക്കകത്ത് കയറി വാതിലടച്ച് ഉടുപ്പ് തയ്ക്കാൻ ആരംഭിച്ചു. പാവയുടെ സഹായത്തിൽ അതിവേഗം ആ പട്ടുകൊണ്ട് അവൾ പന്ത്രണ്ട് ഉടുപ്പുകൾ തയ്ച്ചു. വയസ്സി ഉടുപ്പുകളുമായി കൊട്ടാരത്തിലേക്കു തിരിച്ചു. അവരുടെ മടക്കവും കാത്ത് വാസിലിസ ജനലിനരികിൽത്തന്നെയിരുന്നു.

"പട്ടുകുപ്പായം തയ്ച്ച തുന്നൽക്കാരിയോടു കൊട്ടാരത്തിലേക്കു വരാൻ രാജാവ് കല്പിച്ചിരിക്കുന്നു." എന്നു ഉറക്കെ വിളിച്ചുപറഞ്ഞുകൊണ്ട് അപ്പോഴേക്കും ഒരു ഭടൻ അവിടെയെത്തി. അവൾ ഉടനെ പുറപ്പെട്ടു. വാസിലിസയെ കണ്ടതും ചക്രവർത്തിക്ക് അവളോട് പ്രണയമായി.

"അല്ലയോ അതിമനോഹരിയായ വാസിലിസാ നിന്നെപ്പോലൊരു സുന്ദരി എന്റെ രാജ്യത്ത് വേറെയില്ല. അതുകൊണ്ട് നീ എന്റെ റാണിയാകണം."

അങ്ങനെ ചക്രവർത്തിയുടെയും വാസിലിസയുടെയും വിവാഹം ആർഭാടമായിട്ടുതന്നെ നടത്തി.

ദീർഘയാത്ര കഴിഞ്ഞ് തിരിച്ചെത്തിയ വാസിലിസയുടെ പിതാവ് കാര്യങ്ങളെല്ലാം അറിഞ്ഞ് സന്തോഷിച്ചു. അദ്ദേഹം അവരോടൊപ്പം സന്തോഷത്തോടെ കഴിഞ്ഞു. സുന്ദരിയായ വാസിലിസാ ജീവിതകാലം മുഴുവൻ പാവക്കുട്ടിയെ കൂടെ കൊണ്ടുനടന്നു.

കരടിക്കുഞ്ഞൻ ഇവാൻകോ

പണ്ടു പണ്ടൊരുകാലത്ത് ലോകത്തിന്റെ അങ്ങേയറ്റത്ത് ഒരു പാവപ്പെട്ട ഗ്രാമീണനും ഭാര്യയും താമസിച്ചിരുന്നു. കുട്ടികളില്ല എന്നതായിരുന്നു അവരുടെ ഏറ്റവും വലിയ ദുഃഖം. ദരിദ്രരാണെങ്കിലും അവർ സത്യസന്ധരായിരുന്നു. ചെന്നായ്ക്കളെയും കരടികളെയും വേട്ടയാടിപ്പിടിച്ച് തൊലിയുരിച്ച് വിറ്റാണ് അവർ ജീവിക്കാനുള്ള വരുമാനം കണ്ടെത്തിയിരുന്നത്.

ഒരു ദിവസം ഒരു കരടിയെ ഉന്നംവച്ച് ഓടിക്കുന്നതിനിടയിൽ അത് താമസിക്കുന്ന ഗുഹാമുഖത്ത് അവർ ചെന്നെത്തി. അവിടെ കണ്ട കാഴ്ച അയാളെ കുറച്ചൊന്നുമല്ല അത്ഭുതപ്പെടുത്തിയത്. മൂന്നുവയസ്സുള്ള നഗ്നനായ വാശിപിടിച്ചു കരയുന്ന ഒരു മനുഷ്യക്കുഞ്ഞിനെ കരടി സ്വന്തം കുഞ്ഞിനെപ്പോലെ പരിചരിക്കുന്നു. അയാൾ കുഞ്ഞിനെയുമെടുത്തുകൊണ്ട് വീട്ടിലേക്കോടി. അന്നുതന്നെ പള്ളിയിലെ അച്ചനെ വിളിച്ചു വരുത്തി മാമോദീസാ മുക്കി കുഞ്ഞിന് പേരുമിട്ടു – ഇവാഷ്കോ മെഡ്വെഡ്കോ. കുഞ്ഞ് ഇവാൻ, കരടിക്കുഞ്ഞൻ എന്നായിരുന്നു ആ പേരിന്റെ അർത്ഥം.

കുഞ്ഞിന്റെ വളർച്ച അതിവേഗത്തിലായിരുന്നു. പതിനഞ്ചു വയസ്സായപ്പോഴേക്കും അവന് അമാനുഷികമായ ശക്തിയായിരുന്നു. കളിക്കുന്നതിനിടയിൽ കൂട്ടുകാരന്റെ കൈയിൽ

ഇവാനൊന്നു വെറുതെ പിടിച്ചതും അവന്റെ എല്ല് നുറുങ്ങിപ്പോയി. ഇതു കണ്ട മറ്റു മാതാപിതാക്കൾക്ക് ആധിയായി. ഈ കളി ശരിയാവില്ലെന്നും ഇവാൻ തങ്ങളുടെ കുഞ്ഞുങ്ങൾക്ക് ഭീഷണിയാണെന്നും വളർത്തുപുത്രനെ ഉടൻ അവിടന്നു മാറ്റിപ്പാർപ്പിക്കണമെന്നും അവർ ശാഠ്യം പിടിച്ചു. വൃദ്ധനും ഭാര്യയും ഇതു കേട്ട് ആകെ സങ്കടത്തിലായി. അവനെ അവർ അത്രമാത്രം സ്നേഹിച്ചിരുന്നു. അവൻ അറിഞ്ഞുകൊണ്ട് ആരെയും ഉപദ്രവിക്കുകയില്ലെന്നും അവർക്കറിയാമായിരുന്നു.

"ഇനി എന്താ മോനേ ഒരു വഴി? നീയിനി എങ്ങനെ ജീവിക്കും?" അവർ വേദനയോടെ ഇവാനോട് ചോദിച്ചു.

"അപ്പൂപ്പൻ ഒന്നുകൊണ്ടും വിഷമിക്കണ്ട. എനിക്ക് ഒറ്റയ്ക്ക് ജീവിക്കാൻ വിഷമമൊന്നുമുണ്ടാകില്ലെന്ന് നിങ്ങൾക്ക് താമസിയാതെ മനസ്സിലാകും. നിങ്ങൾ ചെന്ന് ബലമുള്ള ഒരിരുമ്പുദണ്ഡ് വാങ്ങിക്കൊണ്ടുവരൂ. നൂറുകിലോ ഭാരമെങ്കിലുമുള്ള ഇരുമ്പുദണ്ഡാണ് വേണ്ടത്. അതുവച്ച് ഒന്നോ രണ്ടോ ആഴ്ച ഇവിടെവച്ച് വ്യായാമം പരിശീലിക്കും. എന്നിട്ട് ഇവിടംവിട്ട് എങ്ങോട്ടെങ്കിലും ചെന്ന് ജീവിക്കാനുള്ള വഴി കണ്ടുപിടിച്ചോളാം."

വൃദ്ധൻ അവൻ പറഞ്ഞതുപോലുള്ള ബലമുള്ള ഇരുമ്പുദണ്ഡ് കണ്ടുപിടിച്ച് വാങ്ങി വണ്ടിയിൽ കയറ്റി കൊണ്ടുവന്നു. ഇവാൻ അതുവച്ച് പരിശീലനവും തുടങ്ങി. അവിടെ അടുത്തായി മൂന്നു ദേവതാരുവൃക്ഷങ്ങളുണ്ടായിരുന്നു. പതിനഞ്ച്, ഇരുപത്, ഇരുപത്തഞ്ച് എന്നായിരുന്നു ഓരോ മരത്തിന്റെയും ചുറ്റളവ്. ഒന്നാമത്തെ ആഴ്ചത്തെ പരിശീലനത്തിനിടയിൽ അവൻ പതിനഞ്ച് ഫൂട്ട് ചുറ്റളവുള്ള മരത്തിൽ കയറി മുകൾ ഭാഗം മുറിച്ചിട്ടു. രണ്ടാമത്തെ ആഴ്ചയിൽ രണ്ടാമത്തെ മരം രണ്ടുകഷണങ്ങളാക്കി. മൂന്നാമത്തെ ആഴ്ചയിലാകട്ടെ മൂന്നാമത്തെ മരം വേരോടെ പിഴുതിട്ടു.

"ഇനിയിപ്പോ എനിക്ക് എന്തും നേരിടാനുള്ള ശക്തിയായി. ഒരു മന്ത്രവാദിനിയെ വേണമെങ്കിൽ ഞാൻ ഒറ്റയ്ക്ക് നേരിടും."

വൃദ്ധരെ സമാധാനിപ്പിച്ച് ഇരുമ്പുദണ്ഡും അരയിൽ തൂക്കി പയ്യൻ യാത്ര പറഞ്ഞു.

കുറേ ചെന്നപ്പോൾ അവൻ വിശാലമായ ഒരു നദീതീരത്തെത്തി. വലിയ വീപ്പക്കുറ്റിപോലെ തടിച്ചുരുണ്ട അഞ്ചേട്ടടി പൊക്കമുള്ള ഒരു രാക്ഷസൻ അവിടെ മുട്ടുകുത്തിയിരുന്നു മീശകൊണ്ട് മീൻപിടിക്കുന്നു. മീശയിലെ ചൂണ്ടയിൽ മീൻ കുടുങ്ങിയപ്പോൾ അയാൾ സ്വന്തം നാക്കിൽ തീകൂട്ടി മീനിനെ വറുത്തു തിന്നു.

“നിങ്ങൾക്കു നല്ലതുവരട്ടെ രാക്ഷസാ. ആരാ നിങ്ങൾ?”

കരടിക്കുഞ്ഞൻ ഇവാൻ ചോദിച്ചു.

“നിനക്കും നന്മ നേരുന്നു. നീ എന്നെ ഉസ്നിയാ വിഷ്കർസ് എന്നു വിളിച്ചോളൂ. ആട്ടെ നീയെങ്ങോട്ടേക്കാ പോകുന്നത്?”

“കണ്ണെങ്ങോട്ട് തിരിയുന്നോ അങ്ങോട്ട്. നിങ്ങളും പോരുന്നോ എന്റെ കൂടെ?”

കരടിക്കുഞ്ഞൻ ചോദിച്ചു.

“രണ്ടുപേർക്കും പരസ്പരം സഹായിക്കാൻ സാധിച്ചേക്കും അല്ലേ? കണ്ടിട്ട് എന്തിനും പോരുന്നോനാണല്ലോ.”

രണ്ടുപേരും ഒന്നിച്ചാണ് പറഞ്ഞത്.... .

“ഞാൻ കരുത്തനാണെങ്കിലും ഇവാഷ്കോ മെഡ്വെഡ്കോ എന്ന മനുഷ്യനോളം കരുത്ത് എനിക്കില്ലെന്നാ ഇവിടെയുള്ളവർ പറയുന്നത്.”

“ഇവാഷ്കോ മെഡ്വെഡ്കോ........ അതെന്റെ പേരാണല്ലോ..”

കരടിക്കുഞ്ഞൻ അത്ഭുതപ്പെട്ടു.

“എന്നാ ഞാൻ തീർച്ചയായും നിന്റെ കൂടെ വരാം.”

രാക്ഷസൻ പറഞ്ഞു.

അങ്ങനെ അവർ രണ്ടുപേരും ഒന്നിച്ച് യാത്ര തുടങ്ങി. കുറേ ചെന്നപ്പോൾ ഒരു കുന്നിൻ താഴ്വരയിലെത്തി. അപ്പഴതാ അവിടെ മറ്റൊരു ഭീമാകാരനായ രാക്ഷസൻ വലിയൊരു കുന്ന് പൊക്കിപ്പിടിച്ച് സ്വന്തം കൈയിലിട്ട് അമ്മാനമാടുന്നു. പന്ത്രണ്ടടിയാണ് അയാളുടെ പൊക്കം. കുന്നു പൊടിച്ച് റോഡിലെ കുഴികളടയ്ക്കുകയാണ് ശ്രീമാൻ.

“നന്നായിരിക്കട്ടെ, എന്താണാവോ പേര്?”

കരടിക്കുഞ്ഞൻ ഇവാൻ അയാളെ അഭിവാദ്യം ചെയ്തു.

"നിനക്കും നന്മ നേരുന്നു. അവരെന്നെ ഗോറിനിയാ എന്നാണ് വിളിക്കുന്നത്. മലയിലെ മനുഷ്യൻ എന്നാ അതിനർത്ഥം. ആട്ടെ, നിങ്ങളെങ്ങോട്ടേക്കാ യാത്ര?"

"കണ്ണെത്തുന്നിടത്ത് കാലെത്തിക്കുമെന്നാ കരുതുന്നത്. നിങ്ങളേതായാലും അതിശക്തനും കഠിനാദ്ധ്വാനിയുമാണ് കേട്ടോ."

കരടിക്കുഞ്ഞൻ പറഞ്ഞു.

"ഇപ്പോ യുദ്ധമൊന്നുമില്ലാത്തതുകൊണ്ട് എനിക്ക് കാര്യമായിട്ടുള്ള പണിയൊന്നുമില്ല, ഞാൻ അതിശക്തനാണെന്നാണ് കരുതിയത്. എന്നാൽ ഇപ്പോൾ അവർ പറയുന്നു, ഇവാഷ്കോ മെഡ്‌വെഡ്‌കോയെ വെല്ലാൻ മറ്റാർക്കുമാവില്ലെന്നാണ്."

"ആ ഞാനിതാ നിങ്ങളുടെ മുന്നിൽ നില്ക്കുന്നു....."

കരടിക്കുഞ്ഞൻ ഇവാൻ പറഞ്ഞു.

"എന്നാൽ നിങ്ങളോടൊപ്പം എന്നെയും കൂടെ കൂട്ടിക്കോ."

അയാൾ റോഡ് പണി മതിയാക്കി അവരോടൊപ്പം കൂടി. രണ്ടുദിവസം യാത്ര ചെയ്ത് അവർ ഓക്കുമരം തിങ്ങിനിറഞ്ഞ ഒരു കാട്ടിലെത്തി, ഓക്കുമരത്തോളം പൊക്കമുള്ള മറ്റൊരു രാക്ഷസൻ അവിടെ മരങ്ങളുടെ തുമ്പ് വെട്ടി ഒരേ നിരപ്പിലാക്കുന്നു.

"നീ തീർച്ചയായും അതിമാനുഷൻ തന്നെയാണ്. എന്താ പേര്?"

കരടിക്കുഞ്ഞൻ ഇവാൻ ചോദിച്ചു.

"ദുബിനിയാ....... ഓക്കുമനുഷ്യൻ എന്നാണ് അർത്ഥം. എന്തെല്ലാം കഠിനമായ ജോലികൾ ചെയ്തിട്ടും എന്നേക്കാൾ കരുത്തൻ ഇവാൻകോ മെഡ്‌വെഡ്‌കോ ആണെന്നാണ് അവർ പറയുന്നത്."

"അയാളാണ് നിങ്ങളുടെ മുന്നിൽ നില്ക്കുന്ന ഈ ഞാൻ. കൂടെ പോരുന്നോ."

"പിന്നല്ലാതെ. എന്നെ നിങ്ങളുടെ ഇളയ സഹോദരനായി കൂടെ കൂട്ടിക്കോ." എന്നു പറഞ്ഞുകൊണ്ട് ആ രാക്ഷസനും അവരോടൊപ്പം കൂടി.

അങ്ങനെ അവർ നാലുപേരും ലോകം ചുറ്റാനിറങ്ങി. നാലു ദിവസം കഴിഞ്ഞപ്പോൾ കരടിക്കുഞ്ഞനു മടുത്തു.

"ഇനിയുമിങ്ങനെ അലഞ്ഞുതിരിയുന്നതിൽ അർത്ഥമില്ല. നമ്മുടെ യാത്ര ഇവിടെ അവസാനിപ്പിച്ചാലോ? ഇവിടെ നമുക്ക് ഭക്ഷണത്തിനു പഞ്ഞമുണ്ടാകില്ലെന്നാണ് എനിക്കു തോന്നുന്നത്. കാട്ടിലാണെങ്കിൽ ധാരാളം മരങ്ങളുമുണ്ട്. അതു വെട്ടി നമുക്ക് നല്ലൊരു വീടുണ്ടാക്കാം. സുഖമായും സ്വസ്ഥമായും ഇവിടെയങ്ങു കൂടാം."

മറ്റുള്ളവർ സമ്മതിച്ചു. നാലുപേരും ഒന്നിച്ചിറങ്ങി മരങ്ങൾ മുറിച്ച് വീടുവയ്ക്കാനുള്ള സ്ഥലമൊരുക്കി. വീട്ടിലേക്കുള്ള വഴിയും വെട്ടിയുണ്ടാക്കി. സന്ധ്യമയങ്ങുമ്പോഴേക്ക് അവിടെ വീടുയർന്നു. നാല്പതുപേർക്ക് സുഖമായി താമസിക്കാൻ സാധിക്കുന്ന തരക്കേടില്ലാത്ത വീടാണ് നാലുപേരുംകൂടി ഒരൊറ്റ ദിവസംകൊണ്ട് പണിതുയർത്തിയത്.

പിറ്റേദിവസം രാവിലെ നാലുപേരും നായാട്ടിനിറങ്ങി. വൈകുന്നേരമായപ്പോഴേക്കും കലവറ നിറയാൻ മാത്രം മൃഗങ്ങളുമായാണ് അവർ തിരിച്ചെത്തിയത്. മാനിറച്ചിയും കരടിയിറച്ചിയുമൊക്കെ ധാരാളം. താറാവ്, വാത്ത, കാട്ടുകോഴി തുടങ്ങിയവയെ കൊന്ന് അവർ കലവറ നിറച്ചു.

"ഇന്നത്തേക്ക് ഇതു ധാരാളം. പക്ഷേ, നിലവറ എന്നും നിറഞ്ഞിരിക്കാൻ നമ്മൾ ശ്രദ്ധിക്കണം. നമ്മളിൽ മൂന്നുപേർ എന്നും നായാട്ടിനിറങ്ങണം. നാലാമൻ വീട് സൂക്ഷിക്കാനും ഭക്ഷണം പാകം ചെയ്യാനുമൊക്കെയായി വീട്ടിലുണ്ടാകണം. ആരാണ് വീട്ടിലിരിക്കേണ്ടതെന്ന് നാളെ നമുക്ക് നറുക്കിട്ട് തീരുമാനിക്കാം."

കരടിക്കുഞ്ഞൻ പറഞ്ഞു.

അന്നത്തെ നറുക്ക് വീണത് ഉസ്നിയക്കായിരുന്നു. മറ്റു മൂന്നുപേരും നായാട്ടിനിറങ്ങിയപ്പോൾ ഉസ്നിയ വീട് വൃത്തിയാക്കി പാചകം തുടങ്ങി. നിലവറയിൽനിന്ന് വേട്ടമൃഗങ്ങളെ പുറത്തെടുത്ത് തൊലിയുരിച്ച് കഴുകിവൃത്തിയാക്കി

വറുത്തും കറിവെച്ചും ചുട്ടെടുത്തും അയാൾ സ്വാദിഷ്ഠമായ അത്താഴമൊരുക്കി. ജോലിയെല്ലാം ഒതുക്കി അയാൾ ചങ്ങാതിമാരുടെ വരവും കാത്ത് ജനലരികിലിരുന്നു.

പെട്ടെന്ന് ചുറ്റും ഇരുട്ട് പരന്നു. ശക്തമായ കാറ്റടിച്ചു. വീടും മരങ്ങളും ഒരുപോലെ ഇളകിയാടി. ഭൂമി അടിമുടി വിറച്ചുതുള്ളുന്നു. പുറത്തേക്കു നോക്കിയപ്പോൾ ഭൂമി വിണ്ട് പിളർന്നുകൊണ്ട് ഒരു വലിയ മല വീട്ടിലേക്ക് ഇരച്ചുരുണ്ട് വരുന്നു. ഇരുമ്പുലക്ക മുന്നിലും വലിയൊരു ചൂൽ പിന്നിലും കെട്ടിയ വണ്ടി നിർത്തി ബാബായാഗ ഇറങ്ങി. എന്താണാവോ ഈ വരവിന്റെ ഉദ്ദേശ്യമെന്നോർത്ത് ഉസ്നിയ ഭയന്നു. മന്ത്രവാദിനികളെ മുഷിപ്പിച്ചാലുള്ള ഭവിഷ്യത്തോർത്ത് പേടി മറച്ചുപിടിച്ച് മുഖം പ്രസന്നമാക്കി അവരെ അകത്തേക്കു ക്ഷണിച്ചു.

"നിനക്ക് അതിഥികളോട് പെരുമാറാനറിയില്ലേ..... വേഗം ചെന്ന് എനിക്കു ഭക്ഷണം വിളമ്പ്."

അവൾ കല്പിച്ചു.

വേവിച്ചുവെച്ചതിൽനിന്നും ഒരു പൊരിച്ച താറാവും കുറച്ച് റൊട്ടിയും വെണ്ണയുമെടുത്ത് ഉസ്നിയ ഉടനെ ബാബയുടെ മുന്നിൽ വിളമ്പി. ഒറ്റ വായിൽ അതുമുഴുവൻ അകത്താക്കി അവൾ ഇനിയില്ലേ എന്ന മട്ടിൽ ചുറ്റും നോക്കി. ഉസ്നിയ ചുട്ട മാനിറച്ചി മുന്നിൽ വച്ചുകൊടുത്തു. അതൊന്നും പോരായിരുന്നു അവൾക്ക്.

"ഇങ്ങനെയാണോ അതിഥികളെ സല്ക്കരിക്കുന്നത്?"

അവൾ കോപിച്ച് വിറച്ച് ഉസ്നിയയുടെ മീശയിൽപിടച്ച് വട്ടം കറക്കി വലിച്ചിഴച്ച് ഉലക്കകൊണ്ട് തല്ലിച്ചതച്ച് താഴേക്കെറിഞ്ഞു. എന്നിട്ടും കലിയടങ്ങാതെ അവന്റെ പുറം പൊളിച്ച് തൊലിയെടുത്ത് അവൻ വേവിച്ചുവച്ചതെല്ലാം അതിൽ കെട്ടിപ്പൊതിഞ്ഞ് തന്റെ വണ്ടിയിൽ കയറ്റി യാത്ര തിരിച്ചു.

മറ്റു മൂന്നുപേരും തിരിച്ചെത്തിയപ്പോൾ തലയിലൊരു കെട്ടുമായി ഇരിക്കുകയായിരുന്ന ഉസ്നിയ വിഷമത്തോടെ പറഞ്ഞു:

"എന്റെ കൊച്ചനുജന്മാരേ എനിക്ക് അത്താഴം പാകം

ചെയ്യാൻ സാധിച്ചില്ല. പുതിയ അടുപ്പായതുകാരണം തീ കത്തുന്നേയില്ല. ഊതി ഊതി എന്റെ തല പിളരുന്നു."

പിറ്റേദിവസം ഗാറിനിയയ്ക്കായിരുന്നു വീട്ടുജോലി. ഉസ്നിയയേക്കാൾ കേമനാകണമെന്നു ഉറപ്പിച്ചുകൊണ്ട് ഗാറിനിയ അത്താഴത്തിനായി എമ്പാടും വിഭവങ്ങളൊരുക്കി, സന്തോഷത്തോടെ മറ്റുള്ളവർക്കായി കാത്തിരുന്നു. അപ്പഴതാ ശക്തമായ കാറ്റിൽ മേല്പുര വിറയ്ക്കുന്നു. പുറത്തേക്കു നോക്കിയപ്പോൾ ഒരു മല ഒന്നാകെ ഉരുണ്ടുവരുന്നു. വണ്ടിനിർത്തി ഇറങ്ങിവരുന്ന ബാബയെ കണ്ട് ഗാറിനിയാ പേടിച്ചുവിറച്ചുകൊണ്ട് വാതിൽ തുറന്ന് അവരെ അകത്തേക്കു ക്ഷണിച്ചു.

"ഭക്ഷണം വിളമ്പ്, എനിക്ക് ഭക്ഷണത്തിനോടുള്ള ആർത്തി നിനക്കറിയില്ലെന്നുണ്ടോ?"

അവൾ ഗർജ്ജിച്ചു. താറാവിറച്ചിയും ഒരു കപ്പ് കഹ്വയും മുന്നിൽ വച്ച് ഗോറിനിയ തിരിഞ്ഞപ്പോഴേക്കും അത് ഒറ്റയടിക്ക് തിന്നിട്ട് ഇനിയും വേണമെന്നായി ബാബ. ഉടനെ കുറച്ച് കരടിയെല്ലിന്റെ സൂപ്പ് ഗൊറിനിയ മുന്നിൽ വെച്ചത് അവൾക്ക് വലിയ അപമാനമായി.

"ഇങ്ങനെയാണോ നിങ്ങൾ അതിഥികൾക്ക് ഭക്ഷണം വിളമ്പുന്നത്. ഇതൊരീച്ചയ്ക്ക് തിന്നാൻപോലുമില്ലല്ലോ" എന്നുപറഞ്ഞ് തന്റെ ബലിഷ്ഠമായ കൈകൊണ്ട് അവനെ തൂക്കിയെടുത്ത് മുഖം മതിലിൽവച്ച് തേച്ച് ഉലക്കകൊണ്ട് തലയ്ക്കടിച്ചു. അവന്റെ പുറം കീറി ഒരു ചീള് തൊലിയെടുത്തു. അവനെ മേശക്കടിയിലിട്ട് അടുക്കളയിലുണ്ടായിരുന്ന ഭക്ഷണം മുഴുവൻ കഴിച്ച് ബാക്കിവന്നത് അവന്റെ ഉരിച്ച പുറംതൊലിയിൽ കെട്ടിപ്പെറുക്കി വന്നതുപോലെ തിരിച്ചുപോയി.

സന്ധ്യയായപ്പോൾ വേട്ടയ്ക്കു പോയവർ തിരിച്ചെത്തി. വീട്ടിനകത്തു ഭക്ഷണം പാകം ചെയ്തതിന്റെ യാതൊരു ലക്ഷണവുമില്ല. തലയിലൊരു കെട്ടുമായി ഗോറിനിയ ഇരിക്കുന്നു.

"വിറക് കത്തുന്നില്ല. ഊതിയൂതി തല പെരുക്കുന്നു. ഭയങ്കര തലവേദന. നിങ്ങൾക്ക് ഇന്നും പട്ടിണിതന്നെ സഹോദരന്മാരേ." അങ്ങനെ പിറ്റേന്നും അവർക്കു പട്ടിണി കിടക്കേണ്ടിവന്നു.

പിറ്റേന്ന് വീട്ടുജോലി ദുബിനിയയുടെ ഊഴമായിരുന്നു. അന്നും കഴിഞ്ഞ രണ്ടുദിവസത്തേതുപോലെതന്നെ എല്ലാം സംഭവിച്ചു. ബാബായാഗ വന്ന് ഉണ്ടാക്കിവച്ച ഭക്ഷണം മുഴുക്കെ കഴിച്ച് ദുബിനിയയെ തല്ലിച്ചതച്ച് അവശനാക്കി സ്ഥലം വിട്ടു.

"ക്ഷമിക്കണം സഹോദരന്മാരേ, വിറകു കത്തിയെങ്കിലും പുക കാരണം എനിക്ക് പാചകം ചെയ്യാൻ പറ്റിയില്ല. തലയാണെങ്കിൽ വെട്ടിപ്പിളരുന്നു." തലയിലെ കെട്ടു കാണിച്ച് ദുർബിനിയ മാപ്പു പറഞ്ഞു. അന്നും ആ പാവങ്ങൾക്ക് അത്താഴം കഴിക്കാതെ ഉറങ്ങേണ്ടിവന്നു.

നാലാം ദിവസം കരടിക്കുഞ്ഞനായിരുന്നു വീട്ടുജോലി. അവൻ വീടു മുഴുവൻ തൂത്തുതുടച്ച് വൃത്തിയാക്കി പാചകം തുടങ്ങി. ഇറച്ചി ചുട്ടതിന്റെയും പൊരിച്ചതിന്റെയും കറിവച്ചതിന്റെയും മണം വീടുമുഴുവൻ പടർന്നു. പിന്നീടയാൾ കുളിച്ച് വസ്ത്രമൊക്കെ മാറി കൂട്ടുകാർക്കായി കാത്തിരുന്നു. അപ്പോഴതാ ശക്തമായ കാറ്റും മഴയും. കാട് ഒന്നാകെ വിറപ്പിച്ചുകൊണ്ട് ബാബായാഗ എത്തി. മറ്റുള്ളവരെപ്പോലെ അവളെ കണ്ടിട്ടും കരടിക്കുഞ്ഞൻ പേടിച്ചതേയില്ല. നൂറുകിലോ ഭാരമുള്ള ഇരുമ്പുദണ്ഡ് കൈയെത്തുന്നിടത്ത് ഒളിപ്പിച്ചുവച്ച് അയാൾ വാതിൽ തുറന്ന് ബാബയെ അകത്തേക്കു ക്ഷണിച്ചു. അതൊന്നും വകവയ്ക്കാതെ അവനെ പിടിച്ചു തള്ളി അകത്തേക്കു കയറിയ അവൾ ഉച്ചത്തിൽ പറഞ്ഞു:

"പെട്ടെന്നു ഭക്ഷണം വിളമ്പ്."

"നിനക്കിവിടെ ഭക്ഷണമൊന്നുമില്ല."

കരടിക്കുഞ്ഞൻ പറഞ്ഞു. കേട്ടതും കലി തുള്ളി ബാബായാഗ അവനെ പിടിക്കാനാഞ്ഞതും ഒളിച്ചുവച്ചിരുന്ന ഇരുമ്പുദണ്ഡെടുത്ത് കരടിക്കുഞ്ഞൻ അവളുടെ തലയ്ക്ക് ഒറ്റയിടി. പിന്നെ തലങ്ങും വിലങ്ങുമടിച്ച് അവളെ ഒരു പരുവത്തിലാക്കി. കൊല്ലല്ലേ എന്ന യാചനയൊന്നും അവൻ കേട്ടില്ല. അവൾ അവശയായപ്പോൾ അലമാരയ്ക്കകത്തേക്കൊരേറ്. അവൾ പുറത്തുവരാതിരിക്കാൻ അലമാര പൂട്ടിയിട്ടു.

മൂന്നു സുഹൃത്തുക്കളും തിരിച്ചെത്തി. പരസ്പരം ഒന്നും

പറഞ്ഞില്ലെങ്കിലും അടികൊണ്ട് അവശനായ കരടിക്കുഞ്ഞനെയായിരുന്നു മൂന്നു പേരും പ്രതീക്ഷിച്ചത്. അത്താഴപ്പട്ടിണിയായിരിക്കുമെന്നും ഊഹിച്ചു. അതിനു വിപരീതമായി കരടിക്കുഞ്ഞൻ കുളിച്ചൊരുങ്ങി കുട്ടപ്പനായി വാതിൽ തുറക്കുന്നു. കൊതിയൂറും വിഭവങ്ങൾ മേശപ്പുറത്തു നിരത്തുന്നു. ഇതെല്ലാംകണ്ട് അവർ സംശയത്തോടെയാണ് അവനെ നോക്കിയത്. ബാബായാഗ വന്നില്ലേ, അതോ ഇവൻ മന്ത്രവാദിനിയെ ചെറുത്തു തോല്പിച്ചോ - സംശയങ്ങളൊക്കെ ഉള്ളിലടക്കി അവർ സ്വാദോടെ അത്താഴം കഴിച്ച് പല്ലിടക്കുത്തി മിണ്ടാതിരുന്നു. കരടിക്കുഞ്ഞൻ അവർക്ക് കുളിക്കാനായി വെള്ളം ചൂടാക്കി. മന്ത്രവാദിനി തൊലിയുരിച്ച് വികൃതമാക്കിയ പുറം കരടിക്കുഞ്ഞൻ കാണാതിരിക്കാനായുള്ള ശ്രമത്തിലായിരുന്നു മൂന്നു രാക്ഷസന്മാരും.

‘‘നിങ്ങളെന്താ ചുറ്റും വട്ടംകൂടി നിന്ന് കള്ളക്കളി കളിക്കുന്നത്? ഇത് കണ്ട് എന്റെ തലപെരുക്കുന്നു.”

എന്താ കാര്യമെന്നു ചോദിച്ചുകൊണ്ട് അവൻ അവരെ പരിശോധിച്ചപ്പോഴാണ് മുതുകത്തെ മുറിവ് കണ്ണിൽപ്പെട്ടത്.

“വീട്ടുപണി എന്റെ ഊഴമായിരുന്നപ്പോൾ കാല് തെറ്റി അടുപ്പിലേക്കു വീണ് തൊലി പോയതാണ്.”

ഉസ്നിയ പറഞ്ഞു.

‘‘പുറംതിരിഞ്ഞു നിന്നപ്പോൾ തീക്കനൽ തെറിച്ചു പൊള്ളിയതാണ്.” ഗോറിനിയ പറഞ്ഞു.

“പുകയൂതുമ്പോൾ പെട്ടെന്നുണ്ടായ തീനാളം കണ്ണിലടിച്ച് ഞാൻ അടുപ്പിലേക്കു മറിഞ്ഞുവീണ് പരുക്കു പറ്റിയതാണ്.”

മൂന്നാമൻ.

എല്ലാം കേട്ട കരടിക്കുഞ്ഞൻ പൊട്ടിച്ചിരിച്ചുകൊണ്ട് അലമാര തുറന്ന് ബാബായാഗയെ മുടിയിൽ പിടിച്ചുവലിച്ചു പുറത്തേക്കിട്ടു.

“ഇതാ നിങ്ങളുടെ അടുക്കള വാതിൽ, തീക്കനൽ, തീനാളം.”

മന്ത്രവാദിനിയും കുറഞ്ഞവളല്ലല്ലോ. അവൾ അനക്കമറ്റ് കണ്ണടച്ച് തറയിൽക്കിടന്ന് മരിച്ചതായി ഭാവിച്ചു. അവരുടെ ശ്രദ്ധ

തെറ്റിയതും തടയാൻ അവസരംകിട്ടുംമുമ്പ് അവൾ തട്ടിപ്പിടഞ്ഞെഴുന്നേറ്റ് വണ്ടിയിൽ കയറി ഇമവെട്ടുന്ന നേരംകൊണ്ട് മലതുരന്ന് അകത്തേക്കൊരു പോക്ക്. അവർ നാലുപേരും ഒന്നിച്ചു ചാടിയിട്ടും അവളെ തടയാനായില്ല. കരടിക്കുഞ്ഞൻ ഉടനെ മല തള്ളിമാറ്റി കാട്ടിലേക്കെറിഞ്ഞു. അപ്പോഴതാ അവിടെ ഒരിരുണ്ട ദ്വാരം.

"അവളിവിടെ എവിടെയോ ഉണ്ട്. നമ്മളവളെ കണ്ടുപിടിച്ചു കൊന്നില്ലെങ്കിൽ അവൾ നമ്മളെ കൊല്ലും. ആട്ടെ, ആരാണ് അവളെ ആദ്യം നേരിടുന്നത്."

കരടിക്കുഞ്ഞൻ ചോദിച്ചു.

അപ്പോൾ മറ്റു രണ്ടുപേരും അന്ധാളിച്ചു പരസ്പരം നോക്കി. ഉസ്നിയ ഗോറിനിയയ്ക്കു പിന്നിലൊളിച്ചപ്പോൾ ദുബിനിയ ഉസ്നിയയുടെ പിറകിലായി നിന്നുകൊണ്ട് താനൊന്നും കേട്ടില്ലേ എന്ന മട്ടിൽ ആകാശത്തേക്കു നോക്കി.

"ശരി. ഞാൻതന്നെ മുന്നിട്ടിറങ്ങാം. പക്ഷേ, നിങ്ങൾ അങ്ങോട്ടുപോകാനുള്ള കയറു മെടയാൻ എന്നെ സഹായിക്കണം."

കരടിക്കുഞ്ഞൻ പറഞ്ഞു.

അവർ ആശ്വാസത്തോടെ വേട്ടയാടിക്കൊണ്ടുവന്ന മൃഗങ്ങളുടെ തൊലിയുരിച്ച് പിരിച്ച് കയറുണ്ടാക്കാൻ തുടങ്ങി. താമസിയാതെ പാകത്തിനുള്ള കയർ അവർ മൃഗത്തോലുകൊണ്ട് മെടഞ്ഞെടുത്തു. ആവശ്യത്തിനുള്ള നീളമായപ്പോൾ കരടിക്കുഞ്ഞൻ ഒരു വലിയ മരത്തടിനാട്ടി കയറിന്റെ ഒരറ്റം അതിൽ കെട്ടിയിട്ടു. മറ്റേയറ്റം മല പൊക്കിയപ്പോൾ കണ്ട ദ്വാരത്തിലൂടെ താഴേക്കെറിഞ്ഞു.

"സഹോദരന്മാരേ, നിങ്ങൾ ഇവിടന്നു മാറരുത്. കയറിനു ഇളക്കം തട്ടുന്നു എന്നു തോന്നിയാലുടൻ നിങ്ങളെന്നെ വലിച്ചു പുറത്തേക്കെത്തിക്കാൻ ശ്രമിക്കണം." സഞ്ചിനിറയെ ഭക്ഷണ സാധനങ്ങളും വെള്ളവുമൊക്കെയായി കയറിൽപ്പിടിച്ച് ദ്വാരത്തിലൂടെ താഴേക്കിറങ്ങുമ്പോൾ കരടിക്കുഞ്ഞൻ പറഞ്ഞു.

കയറിലൂടെ അയാൾ താഴേക്കിറങ്ങി. കയറ് ബലമുള്ളതും

താഴെവരെ എത്തുന്നതുമായിരുന്നു. കയറിലൂടെ പിടിച്ചിറങ്ങി താഴെയെത്തിയപ്പോൾ അവിടെ ഒരു പാത കണ്ടു. അതിലെ അല്പദൂരം മുന്നോട്ടുപോയപ്പോൾ വിചിത്രമായ പുതിയൊരു ലോകത്താണ് അയാളെത്തിയത്. മരങ്ങളും പുൽച്ചെടികളും നിറഞ്ഞുവളരുന്ന നീലാകാശമുള്ള പുതിയൊരു ലോകം. അവിടെ പക്ഷേ, മനുഷ്യവാസത്തിന്റെ ലക്ഷണമൊന്നും കണ്ടില്ല. മനുഷ്യവാസമില്ലെങ്കിലും ഭീമാകാരന്മാരായ പക്ഷികൾ തലയ്ക്കുമുകളിലൂടെ പറക്കുന്നുണ്ടായിരുന്നു. വിജനമായ ആ സ്ഥലത്ത് അയാൾ ഏകനായി നാലുദിവസം അലഞ്ഞപ്പോഴാണ് ഒരു കൊച്ചുകുടിൽ കണ്ണിൽപെട്ടത്. കോഴിക്കാലുകളിൽ പൊക്കി നിർത്തിയ ആ കുടിൽ മുഴക്കത്തോടെ വട്ടം കറങ്ങുന്നുണ്ടായിരുന്നു. അതിനകത്ത് അതിസുന്ദരിയായ ഒരു പെൺകുട്ടിയുമുണ്ടായിരുന്നു. ഒരു മനുഷ്യജീവിയെ കണ്ടെത്തിയ സന്തോഷത്തിൽ അയാൾ ആ കുടിലിലേക്ക് ചാടിക്കയറി.

അവൾ അതിശയത്തോടെ നോക്കിയിട്ടു ചോദിച്ചു:

"നീ എവിടെന്നു വരുന്നു. ഏത് അത്യാപത്തിലേക്കാണ് എടുത്തുചാടിയതെന്ന് നിനക്ക് വല്ല ഊഹവുമുണ്ടോ? ഇത് ബാബായാഗയുടെ വീടാണ്. അവളിപ്പോൾ ഉറങ്ങുകയാണ്. നിന്റെ മണമടിച്ചാൽ അവളുണരും. നിന്നെ കൊന്നുതിന്നുകയും ചെയ്യും."

"ഏതു ബാബയേയും നേരിടാനുള്ള കെല്പ് എനിക്കുണ്ട്. അവളെ ഞാൻ ഏതു പരുവത്തിലാ ഇങ്ങോട്ടേക്കയച്ചതെന്ന് നീ ഒന്നു കാണേണ്ടതായിരുന്നു."

അവൻ പൊങ്ങച്ചം പറഞ്ഞു.

"നിങ്ങൾ അതീവ ധൈര്യശാലിയായിരിക്കാം. ഇവിടെ അവളുടെ അവസ്ഥ മറ്റൊന്നാണ്. ഇതിനകത്തു കയറുന്നതോടെ അവളുടെ ശക്തി നൂറുമടങ്ങായിരിക്കും. നിങ്ങളൊരു കാര്യം ചെയ്യൂ. പുറത്തിറങ്ങി ഏതെങ്കിലും മരത്തിൽ ഒളിച്ചിരിക്കൂ. അവൾ പുറത്തിറങ്ങി വണ്ടിയിൽ കയറിക്കഴിഞ്ഞാൽ അവളെ വകവരുത്താൻ എനിക്കും നിങ്ങളെ സഹായിക്കാൻ സാധിക്കും. പകരമായി നിങ്ങളെന്നെ ഈ ലോകത്തുനിന്ന് രക്ഷപ്പെടുത്തി ഞാൻ ഇതുവരെ ജീവിച്ച പുറംലോകത്തെത്തിക്കണം."

അവളുടെ കരാർ സന്തോഷത്തോടെ സമ്മതിച്ച് അവൻ പുറത്തിറങ്ങി മരച്ചില്ലകൾക്കിടയിൽ ഒളിച്ചിരുന്നു. പെട്ടെന്നു ഭൂമികുലുങ്ങുന്നതായും കാടിളകുന്നതായും അയാൾക്ക് അനുഭവപ്പെട്ടു. പകച്ചുനോക്കുമ്പോൾ ബാബായാഗ വണ്ടിയിൽ കയറി പറന്നുയർന്നു. അയാൾ മരത്തിൽനിന്നിറങ്ങി താഴെയെത്തിയപ്പോൾ പെൺകുട്ടിയും കുടിലിനു പുറത്തിറങ്ങി. അവിടെ രണ്ടു വലിയ വീപ്പകളിലായി നിറച്ചുവെച്ച വെള്ളം ചൂണ്ടിക്കാട്ടി അവൾ പറഞ്ഞു:

"ഞാൻ പറയുന്നതുപോലെ പ്രവൃത്തിക്കണം. വലതുഭാഗത്തെ വീപ്പയിലുള്ള വെള്ളം കുടിക്കൂ."

അയാൾ അനുസരിച്ചു. കൈക്കുടന്നയിൽ വെള്ളം കോരി കുടിച്ചു.

ഇനിയും കുടിക്കൂ എന്നവൾ പറഞ്ഞപ്പോൾ അയാൾ തുരുതുരെ വെള്ളം കോരിക്കുടിച്ചു. അതിനിടയിൽ അവൾ ചോദിച്ചു, "ശക്തികൂടിയതായി തോന്നുന്നുണ്ടോ."

"പിന്നില്ലാതെ. ഈ വീട് പറിച്ചെടുത്ത് കാട്ടിലേക്കെറിയാനുള്ള ശക്തിയുണ്ട് എനിക്കിപ്പോൾ."

അതുപോരാ എന്നവൾ പറഞ്ഞപ്പോൾ അയാൾ വീണ്ടും ധാരാളം വെള്ളം കുടിച്ചു.

"ഇപ്പോഴെന്തു തോന്നുന്നു?"അവൾ വീണ്ടും ചോദിച്ചു.

"ഈ കാടുമുഴുവൻ പിഴുതെടുത്ത് ഒറ്റക്കൈയിലിട്ട് അമ്മാനമാടാനുള്ള ശേഷിയുണ്ടെന്നു തോന്നുന്നു."

അയാൾ പറഞ്ഞു.

"ഇനി ഞാൻ പറയുന്നത് ശ്രദ്ധിച്ചു കേൾക്ക്."

"ശക്തി വർദ്ധിക്കുന്നതിനുള്ള വെള്ളമാണ് വീപ്പയിലുള്ളത്. ഈ വെള്ളം നിത്യേന കുടിക്കുന്നതുകൊണ്ടാണ് ബാബായാഗ ഇത്രയും കരുത്തുള്ളവളായത്. മറ്റെ വീപ്പയിലുള്ളത് ശക്തി ഇല്ലാതാക്കാനുള്ള വെള്ളമാണ്. അതാരെങ്കിലും കുടിച്ചാൽ പച്ചവെള്ളംപോലെ അയാളുടെ ഉള്ളിലെ ശക്തി ഒട്ടാകെ ചോർന്നുപോകും. ആ രണ്ടു വീപ്പകളും നിങ്ങൾ പരസ്പരം മാറ്റണം. ബാബ വീട്ടിലെത്തുമ്പോൾ അവളുടെ വണ്ടിപിടിച്ചു

നിർത്തി നിങ്ങളവളെ ഉപദ്രവിക്കണം. കുതറിമാറാൻ അവൾ ശ്രമിക്കും. പക്ഷേ, സാധിച്ചെന്നു വരില്ല. അപ്പോൾ വലതു ഭാഗത്തെ വീപ്പയിലുള്ള ശക്തി വർദ്ധിക്കാനുള്ള വെള്ളം കുടിക്കാൻ ശ്രമിക്കും. അതോടെ അവളുടെ ഉള്ള ശക്തിയും ചോർന്നുപോകും. അപ്പോൾ നിങ്ങൾക്കവളെ കൊല്ലാൻ സാധിക്കണം. ഒരു കാര്യം പ്രത്യേകം ശ്രദ്ധിക്കണം. ഒറ്റ അടിയിൽ അവളെ കൊല്ലണം. ഇനിയും അടിക്കൂ എന്ന് അവളുടെ വണ്ടിയും അതിലെ യന്ത്രങ്ങളും വിളിച്ചുകൂവും. അത് അനുസരിക്കരുത്. അങ്ങനെ ചെയ്താൽ അവൾ വീണ്ടും ജീവനോടെ തിരിച്ചുവരും."

ആ പെൺകുട്ടി പറഞ്ഞതുപോലെ വെള്ളത്തിന്റെ വീപ്പകൾ പരസ്പരം മാറ്റിവെച്ച് അയാൾ സുരക്ഷിതമായ സ്ഥലത്ത് ഒളിച്ചിരുന്നു. ഭൂമി കുലുങ്ങുന്നതും കാട് വിറയ്ക്കുന്നതും കണ്ട് ബാബ അടുത്തെത്തിയെന്ന് അയാളറിഞ്ഞു. വണ്ടിയിൽത്തന്നെ ബാബ അകത്തേക്കു കുതിച്ചു. മൂക്കുവിടർത്തിയിട്ട് അവൾ ആക്രോശിച്ചു:

"ഇവിടെ ഒരു റഷ്യക്കാരന്റെ മണമുണ്ടല്ലോ.... പറയൂ, ആരാ ഇതിനകത്തുള്ളത്?"

"ഇവിടെ മറ്റാരുമില്ല. പുറംലോകത്തുനിന്ന് ആർക്കെങ്കിലും അത്ര എളുപ്പത്തിൽ ഇവിടെയെത്താൻ എങ്ങനെയാ സാധിക്കുക മുത്തശ്ശീ?"

പെൺകുട്ടി പറഞ്ഞു.

"അതു ശരിയാണല്ലോ. പക്ഷേ, ആ ഇവാഷ്കോ മെഡ്വെഡ്കോ എനിക്കു ഭയമുണ്ട്. ഒരു വർഷം മുഴുവൻ കാക്കയെപ്പോലെ തലതല്ലി ശ്രമിച്ചാലും എല്ലു പൊടിഞ്ഞുപോവുകയല്ലാതെ ഇതിനകത്ത് കയറിപ്പറ്റാൻ സാധിക്കില്ലെന്നുതന്നെയാ ഞാൻ കരുതുന്നത്."

"നിനക്കു തെറ്റിപ്പോയല്ലോ"

എന്നു ഉറക്കെ പറഞ്ഞുകൊണ്ട് ഇവാഷ്കോ അവളുടെ വണ്ടിയുടെ ഹാൻഡിലിൽ മുറുകെ പിടിച്ചു. ബാബായാഗ കിണഞ്ഞുശ്രമിച്ചിട്ടും കുതറി മാറാൻ സാധിച്ചില്ല. അവൾ

അവനെ അങ്ങോട്ടു പിടിച്ചുവലിക്കുന്നു, തറയിലൂടെ ഇഴയ്ക്കുന്നു, പാറപ്പുറത്തടിച്ച് കഷണം കഷണമാക്കാൻ ശ്രമിക്കുന്നു, മുഴുത്ത ചീത്ത വിളിക്കുന്നു. ശക്തിയുടെ വെള്ളം കുടിച്ച് ശക്തനായ അവനെ ഒന്നും ചെയ്യാൻ സാധിക്കാതെ അവൾ വലഞ്ഞു. ഒരുവിധത്തിൽ കുതറി മാറി അയാൾ വീപ്പകൾ മാറ്റിവച്ചതറിയാതെ അവൾ വലതുഭാഗത്തെ വീപ്പയിൽനിന്നു വെള്ളം കോരിക്കുടിച്ചു. അതോടെ അവളുടെ ഉള്ള ശക്തിയും ചോർന്നു. ഉടനെ ഇവാഷ്കോ വാളൂരി അവളുടെ തലവെട്ടി.

"ഇനിയും അടിയ്ക്കൂ.... അവളെ തല്ലിച്ചതയ്ക്കൂ......."

അവളുടെ വണ്ടിയുടെ യന്ത്രങ്ങൾ ഓരോന്നായി വിളിച്ചു പറഞ്ഞുകൊണ്ടിരുന്നു.

"ധീരൻ അവന്റെ വാള് ഒരിക്കലെ പുറത്തെടുക്കൂ"

എന്നു പറഞ്ഞുകൊണ്ട് അയാൾ വാൾ തിരിച്ച് ഉറയിലിട്ട് അവളുടെ ശരീരം തീയിട്ടു കത്തിച്ച് പെൺകുട്ടിയേയുംകൂട്ടി പുറംലോകത്തേക്കു പുറപ്പെട്ടു. രണ്ടാംദിവസമായപ്പോൾ ശക്തമായ കൊടുങ്കാറ്റും പേമാരിയും തുടങ്ങി. അവർ ഒരു മരത്തണലിൽ അഭയം തേടി. അപ്പോഴാണ് കുറ്റിക്കാടിലെ കൂട്ടിൽനിന്ന് അതുവരെ കാണാത്ത അത്രയും വലിപ്പമുള്ള ഭീമാകാരനായ ഒരു പക്ഷി പറന്നുപോകുന്നത് കണ്ടത്. അതിന്റെ കൂട്ടിൽ ചിറകുമുളയ്ക്കാത്ത പക്ഷിക്കുഞ്ഞുങ്ങളുമുണ്ടായിരുന്നു. പേമാരിയിൽനിന്ന് അവയെ രക്ഷിക്കാൻ ഇവാഷ്കോ തന്റെ പുറംകോട്ട് കൂടിനുമുകളിൽ വിരിച്ചു. മഴ മാറിയപ്പോൾ അയാൾ പെൺകുട്ടിയുടെ കൈയുംപിടിച്ച് വീണ്ടും യാത്ര തുടങ്ങി. ഗുഹയുടെ ഉള്ളിലുള്ള പാതയിലൂടെ നടന്ന് അവർ കയറു കിടക്കുന്ന ഗുഹാമുഖത്തെത്തി. അയാൾ പെൺകുട്ടിയെ കയറുകൊണ്ട് കെട്ടി കയറ് ശക്തമായി പിടിച്ചുകുലുക്കി. അതു കണ്ട് അവിടെ കാവൽനില്ക്കുകയായിരുന്ന രാക്ഷസൻ മറ്റു രണ്ടുപേരേയും വിവരമറിയിച്ചു. അവർ മൂന്നുപേരു ചേർന്നു കയറിൽ തൂങ്ങിയ പെൺകുട്ടിയെ വലിച്ചു മുകളിലെത്തിച്ചു.

ഇവാഷ്കോവിന്റെ പ്രശ്നം അവിടെയും തീർന്നില്ല. സുന്ദരിയായ പെൺകുട്ടിയെ കണ്ടതും മൂവർക്കും അവളെ വേണമെന്നായി. അവരിൽ ആർക്കാണ് പെൺകുട്ടിയെ കിട്ടുക

എന്നു തർക്കിക്കുന്നതിനിടയിലും അവർ ഒരു കാര്യത്തിൽ ഒറ്റക്കെട്ടായിരുന്നു. പെൺകുട്ടിയെ ഇവാഷ്കോയ്ക്ക് കിട്ടരുത്. അതുകൊണ്ട് അയാളെ വലിച്ചു കയറ്റുന്നതിനിടയിൽ പകുതി വഴിയായപ്പോൾ അവർ കയറിലെ പിടിവിട്ടു. ഇവാഷ്കോ പൊത്തോന്ന് താഴെ വീണു.

വീഴ്ചയിൽ തളർന്നുപോയ ഇവാഷ്കോയ്ക്ക് രണ്ടുദിവസത്തേക്ക് അവിടന്ന് അനങ്ങാൻ സാധിച്ചില്ല. ഒരുവിധം ശേഷി കിട്ടിയപ്പോൾ താൻ വന്ന ഗുഹയ്ക്കുള്ളിലേക്കു തിരിച്ചു നടന്നു. എന്തുചെയ്യണമെന്നറിയാതെ അലഞ്ഞു തിരിയുമ്പോൾ അയാളുടെ അത്രയും വലിപ്പമുള്ള ഒരു പക്ഷി മുന്നിലെത്തി.

"ദയാലുവായ ഇവാഷ്കോയല്ലേ. നിങ്ങൾ ആ പേമാരിയിൽ എന്റെ കുഞ്ഞുങ്ങളെ മഴകൊള്ളാതെ രക്ഷിച്ചയാളല്ലേ. അതിനു പകരമായി ഞാൻ നിങ്ങൾക്കെന്താ ചെയ്യേണ്ടത്?"

"എന്നെയൊന്നു പുറംലോകത്തേക്ക് തിരിച്ചെത്തിച്ചു തരൂ." കരടിക്കുഞ്ഞൻ ഇവാഷ്കോ പറഞ്ഞു.

"അത്ര എളുപ്പമല്ല. എന്നാലും നമുക്കു ശ്രമിക്കാം. ഒരുപാട് ദിവസത്തെ യാത്ര വേണ്ടിവരും. നിങ്ങൾ ആദ്യം കാട്ടിൽച്ചെന്ന് ഭക്ഷണസാധനങ്ങൾ ശേഖരിച്ചിട്ടു വരൂ. മരച്ചില്ലകൾകൊണ്ട് കൂടമെടഞ്ഞ് കൂണും ബെറിയും അണ്ടിപ്പരിപ്പുമൊക്കെ കാട്ടിൽച്ചെന്ന് ശേഖരിച്ചിട്ടുവരൂ. കൂട നിറയുമ്പോൾ നിങ്ങൾ കൂടയുമായി എന്റെ പുറത്തുകയറിയിരുന്നോളൂ. നമുക്ക് യാത്ര തുടങ്ങാം. വഴിയിൽ ഞാനെവിടെയും നിർത്തില്ല. പക്ഷേ, വിശക്കുമ്പോൾ ഞാൻ തലതിരിക്കും. അപ്പോൾ നിങ്ങളെനിക്കു തീറ്റ തരണം."

പക്ഷി പറഞ്ഞതുപോലെ അയാൾ കാട്ടിൽച്ചെന്നു ഭക്ഷണം ശേഖരിച്ചു. കുട്ട നിറഞ്ഞപ്പോൾ അവർ അതുമായി യാത്ര തിരിച്ചു. അതൊരു നീണ്ടയാത്രയായിരുന്നോ അതോ നീളംകുറഞ്ഞ യാത്രയായിരുന്നോ എന്നൊന്നും ആർക്കും പറയാനാവില്ല. ഭക്ഷണക്കുട്ട കാലിയായപ്പോൾ അവർ പുറംലോകത്തെ കുന്നിൻച്ചരിവിലെ പുൽപ്പരപ്പിൽ ഇറങ്ങി. അവിടന്ന് അയാൾ താമസിക്കുന്ന സ്ഥലത്തേക്ക് പിന്നെയും ഏറെ ദൂരമുണ്ടായിരുന്നു.

അവിടെന്ന് അയാൾ തന്റെ താമസസ്ഥലത്തേക്ക് യാത്ര തിരിച്ചു. നടന്നുവലഞ്ഞ് അയാൾ താനുണ്ടാക്കിയ വീട്ടിനു മുന്നിലെത്തിയപ്പോൾ അയാൾ ഗുഹയിൽനിന്നു രക്ഷിച്ച പെൺകുട്ടി ഉമ്മറത്തിരിക്കുന്നുണ്ടായിരുന്നു. അയാളെ കണ്ടതും അവൾ സന്തോഷത്തോടെ അയാളുടെ അടുത്തേക്ക് ഓടിയെത്തി.

"ഇവിടത്തെ കാട്ടാളന്മാർ രാവും പകലും എനിക്കുവേണ്ടി പൊരുതുകയാണ്." അവൾ കരഞ്ഞുകൊണ്ടു പറഞ്ഞു.

"എന്നിട്ടും അവരിപ്പോഴും ഒരു തീരുമാനത്തിലെത്താത്ത സ്ഥിതിക്ക് ഞാനവരെ എന്റെ ദാസന്മാരാക്കിയിരിക്കുകയാണ്."

"അവർക്കാർക്കും ഞാൻ നിന്നെ വിട്ടുകൊടുക്കില്ല. നീ എന്റെ വധുവാണ്."

അവളുടെ നെറ്റിയിൽ ഉമ്മവെച്ചുകൊണ്ട് പറഞ്ഞിട്ട് അയാൾ അകത്തേക്കു കയറി. മറ്റു രണ്ടുപേരും അവിടെയിരുന്നു കഹ്‌വ കുടിക്കുകയായിരുന്നു.

"ഒരു കപ്പ് എനിക്കും തരൂ"

തൊപ്പികൊണ്ട് മുഖം മറച്ച് ഇവാഷ്കോ വിനയത്തോടെ പറഞ്ഞു.

"പോ.... പോ.... ഞങ്ങൾ പിച്ചക്കാർക്ക് ഒന്നും കൊടുക്കാറില്ല." ഉസ്നിയ.

"എന്റെ കപ്പിൽനിന്ന് നിനക്ക് കഹ്‌വവേണമെന്നോ.... ?" ഗോറിനിയ മുറുമുറുത്തു,

"മിണ്ടാതെ പോയ്ക്കോ. അല്ലെങ്കിൽ ഞാൻ നായയെ അഴിച്ചു വിടും." ദുബ്നിയ കയർത്തു.

അപ്പോൾ ഇവാഷ്കോ മുഖത്തുനിന്നു തൊപ്പി മാറ്റി. അയാളെ കണ്ടതും മൂന്നുപേരും പേടിച്ചു വിറച്ചുകൊണ്ട് പട്ടാളക്കാരിൽനിന്നും രക്ഷപ്പെടാൻ ഓടുന്ന യുദ്ധത്തടവുകാരെപ്പോലെ പുറത്തേക്കു മണ്ടി. പിന്നീടവരെ ആ പരിസരത്തു കണ്ടിട്ടില്ല.

ഇവാഷ്കോ താൻ രക്ഷിച്ച പെൺകുട്ടിയെ വിവാഹം കഴിച്ച് ഏറെക്കാലം സുഖത്തിലും സന്തോഷത്തിലും ജീവിച്ചു.

മറിയ മൊറേവ്നാ

പണ്ടുപണ്ട് അന്നാട്ടിലെ ചക്രവർത്തിക്ക് സാർവിച്ച് അലക്സിസ് എന്ന ഒരു മകനും അന്ന, ഓൾഗ, എലിന എന്നീ മൂന്നു പെൺമക്കളുമുണ്ടായിരുന്നു. ചക്രവർത്തി പ്രായമായി മരണം മുന്നിൽ കണ്ടപ്പോൾ മകനെ അടുത്തുവിളിച്ചിരുത്തിയിട്ട് പറഞ്ഞു:

"നിന്റെ സഹോദരിമാരെ ഞാൻ നിന്നെ ഏല്പിക്കുകയാണ്. അവരെ നന്നായി നോക്കണം. നല്ല വരന്മാരെ കണ്ടുപിടിച്ച് വിവാഹം കഴിപ്പിക്കണം. സഹോദരിമാരുടെ ഇഷ്ടവുംകൂടി നോക്കിയിട്ടേ വിവാഹം നിശ്ചയിക്കാവൂ."

പിതാവിന്റെ മരണശേഷം മൂന്നു പെൺകുട്ടികളും തങ്ങളുടെ വിവാഹത്തെക്കുറിച്ച് ആശങ്കാകുലരായിരുന്നു. ആരാണാവോ തങ്ങളെ വിവാഹം കഴിക്കണമെന്ന് ആവശ്യപ്പെട്ട് എത്തുക, ആരായിരിക്കും ആദ്യം വിവാഹിതയാവുക എന്നതിനെക്കുറിച്ചൊക്കെ അവർ ചർച്ച ചെയ്യുമായിരുന്നു. ഒരുദിവസം അവർ സഹോദരനോടൊപ്പം തോട്ടത്തിൽ ഉലാത്തുകയായിരുന്നു. പെട്ടെന്നാണ് പരുന്തിന്റെ ആകൃതിയിലുള്ള കറുത്ത മേഘം സൂര്യനെ മറച്ചത്.

അലക്സിസ് പറഞ്ഞു:

"കൊടുങ്കാറ്റിന്റെ ആരംഭമാണെന്നു തോന്നുന്നു സഹോദരിമാരേ. നമുക്ക് പെട്ടെന്ന് കൊട്ടാരത്തിനകത്തേക്കു പോകാം."

അവർ ഓടി കൊട്ടാരത്തിലെത്തിയതും ഭൂമി കുലുങ്ങുംവിധം ഇടിവെട്ടി. കൊട്ടാരത്തിന്റെ മോന്തായം പിളർന്ന് പരുന്ത് താഴെയിറങ്ങി. പരുന്ത് നിലംതൊട്ടതും അതിസുന്ദരനായ ഒരു യുവാവായി മാറി.

"നമസ്കാരം അലക്സിസ്. താങ്കളുടെ സഹോദരി അന്നയ്ക്ക് വിവാഹാലോചനയുമായിട്ടാണ് ഞാനിവിടെ എത്തിയിരിക്കുന്നത്."

"അവൾക്ക് സമ്മതമാണെങ്കിൽ എനിക്കു വിരോധമില്ല."

അലക്സിസ് പറഞ്ഞു.

ആ യുവാവ് ആരേയും ആകർഷിക്കുന്ന സുന്ദരനായിരുന്നു. അന്ന സന്തോഷത്തോടെ അയാളുടെ കൈപിടിച്ചു. അന്നുതന്നെ അവരുടെ വിവാഹവും നടന്നു.

ഒരു വർഷം പെട്ടെന്നു കടന്നുപോയി. തണുപ്പുമാറി വേനൽക്കാലമായി. ചക്രവർത്തി പതിവുപോലെ സഹോദരിമാരോടൊത്ത് തോട്ടത്തിൽ ഉലാത്തുമ്പോൾ പെട്ടെന്ന് മേഘത്താൽ ആകാശം മൂടി എങ്ങും ഇരുട്ട് പരന്നു. ശക്തമായ ഇടിയും മിന്നലുമുണ്ടായി. ഇത്തവണ ഒരു കഴുകന്റെ രൂപത്തിലായിരുന്നു മേഘം.

"അനിയത്തിമാരേ, അകത്തേക്കോടിക്കോ, കൊടുങ്കാറ്റ് വീശിത്തുടങ്ങി." എന്നു പറഞ്ഞുകൊണ്ട് അലക്സിസ് കൊട്ടാരത്തിലേക്കു കുതിച്ചു. കൊട്ടാരം വിറപ്പിച്ചുകൊണ്ട് കഴുകൻ താഴെയിറങ്ങി. കഴുകൻ നിലം തൊട്ടതും പൊക്കം കൂടിയ പ്രകാശം പരത്തുന്ന മുഖമുള്ള അതിമാനുഷനായ ഒരു യുവാവായി മാറി.

"നമസ്കാരം അലക്സിസ് ചക്രവർത്തി. നിങ്ങളുടെ സഹോദരി ഓൾഗയെ എനിക്കു വിവാഹം കഴിച്ചുതരുമോ എന്നു ചോദിക്കാനാണ് ഞാനിവിടെ എത്തിയത്."

"നിനക്ക് സമ്മതമാണോ കുഞ്ഞനിയത്തി?"

അലക്സിസ് ചോദിച്ചു.

പരുന്തിനേക്കാൾ അതിസുന്ദരനായ കഴുകനെ വിവാഹം കഴിക്കാൻ ഓൾഗയ്ക്ക് സമ്മതമായിരുന്നു. അലക്സിസ് അന്നുതന്നെ അവരുടെ വിവാഹം നടത്തി, ആഘോഷത്തോടെ അവളെ ഭർത്താവിന്റെ കൂടെ പറഞ്ഞയച്ചു.

അടുത്ത വർഷം അലക്സിസ് ചക്രവർത്തി തന്റെ സഹോദരി എലിനയോടൊപ്പം തോട്ടത്തിൽ ഉലാത്തുമ്പോൾ ആകാശം പെട്ടെന്ന് മേഘാവൃതമാവുകയും കറുക്കുകയും ഭൂമി പിളരുമാറ് ഇടിയും മിന്നലമുണ്ടാവുകയും ചെയ്തു.

"ചുഴലിക്കാറ്റാണെന്നു തോന്നുന്നു പെങ്ങളേ, ഓടിക്കോ." എന്നു പറഞ്ഞുകൊണ്ട് ചക്രവർത്തി കൊട്ടാരത്തിലേക്ക് ഓടിക്കയറി. ഇത്തവണ മോന്തായം പിളർന്ന് കൊട്ടാരത്തി ലിറങ്ങിയത് ഒരു കാക്കയായിരുന്നു. മറ്റു രണ്ടുപേരെക്കാളും സുന്ദ രനും സുമുഖനുമായ ഒരു യുവാവായാണ് കാക്ക നിലം തൊട്ടത്.

"നമസ്കാരം. നിങ്ങളുടെ സഹോദരി എലിനയെ എന്റെ വധുവാക്കിത്തരുമോ എന്നു ചോദിക്കാനാണ് ഞാനെത്തിയത്." ആ യുവാവ് പറഞ്ഞു.

"അവൾക്ക് വിരോധമില്ലെങ്കിൽ എനിക്കു സമ്മതമാണ്" എന്നായിരുന്നു ചക്രവർത്തിയുടെ ഉത്തരം.

അങ്ങനെ മൂന്നാമത്തെ സഹോദരിയും വിവാഹം കഴിഞ്ഞു കൊട്ടാരം വിട്ടു. ദുഗ്ധം

കൊട്ടാരത്തിൽ ഒറ്റയ്ക്കായ ചക്രവർത്തി വല്ലാതെ വിഷമിച്ചു. വിവാഹം കഴിഞ്ഞുപോയ സഹോദരിമാർ ഒന്നു വന്ന് അന്വേഷിക്കുകപോലും ചെയ്യാത്തതിൽ അദ്ദേഹം വല്ലാതെ ദുഃഖിച്ചു. എന്തായാലും അവരെയെല്ലാം ഒന്നു ചെന്നു കാണാൻ തന്നെ ചക്രവർത്തി തീരുമാനിച്ചു. കുതിരയെ തയ്യാറാക്കാൻ ഭടന്മാരെ ഏല്പിച്ചു. ഉടനേ കുതിരപ്പുറത്തു കയറി യാത്ര തിരിച്ചു. ഏറെ നാളത്തെ യാത്രയ്ക്കുശേഷം അയാൾ വിജനമായ ഒരു മൈതാനത്തെത്തി. അവിടെ ധാരാളം പട്ടാളക്കാർ മരിച്ചു കിടക്കുന്നു. മറ്റുപലരും മൃതപ്രായരാണ്. അവരുടെ ആയുധങ്ങൾ അവിടെ ചിന്നിച്ചിതറി കിടക്കുന്നുണ്ടായിരുന്നു. അതു കണ്ട ചക്രവർത്തി ചോദിച്ചു:

"ആരെങ്കിലും ജീവിച്ചിരിപ്പുണ്ടെങ്കിൽ ഇവിടെയെന്താണ് സംഭവിച്ചതെന്ന് എന്നോടു പറയൂ."

അവരിൽ ജീവിച്ചിരുന്ന ഏക പട്ടാളക്കാരൻ പണിപ്പെട്ട് തല ഉയർത്തിയിട്ട് പറഞ്ഞു: "മറിയ മൊറേവ്ന എന്ന പടയാളിയായ

രാജ്ഞിയാണ് ഞങ്ങളെ യുദ്ധം ചെയ്തു തോല്പിച്ച് ഇപ്പരുവത്തിലാക്കിയത്."

പറഞ്ഞു തീരുംമുമ്പ് അയാളും മരിച്ചുവീണു. ഉൽക്കണ്ഠയോടെ അലക്സിസ് ചക്രവർത്തി മുന്നോട്ടേക്ക് യാത്ര തുടർന്നു. കുറേച്ചെന്നപ്പോൾ ധാരാളം തമ്പുകൾ ദൂരേനിന്നേ കണ്ടുതുടങ്ങി. അടുത്തെത്തിയപ്പോൾ സുന്ദരിയായ ഒരു രാജകുമാരി അതിലൊരു തമ്പിൽനിന്ന് ഇറങ്ങിവന്നിട്ട് ചോദിച്ചു:

"നിങ്ങൾ സ്വന്തം ഇഷ്ടപ്രകാരമാണോ ഇങ്ങോട്ടേക്ക് വന്നത്?"

അത് മറിയ മൊറേവ്ന ആയിരുന്നു.

"പിന്നല്ലാതെ. ധീരന്മാരായ പുരുഷന്മാർ ആരുടെയും സമ്മർദ്ദത്തിനു വഴങ്ങുന്നവരല്ല."

ആ ഉത്തരം മറിയയ്ക്ക് നന്നേ ഇഷ്ടപ്പെട്ടു.

"ഇവിടെ വന്ന സ്ഥിതിക്ക് കുറച്ചുദിവസം എന്റെ അതിഥിയായി ഇവിടെ കൂടിയിട്ട് തിരിച്ചുപോയാൽ മതി."

അലക്സിസ് ചക്രവർത്തി സമ്മതിച്ചു. രണ്ടുമൂന്നുദിവസം ഒന്നിച്ചു താമസിക്കുമ്പോഴേക്ക് അവർ പരസ്പരം ഇഷ്ടത്തിലായി. താമസിയാതെ അവർ മറിയയുടെ കൊട്ടാരത്തിൽവെച്ച് വിവാഹിതരായി. മാസങ്ങളോളം അവർ അവിടെ സ്നേഹത്തോടെയും സന്തോഷത്തോടെയും താമസിച്ചു. അപ്പോഴാണ് അതിർത്തി ആക്രമിക്കാൻ ഏതോ സൈനികരെത്തിയ വിവരം മറിയ അറിയുന്നത്. സ്വന്തം സൈന്യത്തോടൊപ്പം യുദ്ധത്തിനിറങ്ങുകയല്ലാതെ മറിയയ്ക്ക് മറ്റു മാർഗ്ഗമൊന്നുമുണ്ടായിരുന്നില്ല.

"നോക്കൂ, അകത്തേ മുറിയിൽ പൂട്ടിയിട്ട ഒരു കുളിമുറിയുണ്ട് ഞാനില്ലാത്തപ്പോൾ അതുമാത്രം നിങ്ങൾ തുറക്കരുത്."

പോകാൻ നേരം അവൾ ഭർത്താവിനോടു പറഞ്ഞു. കുറച്ചു ദിവസം കഴിഞ്ഞപ്പോൾ ആകാംക്ഷ സഹിക്കാനാവാതെ അയാൾ ആ വാതിൽ തുറന്നു. അതിനകത്ത് ഒരു വൃദ്ധനെ മതിലോടു ചേർത്ത് പന്ത്രണ്ട് ചങ്ങലകളാൽ വരിഞ്ഞു കെട്ടിയിട്ടിരിക്കുന്നത് കണ്ട് അദ്ദേഹം ചോദിച്ചു:

"ആരാണ് നിങ്ങൾ?"

"ഞാൻ മരണമില്ലാത്ത കഷേച്ചി എന്ന മന്ത്രവാദിയാണ്. മറിയ മൊറേവ്നയുടെ പിതാവ് പത്തുവർഷത്തോളമായി എന്നെ ഇവിടെ പൂട്ടിയിട്ട് കൊല്ലാക്കൊല ചെയ്യുന്നു. നിങ്ങളെ കണ്ടിട്ട് ദയാലുവാണെന്നു തോന്നുന്നു. ഒരുതുള്ളി വെള്ളം മതി നിങ്ങൾക്ക് എന്നെ ഈ കൊടുംക്രൂരതയിൽനിന്നു രക്ഷിക്കാൻ."

ആ വയസ്സന്റെ അവസ്ഥയിൽ മനസ്സലിഞ്ഞ അലക്സിസ് ചക്രവർത്തി അയാൾക്ക് ഒരു കപ്പ് വെള്ളം നല്കി. അത് ഒറ്റവലിക്ക് കുടിച്ചിട്ട് അയാൾ പറഞ്ഞു:

"ഇത്രയും നാളത്തെ പട്ടിണിക്കുശേഷം എന്റെ ദാഹത്തിന് അറുതിയില്ല. എനിക്കു കുറച്ചുകൂടി വെള്ളം തന്നാൽ താങ്കളെ ഏതൊരാപത്തിൽനിന്നും ഞാൻ രക്ഷിക്കും."

ചക്രവർത്തി വലിയൊരു ജഗ്ഗ് നിറയെ വെള്ളവുമായി എത്തി. അതു വാങ്ങിക്കുടിച്ചിട്ട് അയാൾ പറഞ്ഞു:

"അവസാനമായി ഒരു പാത്രം വെള്ളംകൂടി തരൂ. എങ്കിൽ ഞാൻ നിങ്ങളുടെ ജീവനെ രണ്ടുതവണ രക്ഷിക്കും. ഇല്ലെങ്കിൽ ഇതോടെ നിങ്ങളുടെ നാശം തുടങ്ങുകയായി."

ഇത്തവണ വലിയൊരു ബക്കറ്റിലാണ് അലക്സിസ് അയാൾക്ക് വെള്ളം കൊടുത്തത്. അതുമുഴുവൻ അയാൾ ശ്വാസം വിടാതെ വലിച്ചു കുടിച്ചു. അതോടെ അയാൾക്ക് നഷ്ടപ്പെട്ട ശക്തിമുഴുവൻ തിരിച്ചുകിട്ടി. കയറ് അറുക്കുന്നതുപോലെ അയാൾ തന്നെ വരിഞ്ഞുമുറുക്കിയ ചങ്ങലകൾ പൊട്ടിച്ചെറിഞ്ഞു.

"നന്ദിയുണ്ട്. പക്ഷേ, നിങ്ങളുടെ മറിയ മൊറേവ്നയുടെ നിലവിളി ഇനി നിങ്ങളുടെ കാതിലെത്തിയെന്നുവരില്ല" എന്നു പറഞ്ഞുകൊണ്ട് അയാൾ ജനലിലൂടെ പുറത്തേക്കു കുതിച്ചു. പോകുന്ന പോക്കിൽ യുദ്ധമുഖത്തുണ്ടായിരുന്ന മറിയയെ അയാൾ ദൂരെ ദൂരെ എങ്ങോട്ടോ വലിച്ചുകൊണ്ടുപോകുന്നത് കണ്ട് അലക്സിസ് ചക്രവർത്തി സങ്കടം സഹിക്കാനാവാതെ പൊട്ടിക്കരഞ്ഞു. തന്റെ അനുസരണക്കേടാണല്ലോ ഇതിനെല്ലാം കാരണമെന്നോർത്ത് അയാൾ വിലപിച്ചുകൊണ്ടേയിരുന്നു.

ഇതിനിടയിലും അയാളൊരു തീരുമാനമെടുത്തു. തന്റെ പ്രിയപ്പെട്ട റാണിയെ തിരിച്ചുകിട്ടുന്നതുവരെ ഇനി വിശ്രമമില്ല.

അയാൾ യാത്ര തിരിച്ചു. മൂന്നാംദിവസം സന്ധ്യക്ക് മഴവില്ലുപോലെ മനോഹരമായ മേല്ക്കൂരയുള്ള ഒരു കൊട്ടാരത്തിനു മുന്നിൽ അയാളെത്തി. അതിനടുത്തുള്ള ഓക്ക് മരത്തിലിരിക്കുകയായിരുന്ന ഭീമാകാരനായ പരുന്ത് അയാളെ കണ്ട് താഴത്തിറങ്ങി സുന്ദരനായ യുവാവായി മാറി.

“അല്ലാ, ഇതാര് അളിയനോ? സ്വാഗതം. എന്തൊക്കെയുണ്ട് വിശേഷം. മൂന്നുവർഷക്കാലത്തിൽ ദൈവം അനർത്ഥങ്ങളൊന്നും നിങ്ങളുടെ ജീവിതത്തിലുണ്ടാക്കിയിട്ടില്ലല്ലോ.”

അളിയൻ ലോഹ്യം ചോദിക്കുന്നതിനിടയിൽ അയാളുടെ സഹോദരി അന്ന രാജകുമാരി ഓടിവന്ന് സഹോദരനെ കെട്ടിപ്പിടിച്ചു. കുറച്ചുദിവസം അവിടെ തങ്ങിയിട്ട് പോയാൽ മതിയെന്ന് രണ്ടുപേരും വാശിപിടിച്ചപ്പോൾ അയാൾ മറുത്തൊന്നും പറഞ്ഞില്ല. മൂന്നാം ദിവസം അവരോട് അയാൾ പറഞ്ഞു:

“ഇനി എനിക്കു പോയേ പറ്റൂ. എന്റെ ഭാര്യ മറിയ മൊറേവ്നയെ എനിക്കു നഷ്ടപ്പെട്ടിരിക്കുന്നു. അവളെ കണ്ടുപിടിക്കുന്നതുവരെ എനിക്കിനി വിശ്രമമില്ല.”

“അയ്യോ, ഒരുപാട് ദൂരം യാത്ര ചെയ്യണമല്ലോ. അങ്ങയുടെ വെള്ളിക്കരണ്ടി ഇവിടെ വച്ചിട്ട് പോകൂ. അത് കാണുമ്പോൾ ഞങ്ങൾക്ക് നിങ്ങളെ ഓർക്കാമല്ലോ.”

അലക്സിസ് അവരുടെ ആഗ്രഹപ്രകാരം വെള്ളിക്കരണ്ടി അവർക്കു കൊടുത്തിട്ട് യാത്ര തുടർന്നു. നിറുത്താതെ യാത്ര ചെയ്ത് മൂന്നാം ദിവസം അയാൾ ആദ്യം കണ്ടതിനേക്കാൾ മനോഹരമായ മറ്റൊരു കൊട്ടാരത്തിനു മുന്നിലെത്തി. അതിന്റെ മേലാപ്പ് മിന്നിത്തിളങ്ങുന്ന മുത്തുകൊണ്ടായിരുന്നു. അലക്സിസിനെ കണ്ടതും അടുത്തുള്ള ദേവതാരുമരത്തിൽനിന്നു കഴുകൻ ഇറങ്ങി താഴെയെത്തിയതും സുന്ദരനായ യുവാവായി മാറി.

“റാണീ, ഓടി വാ നിന്റെ സഹോദരൻ അലക്സിസ് എത്തിയിരിക്കുന്നു.” അയാൾ ഉറക്കെ വിളിച്ചു പറഞ്ഞു. ഓൾഗാ രാജകുമാരി ഓടിക്കിതച്ചെത്തി.

അവർ രണ്ടുപേരും അലക്സിസിന്റെ യാത്രോദ്ദേശ്യം ചോദിച്ചറിയുന്നുണ്ടായിരുന്നു. കുറച്ചുദിവസം അവിടെ താമസിച്ച് പോയാൽ മതിയെന്ന് അവർ ശാഠ്യം പിടിച്ചപ്പോൾ അലക്സിസിന് അനുസരിക്കുകയേ നിവൃത്തിയുണ്ടായിരുന്നുള്ളൂ. മൂന്നാം ദിവസം അയാൾ അവരോട് യാത്ര പറഞ്ഞു. തന്റെ ഭാര്യയെ കണ്ടുപിടിക്കാനുള്ള യാത്രയിലാണെന്നും പറഞ്ഞു.

“കഷേച്ചിയുടെ കോട്ട അകലെയാണ്. ഏറെ ദൂരം യാത്ര ചെയ്യണം. താങ്കളിവിടെ വന്നതിന്റെ സ്മരണയ്ക്കായി താങ്കൾ ഭക്ഷണം കഴിക്കാനുപയോഗിക്കുന്ന വെള്ളികൊണ്ടുള്ള മുള്ള് ഇവിടെ വച്ചിട്ട് പോകൂ.”

അവരുടെ ആഗ്രഹം നിറവേറ്റി, അയാൾ വീണ്ടും യാത്ര തുടർന്നു. മൂന്നാംദിവസം ഇതുവരെ കണ്ടതിനേക്കാളേറെ വലുതും അതിമനോഹരവുമായ മറ്റൊരു കൊട്ടാരത്തിനു മുന്നിലാണ് അലക്സിസ് എത്തിയത്. ചുവരുകൾ മിന്നിത്തിളങ്ങുന്ന പച്ചയും ചുവപ്പും പാറക്കല്ലുകൊണ്ടായിരുന്നു പണിതിരുന്നത്. മേല്ക്കൂരയാകട്ടെ സ്വർണ്ണംകൊണ്ടും. അദ്ദേഹത്തെ കണ്ടതും മരത്തിനു മുകളിൽനിന്ന് പറന്ന് താഴത്തിറങ്ങിയ കാക്ക അതികോമളനായ യുവാവായി മാറി.

“എലിനാ രാജകുമാരീ, പെട്ടെന്നുവന്ന് നിന്റെ സഹോദരനെ സ്വീകരിക്ക്.” ഏറെക്കാലംകൂടി സഹോദരിയെ കണ്ടപ്പോൾ അലക്സിസ് വാത്സല്യത്തോടെ വാരിപ്പുണർന്നു. പഴയതുപോലെ രണ്ടുദിവസം കഴിഞ്ഞതോടെ അലക്സിസ് വീണ്ടും അസ്വസ്ഥനായി, ഭാര്യയെ അന്വേഷിച്ച് പുറപ്പെടാൻ തീരുമാനിച്ചു.

“ഈ യാത്ര വിഫലമാകുമോ എന്ന് ഞാൻ ഭയപ്പെടുന്നു. കാരണം, മരണമില്ലാത്ത കഷേച്ചി ശക്തിമാൻ മാത്രമല്ല വിരുതനുമാണ്. അങ്ങയുടെ മൂക്കിൽപ്പൊടിയുടെ ഡപ്പി ഇവിടെ വച്ചിട്ട് പോകൂ. അതു കണ്ടെങ്കിലും ഞങ്ങൾക്ക് അങ്ങയെ ഓർക്കാമല്ലോ.”

അവർ പറഞ്ഞതുപോലെ ആ ഡപ്പി അവർക്കു കൊടുത്തിട്ട് അയാൾ യാത്ര തുടർന്നു. ആഴ്ചകളോളം വിശ്രമമില്ലാതെ

യാത്രചെയ്ത് അയാൾ കഷേച്ചിയുടെ കോട്ടയ്ക്ക് അടുത്തെത്തി. പൂന്തോട്ടത്തിലിരിക്കുന്ന തന്റെ പ്രിയപ്പെട്ട മറിയയെ അയാൾ ദൂരെനിന്നേ കണ്ടു.

"പ്രിയപ്പെട്ട അലക്സിസ് നീയെന്തിനാ എന്നെ ധിക്കരിച്ച് അയാളെ തുറന്നുവിട്ടത്?"അവൾ ഓടിയെത്തി അയാളുടെ മാറിൽവീണ് തേങ്ങി.

"പ്രിയേ, ഞാൻ തെറ്റുകാരനാണ്. പക്ഷേ, ഇനിയത് പറഞ്ഞിട്ട് കാര്യമില്ല. അയാൾ ഇവിടെയില്ലാത്ത സ്ഥിതിക്ക് നമുക്ക് ഇവിടന്ന് ഓടിരക്ഷപ്പെടാം. അയാൾക്ക് കണ്ടെത്താൻ കഴിയാത്ത ദൂരത്തേക്കു നമുക്ക് പോകാം."

കഷേച്ചി രാവിലെ നായാട്ടിനു പോയതായിരുന്നു. അയാൾ തിരിച്ച് കോട്ടയിലെത്തിയപ്പോഴേ അയാളുടെ കുതിര കാലുകൾ നിലത്തുരച്ച് അപശബ്ദങ്ങൾ പുറപ്പെടുവിക്കാൻ തുടങ്ങി.

"എന്താ നീ പറയാൻ ശ്രമിക്കുന്നത് കുരുത്തംകെട്ട കുതിരേ? എന്തെങ്കിലും അനർത്ഥം സംഭവിച്ചിട്ടുണ്ടെങ്കിൽ ഉടനെ എന്നോട് പറ." അയാൾ കുതിരയെ പിടിച്ച് കുലുക്കിക്കൊണ്ട് പറഞ്ഞു.

"കാര്യമായിത്തന്നെ എന്തോ സംഭവിച്ചിട്ടുണ്ട്. അലക്സിസ് ചക്രവർത്തി നിന്റെ മറിയയെയുംകൊണ്ട് മുങ്ങി." കുതിര പറഞ്ഞു.

"നിനക്കവരെ ഓടിച്ചിട്ട് പിടിക്കാൻ സാധിക്കുമോ?"മന്ത്രവാദി ചോദിച്ചു.

"നീ ഒരു ചാക്ക് ഗോതമ്പ് പാകി മുളപ്പിച്ച് വിളവെടുത്ത് അത് ഉണക്കിപ്പൊടിച്ച് റൊട്ടിയുണ്ടാക്കി എന്നെ തീറ്റിയാൽ എനിക്കതിനു സാധിച്ചേക്കും."

കഷേച്ചി ചാട്ട വീശി കുതിരയെ ഓടിച്ച് അലക്സിസിനെ മറികടന്നു. അയാൾ മറിയയെ വലിച്ചിഴച്ച് കുതിരപ്പുറത്തു കയറ്റിയിട്ട് അലക്സിസിനോടു പറഞ്ഞു:

"നിന്നെ കൊല്ലുകയാണ് വേണ്ടത്. പക്ഷേ, നീ എനിക്കു കുടിക്കാൻ വെള്ളം തന്നപ്പോൾ നിന്റെ ജീവൻ രക്ഷിച്ചോളാമെന്നു വാക്കുതന്നതുകൊണ്ട് ഞാൻ നിന്നെ വെറുതേ വിടുന്നു."

അലക്സിസ് വിങ്ങിപ്പൊട്ടിക്കരഞ്ഞു. പക്ഷേ, കരച്ചിൽ ഒന്നിനുമുള്ള പ്രതിവിധിയല്ലെന്നറിയാവുന്നതുകൊണ്ട് തല്ക്കാലം അവിടം വിട്ടുപോകാനും പിറ്റേദിവസം രാവിലെ വീണ്ടും അവിടെ വരാനും തീരുമാനിച്ചു. പിറ്റേദിവസം രാവിലെ വീണ്ടും അവിടെയെത്തി.

"എന്നോടൊപ്പം വരൂ, കുറച്ചുസമയമെങ്കിലും നമുക്ക് ഒന്നിച്ചു ചെലവഴിക്കാമല്ലോ" എന്നു പറഞ്ഞുകൊണ്ട് അയാൾ മറിയ രാജകുമാരിയെ കുതിരപ്പുറത്ത് കയറ്റി മുന്നോട്ടു കുതിച്ചു.

അന്നും നായാട്ട് കഴിഞ്ഞ് തിരിച്ച് വീട്ടിലേക്കെത്താറായപ്പോൾ കുതിര വീണ്ടും മടമ്പിടിച്ച് അപശബ്ദങ്ങൾ പുറപ്പെടുവിച്ചുതുടങ്ങി.

"ഇന്നെന്താ പ്രശ്നം.... നീയെന്താ പറയാൻ തുനിയുന്നത്. നിന്റെ കാലിനെന്തോ കുഴപ്പമുണ്ടെന്നോ, അതോ അതിനേക്കാൾ വലിയ മറ്റെന്തെങ്കിലും ദുരന്തമാണോ?"

മന്ത്രവാദി അരിശത്തോടെ കുതിരയോട് ചോദിച്ചു.

"എനിക്കത് വലിയ വാർത്തയൊന്നുമല്ല, എന്നാൽ താങ്കളെ സംബന്ധിച്ചിടത്തോളം അങ്ങനെയല്ല. ആ ചെറുപ്പക്കാരൻ ഭാര്യയേയും കൂട്ടി വീണ്ടും കടന്നുകളഞ്ഞു."

"നമുക്കവരെ മറികടന്ന് തടഞ്ഞുനിർത്താൻ സാധിക്കുമോ?"

"അങ്ങ് ബാർലിവിത്ത് പാകി മുളപ്പിച്ച് വിളവുകാലംവരെ കാത്ത് വിളവെടുത്ത് അതുകൊണ്ട് വീഞ്ഞുണ്ടാക്കി മത്തു

പിടിക്കുന്നതുവരെ കുടിക്കണം. അത്രയും നാൾ കാത്തിരുന്നാലും ചിലപ്പോൾ അങ്ങ് നിരാശനായേക്കാം, യജമാനനേ. പക്ഷേ, എനിക്കവരെ പിടിക്കാൻ സാധിച്ചെന്നുവരും."

കുതിര വാണംവിട്ടതുപോലെ പാഞ്ഞതുകൊണ്ട് കഷേച്ചിക്ക് താമസിയാതെ അവരെ തടയാൻ സാധിച്ചു.

"എടാ വിഡ്ഢീ, നീയെന്തു വിചാരിച്ചാ വീണ്ടും മറിയയെയുംകൂട്ടി കടന്നുകളയാൻ ശ്രമിച്ചത്? നിന്നോട് കടപ്പാടുള്ളതുകൊണ്ടുമാത്രം ഞാൻ ഇത്തവണയും നിന്നെ വെറുതേവിടുന്നു. ഇനിയിത് ആവർത്തിച്ചാൽ നിന്നെ ബാക്കിവച്ചേക്കില്ല."

മന്ത്രവാദി, തന്റെ ഭാര്യയെ ബലംപ്രയോഗിച്ച് തിരിച്ചുകൊണ്ടുപോയപ്പോൾ അലക്സിസിന് കണ്ണീരടക്കാൻ സാധിച്ചില്ല. അയാൾ നിരാശനാകാതെ പിറ്റേദിവസം രാവിലെ വീണ്ടും മന്ത്രവാദിയുടെ കോട്ടയിലെത്തി.

"ആ മന്ത്രവാദി ഇത്തവണ നിങ്ങളെ വെറുതേവിടില്ല. തിരിച്ചു പോയ്ക്കോളൂ." അവൾ അപേക്ഷിച്ചു.

"നീയില്ലാതെ എനിക്കൊരു ജീവിതമില്ല." എന്നു പറഞ്ഞുകൊണ്ട് അയാൾ അവളെ കുതിരപ്പുറത്തു കയറ്റി മുന്നോട്ടു കുതിച്ചു.

മന്ത്രവാദി നായാട്ടുകഴിഞ്ഞ് വീട്ടിലെത്താറായപ്പോൾ കുതിര വീണ്ടും അപകടം മണത്ത് മടമ്പടിച്ച് അമറി.

"പുതിയ എന്തനർത്ഥമാ നടന്നത്? എന്തായാലും പറഞ്ഞു തുലയ്ക്ക്."

"ആ യുവാവിന്റെ കാര്യംതന്നെയാണ് പറയാനുള്ളത്. അവനിപ്പോഴും മറിയയുടെ പിന്നാലെ തന്നെയാണ്."

"എന്നാ പെട്ടെന്നവനെ കണ്ടെത്ത്."

മന്ത്രവാദി ആക്രോശിച്ചു.

"നിലം ഉഴുത് ഫ്ളാക്സ്വിത്ത് പാകി മുളപ്പിച്ച്, മൂത്തുപാകമായി, കൊയ്ത് വൃത്തിയാക്കി അതുകൊണ്ട് നൂലുണ്ടാക്കി, ആ നൂലുകൊണ്ട് തുണിയുണ്ടാക്കി അതുകൊണ്ട് കുപ്പായം തുന്നിക്കഴിഞ്ഞാലും നിങ്ങൾക്ക് അവനെ പിടിക്കാൻ സാധിച്ചെ

ന്നുവരില്ല. എന്നാൽ, എനിക്ക് സാധിക്കും."

കുതിര പറഞ്ഞതും എന്നാലങ്ങനെയാവട്ടെ എന്നു പറഞ്ഞുകൊണ്ട് മന്ത്രവാദി കടിഞ്ഞാണിൽ പിടിമുറുക്കിയതും കുതിര കുതിച്ച് അലക്സിസിന്റെ കുതിരയുടെ മുന്നിലെത്തി അവരെ തടഞ്ഞുനിർത്തി. മന്ത്രവാദി ഉടനേ മറിയ മൊറേവ്നയെ തട്ടിപ്പറിച്ച് തന്റെ കുതിരപ്പുറത്തു കയറ്റിയിട്ട് പറഞ്ഞു:

"നിന്നോടുള്ള കടപ്പാടുകാരണം ഞാൻ രണ്ടുതവണ നിന്നെ വെറുതേവിട്ടു. ഇനിയില്ല.'' അയാൾ വാളൂരി അവനെ തുണ്ടംതുണ്ടമാക്കിവെട്ടി നുറുക്കി ആ തുണ്ടുകളുമായി തന്റെ കോട്ടയിലെത്തി.

"ഇത് ഇരുമ്പുഭരണിയിലടച്ച് കടലിലൊഴുക്കൂ." മന്ത്രവാദി കോട്ടയിലെത്തിയതും പണിക്കാരോട് കല്പിച്ചു.

കഴുകനും കാക്കയും പരുന്തും അവരുടെ ഭാര്യമാരും എന്നും അവരുടെ അളിയൻ കൊടുത്തിട്ടുപോയ വെള്ളിക്കരണ്ടിയും മുള്ളും പൊടിഡപ്പിയും നോക്കി അയാളെക്കുറിച്ചോർത്ത് പരിതപിച്ചു. ആ വസ്തുക്കളെല്ലാം പെട്ടെന്നൊരു ദിവസം തുരുമ്പിച്ചതു കണ്ട് അവർ ആകെ വല്ലാതായി. അളിയന് എന്തോ ആപത്തു സംഭവിച്ചിട്ടുണ്ടെന്ന് അവർ ഊഹിച്ചു. അവർ മൂന്നു പേരും ഒത്തുചേർന്ന് അലക്സിസിനെ രക്ഷിക്കാനുള്ള മാർഗ്ഗങ്ങളെക്കുറിച്ച് ആലോചിച്ചു. കാക്ക പടിഞ്ഞാറോട്ടേക്കും, പരുന്ത് കിഴക്കോട്ടേക്കും കഴുകൻ വടക്കോട്ടേക്കും അന്വേഷണത്തിനിറങ്ങാൻ തീരുമാനിച്ചു. അയാളെ കണ്ടുപിടിക്കാനാവാതെ അവർ മൂന്നുപേരും വൈകുന്നേരം വീണ്ടും ഒത്തുചേർന്നു.

"ഒരുകൂട്ടം കാക്കകൾ തെക്കോട്ട് പറന്നതൊഴിച്ച് എനിക്ക് മറ്റൊന്നും കാണാൻ സാധിച്ചില്ല." കഴുകൻ പറഞ്ഞു.

"ഞാനാ കാക്കകളെ കണ്ടിരുന്നു. കടലിൽ എന്തോ ഒഴുകുന്നതു കണ്ടു എന്ന് അവരെന്നോടു പറഞ്ഞു." കാക്ക.

"അതെന്താണെന്ന് നമുക്ക് കണ്ടുപിടിക്കണം സഹോദരന്മാരെ." കഴുകൻ പറഞ്ഞു.

അവർ ഉടനേ അങ്ങോട്ടു പറന്ന് ഇരുമ്പുവീപ്പ കരയ്ക്കെത്തിച്ച് അടപ്പ് തുറന്നു. അലക്സിസിന്റെ കൊത്തിനുറുക്കിയ

ഉടലും തലയുമായിരുന്നു അതിൽ. ഉടനേ കഴുകൻ ജീവജല മന്വേഷിച്ചും കാക്ക മരണജലമന്വേഷിച്ചും പുറപ്പെട്ടു. മരണജലം കുടഞ്ഞതും ആ ശരീരതുണ്ടങ്ങൾ ഒന്നിച്ചുചേർന്ന് അലക്സിസ് പഴയതുപോലെയായി. ജീവജലം തെളിച്ചതും അലക്സിസ് എഴുന്നേറ്റിരുന്നു.

"ഞാൻ ഏറെ സമയം ഉറങ്ങിപ്പോയെന്നാ തോന്നുന്നത്."

കണ്ണ് തിരുമ്മിക്കൊണ്ട് ചക്രവർത്തി പറഞ്ഞു.

"ഞങ്ങൾ വിവരമറിഞ്ഞില്ലായിരുന്നെങ്കിൽ ഇനിയും ഒരുപാടുനാൾ നിങ്ങൾ ഉറക്കത്തിലാകുമായിരുന്നു. ഞങ്ങളിൽ ഒരാളുടെകൂടെ നിങ്ങൾ വീട്ടിലേക്ക് വന്നേ മതിയാവൂ."

അളിയന്മാർ മൂവരും ഒന്നിച്ചു പറഞ്ഞു. പക്ഷേ, ചക്രവർത്തി അതിനു തയ്യാറായില്ല. അയാൾക്ക് മറിയ മൊറേവ്നയെ വീണ്ടെടുത്തേ പറ്റൂ. നിർബ്ബന്ധിച്ചിട്ട് കാര്യമില്ലെന്നറിയാ വുന്നതുകൊണ്ട് കാക്ക പറഞ്ഞു:

"ഒരു സാധാരണ കുതിരയെ മറികടക്കാൻ ആ മന്ത്രവാദി യുടെ കുതിരയ്ക്ക് അധികസമയം വേണ്ടിവരില്ല. ആ കുതിര യെക്കാൾ വേഗത്തിൽ കുതിച്ചുപായുന്ന ഒന്നിനെ സംഘടിപ്പി ക്കാതെ നിങ്ങൾക്ക് അവരെ കടത്തിക്കൊണ്ടുപോരാൻ സാധിച്ചെന്നു വരില്ല. അതുപോലൊരു കുതിരയെ കണ്ടുപിടിച്ചിട്ട് അങ്ങോട്ടു പോയാൽ മതിയെന്നാണ് ഞങ്ങളുടെ അഭിപ്രായം."

അലക്സിസ് ചക്രവർത്തി ഭാര്യയെത്തേടി വീണ്ടും മന്ത്രവാദിയുടെ കോട്ടയിലെത്തി. മറിയ മൊറേവ്ന പതിവു പോലെ തോട്ടത്തിലുണ്ടായിരുന്നു. അവർ രണ്ടുപേരും സന്തോഷക്കണ്ണീരൊഴുക്കി പരസ്പരം കെട്ടിപ്പിടിച്ച് ഭാവിപരി പാടികൾ ആലോചിച്ചു. അന്ന് അയാൾ അവളെ രക്ഷപ്പെടുത്താൻ തുനിഞ്ഞില്ല. രാത്രി മന്ത്രവാദിയെത്തിയപ്പോൾ മറിയ തന്ത്രപൂർവ്വം ചോദിച്ചു:

"അല്ലയോ ധീരനായ മന്ത്രവാദീ, നിങ്ങളുടെ കുതിര എനിക്കെന്നും ഒരത്ഭുതമാണ്. അതൊരു സാധാരണ മൃഗമല്ല. അതുകൊണ്ടാണ് അലക്സിസിനെ മറികടന്നു തടഞ്ഞുനിർത്തി എന്നെ തിരിച്ചുകൊണ്ടുപോരാൻ നിങ്ങൾക്കു സാധിക്കുന്നത്.

എവിടെയാണ് അതിനെ മേയാൻവിടുന്നത്?"

"അങ്ങകലെ കടൽത്തീരത്തിനടുത്ത് മനോഹരമായൊരു പുൽമേടുണ്ട്. അവൾ അവിടെ മേയാനെത്തുമ്പോൾ തിരമാലകൾ ആഞ്ഞടിക്കും, ഓക്കുമരങ്ങൾ കടപുഴകി വീഴും. എല്ലാ മാസവും അവൾ ഒരു കുഞ്ഞിനെ ഗർഭം ധരിക്കും. അപ്പോൾ പന്ത്രണ്ട് കാട്ടുചെന്നായ്ക്കൾ അവളെയിട്ട് ഓടിക്കും. മൂന്നുകൊല്ലത്തിലൊരിക്കൽ നെറ്റിയിൽ നക്ഷത്രക്കുറിയുള്ള ഒരു കുഞ്ഞിനെ അവൾ പ്രസവിക്കും. ചെന്നായ്ക്കളുടെ ഇടയിൽ നിന്ന് ആ കുഞ്ഞിനെ രക്ഷപ്പെടുത്തുന്നവർക്ക് എന്റേതുപോലുള്ള ഒരു കുതിരയെ സ്വന്തമാക്കാം."

"ഓ, ഇങ്ങനെയാണോ നിങ്ങളെപ്പോലൊരു ധീരന് ഇതുപോലൊരു കുതിരയെ കിട്ടിയത്?"

"ഏയ്, അല്ല." മന്ത്രവാദി പറഞ്ഞു.

"ബാബായാഗയാണ് എനിക്കിതിനെ തന്നത്. പതിമൂന്നാം സാർ ചക്രവർത്തിയുടെ രാജ്യത്ത് മൂന്നാംമൈലിനു കുറുകെയുള്ള ഒമ്പതാംവളവിൽ തീയാലുള്ള നദിക്കരയിലാണ് അവൾ താമസിക്കുന്നത്. നെറ്റിയിൽ നക്ഷത്രക്കലയുള്ള കുതിരക്കുട്ടികളെയെല്ലാം അവളാണ് പിടിച്ചുകൊണ്ടുപോയി വളർത്തുന്നത്. ഞാനൊരിക്കൽ ഈ കുതിരക്കുട്ടികളെ നോക്കാനായി മൂന്നുദിവസം അവളോടൊപ്പം താമസിച്ചിരുന്നു. അതിനു പ്രതിഫലമായിട്ടാണ് ഒരു കുതിരക്കുട്ടിയെ അവളെനിക്കു തന്നത്. അതാണ് ഈ കുതിര."

"പക്ഷേ, നിങ്ങളെങ്ങനേയാ ആ തീനദി കടന്ന് അക്കരെയെത്തിയത്?" മറിയ മൊറേവ്ന അതിശയഭാവത്തിൽ ചോദിച്ചു.

"അത്ര എളുപ്പമല്ല. എന്റെ കഴുത്തിൽ ചുറ്റിയ ഉറുമാല് കണ്ടില്ലേ. അതെടുത്ത് മൂന്നു തവണ എന്റെ വലതു ഭാഗത്തേക്ക് വീശിയാൽ തീനാളം മാറി അവിടെ ഒരു പാലമുണ്ടാകും. അത് വളരെ ഉയരത്തിലായതിനാൽ തീനാളമേല്ക്കാതെ എനിക്ക് അക്കരെയെത്താം."

കഷേച്ചി ഉറക്കം പിടിച്ചതും മറിയ അയാളുടെ തൂവാല കൈക്കലാക്കി. പിറ്റേദിവസം അലക്സിസ് എത്തിയപ്പോൾ

അവൾ ആ തൂവാല ഏല്പിച്ച് അയാളെ യാത്രയാക്കി. മൂന്നു ദിവസം തിന്നാതെയും കുടിക്കാതെയും അയാൾ നടന്നുകൊണ്ടേയിരുന്നു. വിശന്നു വലഞ്ഞ് കണ്ണു കാണാതായപ്പോൾ അയാൾ മരത്തിൽ തൂങ്ങിക്കിടന്ന കിളിക്കൂട്ടിൽനിന്ന് ഒരു കിളിക്കുഞ്ഞിനെ പിടിച്ചു കൊല്ലാനൊരുങ്ങിയപ്പോൾ അതിന്റെ അമ്മ അയാളുടെ മുന്നിൽ വന്നു കേണു പറഞ്ഞു:

"എന്റെ കുഞ്ഞിനെ ഒന്നും ചെയ്യല്ലേ, ഒരു ദിവസം എനിക്കു നിങ്ങളെ സഹായിക്കാൻ സാധിച്ചേക്കും."

കരുണ തോന്നിയ അലക്സിസ് കിളിക്കുഞ്ഞിനെ ഉപേക്ഷിച്ച് വീണ്ടും യാത്ര തുടർന്നു. കുറേ ദൂരം നടന്നപ്പോൾ അയാൾ കാട്ടിലെ മരത്തിൽ ഒരു തേനീച്ചക്കൂട് കണ്ടു. തേനീച്ചക്കുത്ത് വകവയ്ക്കാതെ അയാൾ അതിൽ കൈയിട്ട് ഒരു കഷണം പൊട്ടിച്ചെടുത്തു.

"ഞാനെന്റെ കുഞ്ഞുങ്ങൾക്കായി തണുപ്പുകാലത്തേക്ക് കരുതിയ ഭക്ഷണം നീ തട്ടിയെടുക്കുകയാണോ? അങ്ങനെ ചെയ്യാതിരുന്നാൽ ഞാൻ നിന്നെ എപ്പോഴെങ്കിലും സഹായിക്കാം."

അലക്സിസ് അതവിടെ തിരിച്ചുവച്ച് വീണ്ടും യാത്ര തുടർന്നു. കാട് കഴിഞ്ഞ് അയാൾ കടൽത്തീരത്തെത്തി. തീരത്തു കണ്ട കൊഞ്ചിനെ പിടിച്ചു. അതും ജീവനുവേണ്ടി കേണു പറഞ്ഞു:

"ഞാൻ ജീവിച്ചിരിക്കുന്നതാണ് ഞാൻ മരിക്കുന്നതിനെക്കാൾ താങ്കൾക്ക് നല്ലത്."

അതിനെയും പോകാൻ അനുവദിച്ച് അയാൾ നടത്തം തുടർന്നു. വിശപ്പും ദാഹവുംകൊണ്ട് അവശനായ അയാൾ നടക്കാൻ പോലും പറ്റാത്ത അവസ്ഥയിലായിരുന്നു.

മാന്ത്രികത്തൂവാല വീശി അയാൾ ഒരുവിധം തീനദി കടന്ന് അക്കരെയെത്തി. കോഴിക്കാലിൽ പടുത്തുയർത്തിയ കുടിലിന്റെ മുന്നിലാണ് അയാളെത്തിയത്. അവിടെ പന്ത്രണ്ട് മുളന്തൂണുകളുണ്ടായിരുന്നു. പതിനൊന്നിലും അറ്റത്ത് മനുഷ്യത്തലകൾ കുത്തിനിർത്തിയിരുന്നു. ഒന്നിനുമാത്രം തല ഉണ്ടായിരുന്നില്ല.

കുടിലിനകത്ത് കയറിയപ്പോൾ വൃദ്ധയായ മന്ത്രവാദിനി

അടുപ്പിനടുത്തിരുന്ന് കൂർക്കം വലിക്കുന്നു.

"ഒരു റഷ്യൻ മണമടിക്കുന്നുണ്ടല്ലോ. ആരാ അത്. എന്താ നിനക്കു വേണ്ടത്?"ശബ്ദം കേട്ട് ഉണർന്ന മന്ത്രവാദിനി ചോദിച്ചു.

"വിശന്നിട്ട് കണ്ണു കാണുന്നില്ല. എനിക്ക് തിന്നാനെന്തെങ്കിലും വേണം. ജീവിക്കാനൊരു ജോലിയും."

അലക്സിസ് പറഞ്ഞു.

"എന്നാൽ നീയെന്റെ കുതിരക്കുട്ടികളെ പരിചരിക്ക്. നല്ലോണം നോക്കിയാൽ ഒന്നിനെ ഞാൻ നിനക്കു തരും. എന്നാൽ, ഒന്നിനെയെങ്കിലും നഷ്ടപ്പെട്ടാൽ നിന്റെ തല വീട്ടിനു പുറത്തുള്ള തൂണിൽ കെട്ടിത്തൂക്കും."

അയാൾ സമ്മതിച്ചു. മന്ത്രവാദിനി അയാൾക്ക് ഭക്ഷണവും വെള്ളവും ആവശ്യത്തിനു കൊടുത്തു. എന്നിട്ട് കുതിരപ്പന്തി കാണിച്ചുകൊടുത്തിട്ട് പുൽമേട്ടിൽ കൊണ്ടുപോയി കുതിരകളെ മേയ്ക്കാൻ പറഞ്ഞു. പുറത്തിറങ്ങിയതും കുതിരകൾ തലങ്ങും വിലങ്ങും പായാൻ തുടങ്ങി. ഒന്നിന്റെപോലും കടിഞ്ഞാൺപിടിച്ച് നിയന്ത്രിക്കാൻ അയാൾക്കായില്ല. അവ കണ്ണിൽനിന്നു മറയുന്നതും നോക്കി പാവം അലക്സിസ് പാറപ്പുറത്തിരുന്ന് കരയാൻ തുടങ്ങി. തളർന്ന് അവശനായ അയാൾ അവിടെക്കിടന്ന് മയങ്ങിപ്പോയി. ഒരു പക്ഷിവന്ന് കൈയിൽത്തട്ടി ഉണർത്തുന്നതുവരെ അയാൾ അവിടെക്കിടന്നുറങ്ങി. അപ്പോഴേക്കും വൈകുന്നേരമായിക്കഴിഞ്ഞു.

"എഴുന്നേല്ക്ക്, കുതിരകളെല്ലാം ഇപ്പോൾ പന്തിയിലെത്തിയിരിക്കും. വേഗം അങ്ങോട്ട് ചെല്ല്."

അയാളവിടെ എത്തുമ്പോൾ മന്ത്രവാദിനി കുതിരകളോട് കയർക്കുകയായിരുന്നു:

"നിങ്ങളോടാരാ തിരിച്ചു വരാൻ പറഞ്ഞത്?"

"ഞങ്ങള് പിന്നെന്താ ചെയ്യുക? നീ പറഞ്ഞതുപോലെ ഞങ്ങൾ രാവിലെ നാലുപാടും പാഞ്ഞതാണ്. പക്ഷേ, കിളിക്കൂട്ടം വന്ന് കണ്ണിൽ കൊത്താൻ തുടങ്ങിയപ്പോൾ ഞങ്ങൾക്ക് തിരിച്ച് ഇങ്ങോട്ടെത്തുകയല്ലാതെ മറ്റു മാർഗ്ഗമൊന്നുമുണ്ടായിരുന്നില്ല."

"ശരി, നാളെ നിങ്ങൾ കാട്ടിലേക്കാണ് പോകേണ്ടത്. വൻമരങ്ങൾക്കിടയിൽ ഒളിഞ്ഞിരിക്കാമല്ലോ."

മന്ത്രവാദിനി പറഞ്ഞു.

“ഒറ്റ കുതിരയെങ്കിലും നഷ്ടപ്പെട്ടാൽ നിന്റെ കഴുത്തറുത്ത് ഞാനാ തൂണിൽ തൂക്കിയിടും. മനസ്സിലായല്ലോ.”

പിറ്റേദിവസം രാവിലെ കുതിരപ്പന്തിയിലേക്കു നടക്കുന്ന അലക്സിസിനെ മന്ത്രവാദിനി ഓർമ്മിപ്പിച്ചു.

അയാൾ പന്തിയിലെത്തി വാതിൽ തുറന്നതും കുതിരകൾ കൂട്ടത്തോടെ കാട്ടിലേക്കു കുതിച്ചു. അയാൾ അന്നും പാറപ്പുറത്തിരുന്ന് തേങ്ങിക്കരഞ്ഞ് മയങ്ങിപ്പോയി. കണ്ണു തുറന്നപ്പോൾ ഒരു തേനീച്ച അയാളുടെ കണ്ണിനു ചുറ്റും പറന്നു മൂരളുന്നുണ്ടായിരുന്നു.

“വേഗം കുതിരപ്പന്തിയിലേക്കു ചെല്ലൂ. കുതിരകൾ അവിടെ എത്തിയിട്ടുണ്ടാകും. എന്നെങ്കിലും നിന്നെ സഹായിക്കുമെന്ന് ഞാൻ വാക്കു തന്നതല്ലേ.”

അയാൾ ചെല്ലുമ്പോൾ ഓരോ കുതിരയും അവരവരുടെ സ്ഥാനത്തുണ്ടായിരുന്നു. മന്ത്രവാദിനി അന്നും അവരെ വഴക്കു പറയുന്നുണ്ടായിരുന്നു.

“തേനീച്ചക്കൂട്ടം മൂളിക്കൊണ്ട് കണ്ണിലും കാതിലും കുത്താൻ തുടങ്ങിയാ ഞങ്ങളെന്തുചെയ്യും? കൂട്ടത്തോടെ ഇരച്ചുവന്നാണ് അവർ ഞങ്ങളെ ഇങ്ങോട്ടേക്കോടിച്ചത്.”

“നാളെ കടലിലേക്കാണ് പോകേണ്ടത്. കഴിയുന്നത്ര ദൂരത്തേക്ക് നീന്തിക്കോളണം.”

രാജകുമാരനെ കണ്ടതും മന്ത്രവാദിനി ചിരിയോട് ചിരി.

“നാളെ നിന്റെ തല ഞാനാ പന്ത്രണ്ടാമത്തെ തൂണിൽ തൂക്കിയിടും. ഉറപ്പാ.”

പിറ്റേദിവസം രാവിലെ കുതിരകൾ കുളമ്പടിച്ച് പൊടിപരത്തി എങ്ങോട്ടെന്നില്ലാതെ കുതിക്കുന്നത് കണ്ടപ്പോൾ മുളന്തൂണിൽ തൂങ്ങിക്കിടക്കുന്ന തന്റെ തലയെക്കുറിച്ചാണ് അലക്സിസ് ഓർത്തത്. കടലിലേക്കിറങ്ങി നീന്തി മറയുന്ന കുതിരകളെയും നോക്കി അയാൾ കടലോരത്ത് മിഴിച്ചുനിന്നു. അല്പസമയത്തിനകം അവ കാണാമറയത്തേക്ക് മറഞ്ഞപ്പോൾ അയാൾ സങ്കടപ്പെട്ട് കടപ്പുറത്തെ മണലിൽ കിടന്നു. ഒരു കൊഞ്ച് വന്ന്

കാൽവിരലിൽ ഇറുക്കിയപ്പോഴാണ് അയാൾ കണ്ണു തുറന്നത്.

"എണീറ്റ് വേഗം കുതിരപ്പന്തിയിലെത്തിക്കോ. കുതിരകൾ ഇതിനകം അവിടെ എത്തിയിട്ടുണ്ടാകും. കുതിരപ്പന്തിയുടെ മൂലയിൽ രോഗം ബാധിച്ച് കാല് വയ്യാത്ത ഒരു കുതിരക്കുട്ടിയെ നിനക്കു കാണാം. അതാണ് നിനക്കുള്ള കുതിര. പാതിരാത്രിയിൽ അതിനെയുംകൊണ്ട് നീ അവിടന്ന് രക്ഷപ്പെട്ടോളണം."

"ഇത് അവനെ കൊല്ലാനുള്ള അവസരമായിരുന്നു. നിങ്ങളായിട്ടത് നഷ്ടപ്പെടുത്തി."

മന്ത്രവാദിനി കുതിരകളെ ശകാരിക്കുന്നതു കേട്ടുകൊണ്ടാണ് അലക്സിസ് അവിടെ എത്തിയത്.

"കൊഞ്ചുകൾ ചുറ്റും വന്ന് ഇറുക്കി എല്ലു തുളച്ചു തുടങ്ങിയാൽ തിരിച്ചുപോരുകയല്ലാതെ ഞങ്ങളെന്തു ചെയ്യും?"

അലക്സിസ് പന്തിക്കു പുറത്തുനില്ക്കുമ്പോൾ വായിൽതോന്നിയതെല്ലാം പിറുപിറുത്തുകൊണ്ട് മന്ത്രവാദിനി ഒരു സ്റ്റൂളിൽ ഇരിക്കുകയായിരുന്നു. കുറെ കഴിഞ്ഞ് അവൾ അരിശം അടങ്ങാതെ കുടിലിനകത്തേക്ക് പോയി. നേരമിരുട്ടുന്നതുവരെ മരങ്ങൾക്കിടയിൽ ഒളിച്ചിരുന്ന അലക്സിസ് കുതിരക്കുട്ടിയുടെ പുറത്തിരുന്ന് കടിഞ്ഞാൺപിടിച്ചു. നദിക്കരയെത്തിയപ്പോൾ മാന്ത്രിക ഉറുമാൽ വലത്തോട്ടേക്ക് മൂന്നുതവണ വീശി. അപ്പോഴതാ വലിയൊരു പാലം അവിടെ ഉയരുന്നു. താഴെ ആളിക്കത്തുന്ന തീയ്. അയാൾ പാലത്തിലൂടെ കുതിരയെ പായിച്ചു. പാലം കടന്നതും അയാൾ തന്റെ ഉറുമാൽ ഇടതുവശത്തേക്ക് വീശി. അപ്പോൾ പാലമതാ നേർത്തു നേർത്ത് ഇല്ലാതാവുന്നു.

പിറ്റേദിവസം രാവിലെ ഉണർന്ന മന്ത്രവാദിനി ബാബായാഗയ്ക്ക് തലേന്നു നടന്നതെല്ലാം അറിയാമായിരുന്നതുകൊണ്ട് തന്റെ വണ്ടിയുമായി ഉടനെ പുറപ്പെട്ടു. പക്ഷേ, അക്കരെ കടക്കാൻ തുടങ്ങിയപ്പോൾ തീനദി ആളിക്കത്തി. അവളുടെ വണ്ടിയിൽ തീ പടർന്നുപിടിച്ച് വണ്ടിയും അവളും തീക്കുനയിലേക്ക് മിറഞ്ഞുവീണു.

ഈ സമയം അലക്സിസ് തന്റെ കുതിരക്കുഞ്ഞിനെ ബാബയുടെ കുതിരകൾ മേയുന്ന പുൽമേട്ടിൽ മേയാൻ വിട്ട്

കാത്തിരുന്നു. പെട്ടെന്ന് കുതിരക്കുട്ടി തടിച്ചു കൊഴുക്കാൻ തുടങ്ങി. പന്ത്രണ്ടു ദിവസത്തിനകം കുഞ്ഞിക്കുതിര വളർന്ന് ലക്ഷണമൊത്ത കുതിരയായി. അലക്സിസ് കുതിരപ്പുറത്തു കയറി നാടും മേടും താണ്ടി കഷേച്ചിയുടെ കോട്ടയിലെത്തി. പതിവുപോലെ മറിയ മൊറേവ്ന തോട്ടത്തിൽത്തന്നെ ഉണ്ടായിരുന്നു. അവളെയും കുതിരപ്പുറത്തു കയറ്റി അയാൾ കുതിരക്കടിഞ്ഞാണിൽ ആഞ്ഞുവലിച്ചു. കുതിര വാണംപോലെ പാഞ്ഞു. കഷേച്ചിയുടെ കുതിരയെക്കാൾ വേഗത്തിൽ.

പതിവു നായാട്ട് കഴിഞ്ഞ് വൈകുന്നേരം വീട്ടിലേക്കു മടങ്ങുമ്പോൾ അയാളുടെ കുതിര പെട്ടെന്ന് മുട്ടുമടക്കി നിലത്തിരുന്നു.

"എന്തു പറ്റി മടിയാ? പുതിയ വല്ല വിപത്തും സംഭവിച്ചോ?"

കഷേച്ചി അലറി.

"അതേ..... ഭയങ്കരമായ വിപത്ത്. അവൻ പിന്നേയും അവളുമായി കടന്നു. ഇത്തവണ എനിക്കവരെ തടയാൻ സാധിക്കുമെന്നു തോന്നുന്നില്ല. കാരണം, എന്റെ സഹോദരന്റെ പുറത്താണ് അവരുടെ യാത്ര." എന്നു പറഞ്ഞുകൊണ്ട് കുതിര ആകാവുന്നത്ര വേഗത്തിൽ മുന്നോട്ടു കുതിച്ചു. അലക്സിസിന്റെ കുതിരയെ കണ്ടതും കഷേച്ചി അവരെ കൊല്ലാനായി വാളൂരി. കഷേച്ചി അലക്സിസിനെ വെട്ടാനോങ്ങിയതും അയാളുടെ കുതിര ഉറക്കെ വിളിച്ചു ചോദിച്ചു:

"അല്ലയോ, എന്റെ പ്രിയപ്പെട്ട ചേട്ടാ നിങ്ങളെന്തിനാ ഇത്രയും നീചനായ ഒരാളെ സേവിക്കുന്നത്? അയാളെ താഴേക്ക് തള്ളിയിട്."

അതുകേട്ടതും ആ കുതിര കഷേച്ചിയെ താഴേക്ക് തള്ളിയിട്ട് കുളമ്പുകൊണ്ട് ചവിട്ടി മെതിച്ചു. മരിച്ചുവീണ കഷേച്ചിയെ അവിടെ വിട്ട് അലക്സിസ് ചക്രവർത്തിയും മണവാട്ടിയും യാത്ര തുടർന്നു. പോകുന്ന വഴിയിൽ മൂന്നു സഹോദരിമാരുടെയും കൊട്ടാരത്തിൽ ഏതാനും ദിവസം തങ്ങി. സന്തോഷത്തോടെ അവർ സ്വന്തം നാട്ടിലേക്കു തിരിച്ചു.

മറിയ മൊറേവ്നയുമൊത്ത് അയാൾ ഏറെക്കാലം സന്തോഷത്തോടെ ജീവിച്ചു.

മഞ്ഞ്

പണ്ടുപണ്ടൊരു നാട്ടിൽ ഒരു വയസ്സനു മൂന്നു മക്കളുണ്ടായിരുന്നു. അയാളുടെ ആദ്യഭാര്യ മരിച്ചപ്പോൾ അയാൾ വീണ്ടും വിവാഹം കഴിച്ചു. ആദ്യത്തെ ഭാര്യയിൽ അയാൾക്ക് ഒരു മകളുണ്ടായിരുന്നു. അവളെ അയാളുടെ രണ്ടാംഭാര്യക്ക് തീരെ ഇഷ്ടമല്ലായിരുന്നു. വീട്ടുപണി മുഴുവൻ അവളെക്കൊണ്ട് ചെയ്യിക്കും. ഒരു കാരണവുമില്ലാതെ എന്നും വഴക്കു പറയുകയും ചെയ്യുമായിരുന്നു. അതിരാവിലെ ഉണർന്ന് വീട്ടിലെ പണികൾ മുഴുക്കെ അവൾ ചെയ്യണം. കാലികളെ കുളിപ്പിക്കുക, അവയെ തീറ്റിക്കുക, കാട്ടിൽപ്പോയി വിറകു ശേഖരിച്ചുകൊണ്ടുവന്ന് ഭക്ഷണം പാകംചെയ്യുക, വെള്ളം കോരുക, വീടു വൃത്തിയാക്കുക, പിന്നിപ്പോയ വസ്ത്രങ്ങൾ തുന്നുക– അങ്ങനെ പണിയോടു പണി. എന്തു ചെയ്താലും രണ്ടാനമ്മയ്ക്ക് ഒട്ടും തൃപ്തിയില്ല. മർഫയെ ആവശ്യത്തിനും അനാവശ്യത്തിനും വഴക്കു പറഞ്ഞുകൊണ്ടേയിരിക്കും.

മടിച്ചിക്കോത, വൃത്തികെട്ടവൾ, ഒരു പണിയും നേരെചൊവ്വെ ചെയ്യില്ല. ചൂല് സ്ഥാനംതെറ്റിവച്ചു, പൊടി തട്ടിയ തുണി കഴുകിയില്ല –ഇങ്ങനെ പോകും ശകാരം. പാവം പെൺകുട്ടി ഒരക്ഷരം മിണ്ടാതെ രണ്ടാനമ്മയെയും അനിയത്തിമാരെയും

തൃപ്തിപ്പെടുത്താൻ പെടാപ്പാടുപെട്ടു. ഒറ്റയ്ക്കാവുമ്പോൾ അവൾ സങ്കടം സഹിക്കാനാകാതെ കരയും. അമ്മയെ അനുകരിച്ച് അനിയത്തിമാരും അവളെ എപ്പോഴും തള്ളിപ്പറഞ്ഞ് കരയിക്കും. അവർ രണ്ടുപേരും തടിയനങ്ങി ഒന്നുംചെയ്യില്ല. വൈകിയേ ഉണരൂ. ഭക്ഷണം മർഫ മുറിയിലെത്തിച്ചു കൊടുക്കണം. രാത്രി ഏറെ വൈകിയേ അത്താഴം കഴിക്കൂ.

വൃദ്ധന് മകളുടെ സങ്കടം സഹിക്കാനായില്ല. മകളെ അയാൾക്ക് വലിയ ഇഷ്ടമായിരുന്നു. അവളുടെ സങ്കടം മാറ്റാൻ എന്തു ചെയ്യണമെന്ന് ഒരു രൂപവുമില്ലായിരുന്നു. അയാൾ പൊതുവേ ദുർബ്ബലനായിരുന്നു. എന്നാൽ, അയാളുടെ രണ്ടാം ഭാര്യയും പെൺമക്കളുമാകട്ടെ മർക്കടമുഷ്ടിക്കാരും നാക്കിന് ഏഴുമുഴം നീളമുള്ളവരുമായിരുന്നു. ഒരു പണിയും ചെയ്യാതെ വെറുതേ നാക്കിട്ടടിച്ചു നടക്കുന്നവർ.

പെൺകുട്ടികൾ മൂന്നുപേരും വളർന്ന് വിവാഹപ്രായം എത്തുന്നതുവരെ ഇതു തുടർന്നു. മക്കളുടെ വിവാഹത്തെ ക്കുറിച്ച് വൃദ്ധനും ഭാര്യയും എന്നും സംസാരിക്കുമായിരുന്നു. തന്റെ മക്കളെ കല്യാണംകഴിച്ചുകൊടുക്കുന്ന കാര്യത്തെ ക്കുറിച്ചുമാത്രമേ തള്ള സംസാരിക്കുമായിരുന്നുള്ളു. സുന്ദരിയും അദ്ധ്വാനശീലയുമായ മർഫ ഉള്ളപ്പോൾ മടിച്ചിക്കോതകളും സൗന്ദര്യമില്ലാത്തവരുമായ തന്റെ മക്കൾക്ക് നല്ല വരന്മാരെ കിട്ടുക അത്ര എളുപ്പമല്ലെന്ന് തള്ളയ്ക്ക് അറിയാമായിരുന്നു.

“ഞാൻ മർഫയ്ക്ക് നല്ലൊരു വരനെ കണ്ടുവച്ചിട്ടുണ്ട്. നിങ്ങൾ നാളെ കാലത്തെ എഴുന്നേറ്റ് കുതിരയെ ചട്ടയൊക്കെ ധരിപ്പിച്ച് വണ്ടി തയ്യാറാക്കി നിർത്തണം. എവിടെയാ പോകേണ്ടതെന്ന് ഞാനപ്പോൾ പറയാം. പിന്നെ മർഫാ, നീ നിന്റെ വസ്ത്രവും മറ്റു സാധനങ്ങളുമൊക്കെ സഞ്ചിയിലാക്കി തയ്യാറായിക്കോളണം. ഒരു യാത്രയുണ്ട്.”

തള്ള അച്ഛനോടും മകളോടുമായി പറഞ്ഞു.

മർഫയ്ക്ക് വലിയ സന്തോഷമായി. അവൾ അന്ന് രാത്രി നന്നായിട്ടുറങ്ങി. അതിരാവിലെ ഉണർന്ന് കുളിച്ച് തന്റെ സാധനങ്ങളെല്ലാം കുട്ടയിലാക്കി മർഫ യാത്രയ്ക്കൊരുങ്ങി.

തണുപ്പുകാലം തുടങ്ങിയതിനാൽ പുറത്തു നല്ല തണുപ്പുണ്ടായിരുന്നു. പെട്ടെന്നു തണുത്ത കാറ്റു വീശിയപ്പോൾ ഭൂമി ഇരുമ്പുപോലെ തണുത്തുറഞ്ഞു. വയസ്സൻ വണ്ടി തയ്യാറാക്കി കാത്തുനിന്നു.

"ഭക്ഷണം കഴിച്ചിട്ടു പോയ്ക്കോളൂ."

തള്ള വിളിച്ചു പറഞ്ഞു. അയാൾ അകത്തു ചെന്നപ്പോൾ ഭാര്യ ചൂട് ചായയും റൊട്ടിക്കഷണങ്ങളും മുന്നിൽ വച്ചു. പക്ഷേ, മർഫയ്ക്ക് ഒരു പിഞ്ഞാണത്തിൽ തലേദിവസം ബാക്കി വന്ന ക്യാബേജ് സൂപ്പ് മാത്രമേ കൊടുത്തുള്ളൂ.

"ഇനി രണ്ടാളും പുറപ്പെട്ടോളൂ. മർഫയെ അവളുടെ മണവാളന്റെ വീട്ടിൽ കൊണ്ടുവിട്ട് വരൂ കിളവാ. നാട്ടുവഴിവിട്ട് കാട്ടിലൂടെയാണ് പോകേണ്ടത്. കുന്നിൻ പുറത്തെ വലിയ പൈൻ മരത്തിന്റെ ചുവട്ടിലുള്ള മഞ്ഞുമലയ്ക്കാണ് അവളെ കൈമാറേണ്ടത്."

വൃദ്ധൻ ചായക്കപ്പ് താഴെ വച്ച് അന്തംവിട്ട് ഭാര്യയെ നോക്കി. മർഫയാകട്ടെ പേടിച്ചു നിലവിളിച്ചു.

"അയ്യേ, എന്തിനാ ഇങ്ങനെ ഒച്ചയും വിളിയും ഉണ്ടാക്കുന്നത്? ഞാൻകണ്ടുവച്ച നിന്റെ മണവാളൻ ധനികനാണ്. ഈ കാട്ടിലെ ചെറുതും വലുതുമായ മരങ്ങളും പൈൻ വൃക്ഷങ്ങളും കുന്നും മലയും മഞ്ഞുകൊണ്ട് മൂടുന്നവൻ. ആരും കണ്ടാൽ കൊതിക്കുന്ന അവനെ നിനക്കു കിട്ടിയാൽ മാലോകർക്ക് നിന്നോട് അസൂയയായിരിക്കും."

ഭാര്യയോട് തർക്കിച്ചിട്ട് യാതൊരു പ്രയോജനവുമില്ല എന്നറിയാവുന്ന വൃദ്ധൻ എതിർത്ത് ഒരക്ഷരവും ഉരിയാടാതെ മകളെ വണ്ടിയിൽ കയറ്റി കമ്പിളികൊണ്ട് അവളെ പുതപ്പിച്ച് യാത്ര പുറപ്പെട്ടു. അവർ ഗ്രാമപ്പാത പിന്നിട്ട് കാട്ടിലെ വൻമരങ്ങൾക്കിടയിലൂടെ യാത്ര തുടർന്നു. കുന്നിൻമുകളിലെത്തിയപ്പോൾ വണ്ടി നിർത്തി മകളെ ഇറക്കി. ഉയരംകൂടിയ പൈൻമരച്ചുവട്ടിൽ മകളെ ഇരുത്തി. അവളുടെ സാധനങ്ങളുടെ കുട്ട അടുത്തു വച്ചുകൊടുത്തു. ഒന്നും ഉരിയാടാതെ സങ്കടത്തോടെ അച്ഛൻ അവിടന്നു തിരിയെ പുറപ്പെട്ടു.

മർഫ അവിടയിരുന്ന് തണുത്തു വിറച്ചു. തണുപ്പിനെ നേരിടാൻ മാത്രം കട്ടിയുള്ള വസ്ത്രങ്ങളായിരുന്നില്ല അവൾ ധരിച്ചിരുന്നത്. അവിടെന്ന് എങ്ങോട്ടെങ്കിലും ഓടിപ്പോവാനുള്ള അവസ്ഥയിലായിരുന്നില്ല അവൾ. എവിടേക്കാണ് അവൾക്ക് പോകാനുള്ളത്? തണുപ്പുകൊണ്ട് പല്ലുകൾ കൂട്ടിയിടിച്ചു. മുഖം ഐസുകട്ടപോലെ തണുത്തുറഞ്ഞു. പെട്ടെന്നാണ് അവൾ എന്തോ ശബ്ദം കേട്ടത്. കാട്ടിലെ മഞ്ഞുപാളികൾ ഓരോന്നായി നീക്കം ചെയ്തുകൊണ്ട് മഞ്ഞ് ഒരു മരത്തിനു മുകളിലിരുന്ന് അവളോട് ചോദിച്ചു:

"ഇപ്പോ ചൂടുതോന്നുന്നുണ്ടോ കന്യകേ?"

ഓരോരോ മരങ്ങളെയും തഴുകി മഞ്ഞുരുക്കി പതുക്കെ അത് അവളുടെ അടുത്തേക്ക് വരികയാണ്. അവളിരിക്കുന്ന മരത്തിനു മുകളിലെത്തിയപ്പോൾ മഞ്ഞ് ഒരിക്കൽക്കൂടി വിളിച്ചു ചോദിച്ചു:

"കുഞ്ഞേ തണുപ്പിന് ശമനം തോന്നുന്നുണ്ടോ?"

തണുത്ത കാറ്റേറ്റ് വിറയ്ക്കുകയായിരുന്നെങ്കിലും മർഫ പറഞ്ഞു:

"ഇപ്പോ ചൂട് തോന്നുന്നുണ്ട് മഞ്ഞുപിതാവേ."

മരങ്ങളായ മരങ്ങളിലെ മഞ്ഞെല്ലാം ഉരുക്കി താഴേക്കിറക്കുന്നതിനിടയിൽ മഞ്ഞു വീണ്ടു ചോദിച്ചു:

"ഇപ്പോൾ ചൂടുതോന്നുന്നുണ്ടോ കുഞ്ഞേ?"

തണുത്ത് വിറച്ച് പല്ലു കടിക്കുമ്പോഴും മർഫ പറഞ്ഞത് ചൂടനുഭവപ്പെടുന്നുണ്ടായിരുന്നു എന്നാണ്. തന്നോട് കരുണ കാണിച്ച മഞ്ഞുപിതാവിന് അവൾ നന്ദി പറയുകയും ചെയ്തു.

മരച്ചില്ലകൾ ഒടിച്ചു താഴെയിട്ടുകൊണ്ട് മഞ്ഞ് വീണ്ടും ചോദിച്ചു:

"പ്രിയപ്പെട്ട സുന്ദരിക്കുഞ്ഞേ നിനക്കിപ്പോൾ ചൂട് തോന്നുന്നുണ്ടോ?"

"ഉവ്വ്....... തണുപ്പിനുകുറവുണ്ട് പ്രിയ മഞ്ഞുപിതാവേ......." എന്ന് പിറുപിറുത്തുകൊണ്ട് അവളുടെ കണ്ണുകളടഞ്ഞു. അവളോടു കരുണ തോന്നിയ മഞ്ഞുപിതാവ് മരത്തിൽനിന്ന് ചാടി താഴെയിറങ്ങി കട്ടിയുള്ള കമ്പിളികൊണ്ട് അവളെ

И.Б.
1932
I. BILIBINE

പുതപ്പിച്ചു. അവളുടെ കുട്ടയിൽ എമ്പാടും സമ്മാനങ്ങളും നിറച്ചു.

"ആ കുന്നിൻമുകളിൽച്ചെന്ന് നിങ്ങളുടെ മകളെയും മണവാളനെയും വിളിച്ചുണർത്തി അവരുടെ വിശേഷങ്ങളറിഞ്ഞിട്ടു വാ കിളവാ."

പിറ്റേദിവസം രാവിലെ ഭാര്യ പറഞ്ഞപ്പോൾ പാവം വൃദ്ധൻ വ്യസനത്തോടെ കാട്ടിലേക്കു തിരിച്ചു. എന്ത് അവസ്ഥയിലായിരിക്കും മകളെ കാണേണ്ടിവരിക എന്നോർത്ത് അയാളുടെ കണ്ണുനിറഞ്ഞു. പൈൻമരച്ചുവട്ടിൽ നല്ല ആരോഗ്യവതിയായി പാട്ടുമൂളിക്കൊണ്ട് മകളിരിക്കുന്നു. ഭംഗിയുള്ള രോമക്കുപ്പായമണിഞ്ഞ് തലയിൽ മനോഹരമായ മണവാട്ടിത്തട്ടമിട്ട് കട്ടിയുള്ള കമ്പിളിപ്പുതപ്പു പുതച്ച് ഇരിക്കുന്ന മകൾ. അവളുടെ അരികിലുള്ള കുട്ടയിൽ എമ്പാടും മുന്തിയതരം കമ്പിളിക്കുപ്പായങ്ങളും ഉണ്ടായിരുന്നു. സന്തോഷംകൊണ്ട് മതിമറന്ന വൃദ്ധൻ അതെല്ലാം വണ്ടിയിൽ കയറ്റി മകളെയുംകൂട്ടി വീട്ടിലേക്കു പുറപ്പെട്ടു.

കൈനിറയെ സമ്മാനങ്ങളുമായി പഴയതിലും ആരോഗ്യവതിയായി തിരിച്ചെത്തിയ അവളെ കണ്ട് രണ്ടാനമ്മ ഞെട്ടിത്തരിച്ചു.

"എന്നെ അങ്ങനെ കളിപ്പിക്കാൻ നീ നോക്കണ്ട" എന്നു പറയുമ്പോഴും ഇവളെ ഇനി എന്തു ചെയ്യണമെന്നതായിരുന്നു തള്ളയുടെ ചിന്ത. തന്റെ രണ്ടു പെൺമക്കളെയും നാളെ അതേ മണവാളന്റെ അരികിൽ വിട്ടിട്ടു വരണമെന്ന് വയസ്സനെ ഏല്പിച്ചിട്ടാണ് തള്ള ഉറങ്ങാൻ കിടന്നത്.

"മർഫയ്ക്ക് കൊടുത്തതിനേക്കാൾ മുന്തിയ സമ്മാനങ്ങൾ എന്റെ മക്കൾക്ക് കിട്ടുമെന്ന് എനിക്കുറപ്പുണ്ട്." തള്ള പറയുന്നുണ്ടായിരുന്നു.

പിറ്റേദിവസം രാവിലെ വിലകൂടിയ വസ്ത്രങ്ങളണിയിച്ച് വയറുനിറയെ പ്രാതലും കൊടുത്തു തള്ള മക്കളെ വണ്ടിയിൽ കയറ്റി പറഞ്ഞയച്ചു. വയസ്സൻ തലേ ദിവസത്തെപ്പോലെ മക്കളെ കുന്നിൻമുകളിലെ പൈൻമരച്ചുവട്ടിലിരുത്തി വീട്ടിലേക്കു തിരിച്ചുപോന്നു. പെൺകുട്ടികൾ അവിടെയിരുന്നു കളിതമാശകൾ പറഞ്ഞു.

"അമ്മയെന്തിനാണാവോ നമ്മളെ ഇങ്ങോട്ടേക്കയച്ചത്?" ഒരുവൾ ചോദിച്ചു.

"അതും നമ്മൾ രണ്ടുപേരേയും ഒന്നിച്ച്. ഗ്രാമത്തിൽ യുവാക്കളില്ലാത്തതുപോലെ. ഈ കുന്നുമ്പുറത്ത് ഏതു കോന്തനാണാവോ നമ്മളെ കെട്ടാൻ വരുന്നത്."

കട്ടിയുള്ള കമ്പിളിവസ്ത്രങ്ങളും പുതപ്പുമൊക്കെയുണ്ടായിട്ടും അല്പസമയത്തിനകം രണ്ടുപേരും തണുത്ത് വിറയ്ക്കാൻ തുടങ്ങി.

"പ്രസ്കോവിയാ, മഞ്ഞ് എല്ലിൽ തുളച്ചുകയറുന്നു. എന്റെ മണവാളൻ ഉടനേ എത്തിയില്ലെങ്കിൽ തണുത്തുമരവിച്ച എന്റെ ശരീരമായിരിക്കും അവൻ കാണുക."

രണ്ടാമത്തവൾ പറഞ്ഞു.

"നീ അതുമാലോചിച്ചിരുന്നോ. രാവിലെതന്നെ അനുയോജ്യരായവർ എത്തുമെന്നാ അവൾ വിചാരിക്കുന്നത്. രാത്രി ഭക്ഷണസമയത്തെങ്കിലുമെത്തുമോ ആവോ."

"ഞാൻ വെറുതെ പറഞ്ഞെന്നുമാത്രം. ആദ്യമെത്തുന്നയാൾക്ക് നമ്മളിലാരെയാണാവോ ഇഷ്ടപ്പെടുക."

"എന്തായാലും നിന്നെ ആയിരിക്കില്ല മണ്ടിത്താറാവേ."

"നിന്നെയാവും ഇഷ്ടപ്പെടുകയെന്നാണോ നീ പറയുന്നത്?"

"പിന്നല്ലാതെ."

"പിന്നേ..... ഈയിടെയായി നീ നിന്നെക്കുറിച്ചു മാത്രമല്ലേ ചിന്തിക്കുന്നുള്ളൂ. എല്ലാവരും അങ്ങനെ ആയിരിക്കുമെന്ന് നീ കരുതണ്ട."

അപ്പോഴേക്കും മഞ്ഞു വീണുതുടങ്ങി. സഹോദരിമാർ കൈപ്പത്തി കോട്ടിനുള്ളിൽ പൂഴ്ത്തി വഴക്കു തുടർന്നുകൊണ്ടിരുന്നു.

"വിഡ്ഢിപ്പന്നീ, നിന്നെപ്പോലൊരു ദുർമ്മുഖക്കാരിയെ ആരാണിഷ്ടപ്പെടുക. മടിച്ചിക്കോത. എന്നെ തെരഞ്ഞെടുത്താൽ നിന്റെ എല്ലാ കാര്യങ്ങളും ഞാനവനോട് പറയും."

"എനിക്കെന്താ ഒന്നും പറയാനില്ലേ. നിന്നെക്കൊണ്ട് ഒരു ഭർത്താവിന് എന്തു പ്രയോജനമാണുണ്ടാവുക. എങ്ങനെയാണ്

തുണി നെയ്യുക എന്നറിയാമോ നിനക്ക്. നീ ഭക്ഷണം പാകം ചെയ്താൽ നായപോലും തൊട്ടുനക്കില്ല."

"ഏതുനേരവും കുശുമ്പും കുന്നായ്മയും പറഞ്ഞുനടക്കുന്ന നിനക്കറിയുമോ തുണിനെയ്യാനും ഭക്ഷണമുണ്ടാക്കാനും?"

ഇങ്ങനെ പരസ്പരം കലഹിക്കുന്നതിനിടയിൽ അവർ രണ്ടുപേരും തണുത്തുറഞ്ഞ് നീല നിറമായി.

"നിന്നെ കണ്ടാൽ പേടിച്ചു പോകും. നീലിച്ച് പിന്നിക്കീറിയതുപോലെ."

ഒരുത്തി പറഞ്ഞു.

എന്നിട്ടവൾ ചെവി കൂർപ്പിച്ചുകൊണ്ട് പറഞ്ഞു:

"അവൻ വരുന്നുണ്ടെന്നാ തോന്നുന്നത്. കൈ ഞൊടിക്കുന്ന ശബ്ദംകേട്ടില്ല."

അപ്പോൾ മരങ്ങളിൽനിന്ന് മരങ്ങളിലേക്ക് മഞ്ഞ് വിതറുന്നുണ്ടായിരുന്നു.

"പ്രസ്കോവിയ, അവൻ വരുന്നുണ്ട്. മണിയൊച്ച കേൾക്കുന്നില്ലേ. എന്റെ വിരലിലെ തൊലിപോലും അവൻ ഉരിഞ്ഞെടുക്കുമെന്നാ തോന്നുന്നത്."

അപ്പോൾ, മരച്ചില്ലകൾ ഒന്നൊന്നായി ഒടിച്ചുകൊണ്ട് മഞ്ഞ് അവരുടെ അരികിലേക്കിറങ്ങി വരുന്നുണ്ടായിരുന്നു. അവസാനം പെൺകുട്ടികൾ ഇരിക്കുന്നിടത്തുള്ള പൈൻമരത്തിനു മുകളിലെത്തിയപ്പോൾ മഞ്ഞു ചോദിച്ചു:

"അല്ലയോ ചെറുപ്പക്കാരികളെ ഇപ്പോൾ തണുപ്പു കുറവുണ്ടോ. ചൂട് തോന്നുന്നുണ്ടോ?"

"ഞങ്ങളിപ്പോൾ തണുത്ത് വിറച്ച് ചാകും. ഞങ്ങളെ കെട്ടാൻവരുന്ന മണവാളനെയും കാത്തിരിക്കുകയാണ്. ആ പൊട്ടനെയാണെങ്കിൽ കാണുന്നുമില്ല."

മരക്കൊമ്പുലച്ച് മഞ്ഞ് അവരുടെ അടുത്തേക്കെത്തി.

"ഇപ്പോൾ സുഖകരമായ ചൂടനുഭവപ്പെടുന്നില്ലേ, നല്ലവരായ എന്റെ പ്രിയപ്പെട്ട സുന്ദരിമാരേ."

"ഇത്തരം പൊട്ടച്ചോദ്യങ്ങൾ ചോദിക്കല്ലേ. ഞങ്ങളുടെ കൈകാലുകൾ തണുത്ത് മരവിക്കുന്നത് നിങ്ങൾ കാണുന്നില്ലേ?"

മഞ്ഞ് പിന്നെയും താഴോട്ടേക്കിറങ്ങി അവരുടെ മുഖത്തേക്കൂതിയിട്ട് ചോദിച്ചു:

"ഇപ്പോൾ എന്തു തോന്നുന്നു മാടപ്പിറാവുകളെ. തണുപ്പ് മാറിയില്ലേ?"

"മിണ്ടാതെ എവിടെയെങ്കിലും പോയി തുലയ്."

പെൺകുട്ടികൾ അരിശത്തിൽ നിലവിളിച്ചുകൊണ്ട് തണുത്തുറഞ്ഞ് മറിഞ്ഞു വീണു.

പിറ്റേദിവസം രാവിലെതന്നെ വൃദ്ധ ഭർത്താവിനെ വിളിച്ചുണർത്തി പറഞ്ഞു:

"വേഗം ചെന്ന് എന്റെ മക്കളെ കൂട്ടിക്കൊണ്ടുവരൂ. രാത്രി കൊടുംതണുപ്പിലായിരിക്കും എന്റെ മക്കളുറങ്ങിയിട്ടുണ്ടാവുക. അവർക്ക് ചൂടു കിട്ടാൻ വണ്ടിയുടെ അടിയിൽ വൈക്കോൽ നിറച്ചോളൂ. അവരെ പുതപ്പിക്കാൻ ആട്ടിൻതോലുകൊണ്ടുണ്ടാക്കിയ ഈ പുതപ്പുകൂടി കരുതിക്കോളൂ. അവരെ കാത്തു നിറുത്താതെ പെട്ടെന്നു ചെന്നു കൂട്ടിക്കൊണ്ടുവാ."

പ്രാതൽപോലും കൊടുക്കാതെ അവൾ ഭർത്താവിനെ കാട്ടിലേക്കയച്ചു.

അയാൾ പൈൻമരച്ചുവട്ടിലെത്തിയപ്പോൾ മരിച്ചു മരവിച്ചു കിടക്കുന്ന പെൺകുട്ടികളെയാണ് കണ്ടത്. അയാൾ അവരെ വണ്ടിയിൽ കിടത്തി മുഖമടക്കം ശരീരം കമ്പിളികൊണ്ട് മറച്ച് വ്യസനത്തോടെ വീട്ടിലേക്കു തിരിച്ചു. കൈനിറയെ സമ്മാനങ്ങളുമായെത്തുന്ന മക്കളെ കാണാൻ ഓടിയെത്തിയ അമ്മ ചോദിച്ചു:

"എന്റെ മക്കളെവിടെ?"

"വണ്ടിയിലുണ്ട്."

കിഴവൻ പറഞ്ഞു.

വണ്ടിയുടെ പിറകിൽച്ചെന്നു പുതപ്പുമാറ്റിയപ്പോൾ മക്കളുടെ ശവശരീരമാണ് അമ്മ കണ്ടത്. അവൾ വയസ്സനെ പിടിച്ചു കുലുക്കി ശകാരം തുടങ്ങി:

"ഹേ, വിഡ്ഢിക്കിഴവാ, എന്താ നിങ്ങളീ കാണിച്ചത്. എന്റെ മക്കളെ കൊന്നില്ലേ, നശിപ്പിച്ചില്ലേ.... . എന്റെ മാടപ്പിറാവുകൾ.... . എന്റെ ചുവന്ന ചെറിപ്പഴങ്ങൾ. നിങ്ങളെ ഞാൻ വെറുതേവിടില്ല. തീക്കൊള്ളികൊണ്ട് കുത്തും, അല്ലാ, അടുപ്പിലിട്ട് ചുടും."

അന്ന് ആദ്യമായി അയാൾ ഭാര്യയോട് കയർത്തു സംസാരിച്ചു.

"നിർത്ത്. നീ എന്താ വിചാരിച്ചത്? സല്സ്വഭാവിയായ മർഫ യെപ്പോലെ നിന്റെ തെറിച്ച പെൺമക്കൾ കൈനിറയെ സമ്മാനങ്ങളുമായി, ധനികരായി തിരിച്ചെത്തുമെന്നോ? ആട്ടേ, ആരാ അവരെ കൊലയ്ക്ക് കൊടുത്തത്? ആരാ അവരെ മഞ്ഞുമലയിലേക്ക് അയച്ചത്?"

അന്ന് ആദ്യമായി അവൾ നാവടക്കി ഉരിയാടാതെ നിന്നു.

മർഫയെ ഗ്രാമത്തിലെ സുമുഖനും സുന്ദരനുമായ ഒരു ചെറുപ്പക്കാരൻ വിവാഹം കഴിക്കുകയും അവർ ഏറെക്കാലം സുഖമായി ജീവിക്കുകയും ചെയ്തു. അവർക്ക് മക്കളുണ്ടായി. കുട്ടികൾ വളർന്ന് തമ്മിൽ വഴക്കടിക്കാൻ തുടങ്ങിയപ്പോൾ മഞ്ഞുമലയിൽ അയയ്ക്കുമെന്നു പറഞ്ഞായിരുന്നു വൃദ്ധൻ പേരക്കുട്ടികളെ പേടിപ്പിച്ചത്.

തവളരാജകുമാരി

പണ്ടുപണ്ട് അങ്ങു ദൂരെ കാടും മേടും നദികളും കടന്നു ചെല്ലുമ്പോഴുള്ള ഒരു രാജ്യത്തെ രാജാവിനു മൂന്ന് ആൺമക്കളുണ്ടായിരുന്നു. മൂന്നുപേരും സുന്ദരന്മാരും ധൈര്യശാലികളുമായിരുന്നെങ്കിലും ഏറ്റവും ഇളയവനായിരുന്നു കൂട്ടത്തിൽ മിടുക്കൻ. ഐവാൻ എന്നായിരുന്നു ആ രാജകുമാരന്റെ പേര്.

ഒരിക്കൽ ചക്രവർത്തി മൂന്നു മക്കളെയും വിളിച്ചുവരുത്തിയിട്ട് പറഞ്ഞു:

"പ്രിയപ്പെട്ട മക്കളേ, നിങ്ങൾക്ക് വിവാഹപ്രായമായിരിക്കുന്നു. മരിക്കുന്നതിനു മുമ്പ് നിങ്ങളുടെ മക്കളെയും അവരുടെ മക്കളെയുമൊക്കെ കാണാൻ എനിക്കു മോഹമുണ്ട്. നിങ്ങൾ മൂന്നുപേരും അമ്പും വില്ലുമായി ഞാൻ കാണിച്ചുതരുന്ന സ്ഥലത്തേക്ക് പോകണം. അവിടെ മറ്റാർക്കും പ്രവേശനമില്ല. മൂന്നുപേരും ഓരോരോ ദിക്ക് ലാക്കാക്കി അമ്പെയ്യണം. എന്നിട്ട് അമ്പിന്റെ പിന്നാലെ ചെന്ന് അതെവിടെയാണോ പതിക്കുന്നത് ആ സ്ഥലത്തു ചെന്ന് നിങ്ങളുടെ വധുക്കളെ അന്വേഷിക്കണം."

അച്ഛൻ പറഞ്ഞതുപോലെ മൂന്നുപേരും അമ്പുതൊടുത്തു. മൂത്ത സഹോദരൻ കിഴക്കോട്ടേക്കും രണ്ടാമത്തെ സഹോദരൻ പടിഞ്ഞാട്ടേക്കും അമ്പെയ്തു. ഏറ്റവും ഇളയ ഐവാൻ രാജകുമാരൻ സർവ്വശക്തിയും പ്രയോഗിച്ചാണ് അമ്പെയ്തത്.

വില്ല് അയാളുടെ കാലിനു ചുവട്ടിൽ വീണു. അമ്പ് എവിടെയാണ് വീണതെന്ന് കണ്ടതുമില്ല. മൂത്തയാളുടെ അമ്പു ചെന്നു പതിച്ചത് കുലീനനായ ഒരാളുടെ മകളുടെ വീട്ടുമുറ്റത്തായിരുന്നു. രണ്ടാമത്തെ മകന്റേതാവട്ടെ പണക്കാരനായ ഒരു കച്ചവടക്കാരന്റെ വീടിന്റെ ജനലിലൂടെ വീട്ടിനകത്ത് ചെന്നു പതിച്ചു. പക്ഷേ, ഇവാന്റെ അമ്പ് കാണാനുണ്ടായിരുന്നില്ല.

രണ്ടുദിവസം ഇവാൻ അമ്പ് അന്വേഷിച്ച് അവിടെ മുഴുക്കെ നടന്നു. മൂന്നാംദിവസം ഒരു ചതുപ്പ് നിലത്തിലിരിക്കുന്ന വലിയൊരു തവളയുടെ വായിൽ അമ്പ് കണ്ടെത്തി. ഇവാൻ കുറച്ചൊന്നുമല്ല അമ്പരന്നത്. എന്തോ മറിമായം നടന്നിട്ടുണ്ടെന്ന് ഉറപ്പിച്ച് അയാൾ ഓടി രക്ഷപ്പെടാൻ ശ്രമിച്ചതും തവള പിറകിൽനിന്നു വിളിച്ചു:

''ഇവാൻ രാജകുമാരാ, എങ്ങോട്ടേക്കാ മണ്ടുന്നത്? നിങ്ങളുടെ അമ്പ് കണ്ടെത്തി എന്നെക്കൂടി കൂടെക്കൂട്ട്. ഞാനാണ് നിങ്ങളുടെ വധു.''

പേടിച്ചു വിറച്ചുകൊണ്ട് ക്രോ ക്രോ എന്നു കരഞ്ഞു കൊണ്ടിരുന്ന തവളയുടെ വായിൽനിന്ന് അമ്പെടുത്ത് അറപ്പോടെ അതിനെയും കൈയിലെടുത്ത് ഐവാൻ വീട്ടിലേക്കു പുറപ്പെട്ടു. അവരെ കണ്ടതും സഹോദരന്മാരും അവരുടെ സുന്ദരികളായ ഭാര്യമാരും പരിഹസിച്ചു ചിരിക്കാൻ തുടങ്ങി. ഐവാൻ സങ്കടത്തോടെ പിതാവിന്റെ അരികിൽ ചെന്നു.

"ക്രോ ക്രോ എന്ന് നിർത്താതെ കരഞ്ഞുകൊണ്ടിരിക്കുന്ന ഇതിനെ ഞാനെങ്ങനെയാ വിവാഹം കഴിക്കുന്നത്? വിവാഹമെന്നു പറയുന്നത് നദി കടന്ന് അക്കരെയെത്തുകയോ പാടം മുറിച്ചു കടക്കലോ ഒന്നുമല്ലല്ലോ. ഒരു തവളയോടൊപ്പം ഞാനെങ്ങനെയാ ജീവിക്കുക?"

രാജകുമാരന്റെ സങ്കടം അണപൊട്ടി.

"എന്റെ വാക്കു പാലിക്കാനും മാനം രക്ഷിക്കാനും നീ അതിനെ വിവാഹം കഴിച്ചേ മതിയാകൂ."

അങ്ങനെ ചക്രവർത്തിയുടെ മൂന്നു മക്കളുടെയും വിവാഹം നടന്നു. മൂത്തയാളുടെ ഭാര്യ കുലീനനായ പ്രഭുവിന്റെ മകൾ. രണ്ടാമത്തവന്റെ ഭാര്യ പണക്കാരനായ കച്ചവടക്കാരന്റെ മകൾ.

ഏറ്റവും ഇളയവനായ ഐവാന്റെ ഭാര്യയാകട്ടെ ഒരു തവളയും. മൂന്നുപേരും അവരുടെ ഭാര്യമാരോടൊപ്പം തങ്ങളുടെ കൊട്ടാരങ്ങളിലെത്തി. തവളയോട് മാന്യമായും ദയയോടെയും തന്നെയാണ് ഇവാൻ പെരുമാറിയത്.

ഒരുദിവസം രാവിലെ ചക്രവർത്തി മൂന്നുമക്കളെയും വിളിച്ചിട്ടു പറഞ്ഞു:

“പ്രിയപ്പെട്ട മക്കളേ, എന്റെ മരുമക്കളുടെ കരവിരുത് പരിശോധിക്കണമെന്ന് ഞാൻ വിചാരിക്കുന്നു. നിങ്ങള് മൂന്നുപേരും നമ്മുടെ കലവറയിൽച്ചെന്ന് ഷർട്ട് തയ്ക്കാൻ ആവശ്യമായ തുണിയെടുത്ത് നിങ്ങളുടെ ഭാര്യമാരെ ഏല്പിക്ക്. നാളെ രാവിലെ ആകുമ്പോഴേക്ക് അതുകൊണ്ട് എന്റെ അളവിൽ ഓരോ കുപ്പായം തയ്ക്കാൻ പറ.”

മൂത്തവർ രണ്ടുപേരും തുണി ഭാര്യമാരെ ഏല്പിച്ചതും അവർ പണിക്കാരികളെ വിളിച്ച് അത് പാകത്തിന് മുറിപ്പിച്ച് കുപ്പായം തയ്ക്കാൻ തുടങ്ങി. ഐവാന്റെ ഭാര്യ എന്താണാവോ ചെയ്യാൻപോകുന്നത് എന്നു പറഞ്ഞു പരിഹസിച്ച് ചിരിക്കാനും മറന്നില്ല. ആകെ വിഷണ്ണനായി തലയും കുനിച്ചെത്തിയ ഐവാനോട് തവള കാരണമന്വേഷിച്ചു.

“സങ്കടപ്പെടുകയല്ലാതെ എനിക്കെന്തു ചെയ്യാൻ കഴിയും? അച്ഛൻ തിരുമനസ്സിന് കുപ്പായം തുന്നാൻ നിനക്ക് സാധിക്കില്ലല്ലോ.”

ഐവാൻ പറഞ്ഞു.

“ക്രോ.... ക്രോ... സമാധാനമായിട്ട് ചെന്ന് ഉറങ്ങ്. രാത്രിയിലേതിനേക്കാൾ രാവിലെ ബുദ്ധിക്ക് തെളിച്ചം കൂടും.”

തവള സമാധാനിപ്പിച്ചു. അവൾ തന്റെ പണിക്കാരികളെ വിളിച്ച് തുണി ചെറിയ കഷണങ്ങളായി മുറിച്ചെടുക്കാൻ കല്പിച്ചു. എന്നിട്ട് അതും കടിച്ചുപിടിച്ച് ജനലിലൂടെ പുറത്തേക്കു ചാടി വായുവിലൂടെ പറന്നു.

“കാറ്റേ, കാറ്റേ ഈ തുണികൊണ്ട് ചക്രവർത്തിക്ക് ഒരു കുപ്പായം തുന്നിത്തരൂ.”

അവൾ കാറ്റിനോട് അഭ്യർത്ഥിച്ചതും തുണിക്കഷണങ്ങൾ

കുപ്പായമായി മാറി. അവളുടനെ അതുമായി ഒറ്റച്ചാട്ടത്തിന് കൊട്ടാരത്തിലെത്തി.

രാവിലെ അവൾ അത് ഐവാനെ ഏല്പിച്ചു. അയാൾ അതുമായി ചക്രവർത്തിയുടെ കൊട്ടാരത്തിലെത്തി. ഏട്ടന്മാർ അപ്പോഴേക്കും കുപ്പായങ്ങളുമായി എത്തിക്കഴിഞ്ഞിരുന്നു. മൂത്തവനാണ് ആദ്യമായി തന്റെ ഭാര്യ തുന്നിയ കുപ്പായം ചക്രവർത്തിയെ കാണിച്ചത്.

"ഇതെന്റെ സേവകനൊരുത്തന് പറ്റുമായിരിക്കും."

ചക്രവർത്തി അത് താഴേക്കെറിഞ്ഞുകൊണ്ട് പറഞ്ഞു.

അപ്പോൾ രണ്ടാമത്തെ മരുമകളായ കച്ചവടക്കാരന്റെ മകൾ തയ്ച്ച കുപ്പായം മുന്നിൽ വച്ചു.

"തരക്കേടില്ല. ഇരുട്ടത്ത് കുളിക്കാനിറങ്ങുമ്പോൾ ധരിക്കാം."

മടിച്ചുമടിച്ച് ഐവാൻ കുപ്പായം മുന്നിൽ വച്ചു.

"ഹാ.... . ഇത് വളരെ നന്നായിരിക്കുന്നല്ലോ. രാജസദസ്സിൽ ചെല്ലുമ്പോൾ ഈ കുപ്പായം ധരിപ്പിക്കാൻ ഇപ്പോൾത്തന്നെ എന്റെ സേവകരെ ചട്ടംകെട്ടൂ."

ഐവാൻ വളരെ സന്തോഷത്തോടെ തന്റെ കൊട്ടാരത്തിലേക്കു പോയി.

"അത് തവളയല്ല, വല്ല മന്ത്രവാദിനിയുമായിരിക്കും."

മറ്റു രണ്ടു മരുമക്കളും മുറുമുറുത്തു.

രണ്ടാമതും മരുമക്കളെ പരീക്ഷിക്കാൻ ചക്രവർത്തി തീരുമാനിച്ചു. ഇത്തവണ റൊട്ടി ഉണ്ടാക്കാനായിരുന്നു കല്പിച്ചത്.

"നാളെ രാവിലെ നിങ്ങളുടെ ഭാര്യമാർ എനിക്കുള്ള റൊട്ടി തയ്യാറാക്കണം. അപ്പോഴറിയാമല്ലോ ആരാണ് മികച്ച വീട്ടമ്മയെന്ന്."

കേട്ടതും ഐവാൻ ആകെ വിഷമിച്ചു. ഇരുണ്ട മുഖവുമായാണ് കൊട്ടാരത്തിലെത്തിയത്.

"ക്രോ.... ക്രോ.... എന്തുപറ്റി അച്ഛൻ തമ്പുരാൻ വഴക്കു പറഞ്ഞോ?"

തവള ചോദിച്ചു.

"ഇതിനാണോ മുഖമിങ്ങനെ വാടിയത്. രാവിലെയാകുമ്പോൾ നിങ്ങളുടെ ബുദ്ധി തെളിയും. ചെന്നു കിടന്നുറങ്ങ്." കാര്യം കേട്ടപ്പോൾ തവള സമാധാനിപ്പിച്ചു

അയാൾ ഉറങ്ങിയപ്പോൾ അവൾ പണിക്കാരികളെ വിളിച്ച് മാവും വെള്ളവും തണുത്ത അപ്പക്കൂടിൽ വയ്ക്കാൻ ആവശ്യപ്പെട്ടു. എന്നിട്ട് ഒരു ചാട്ടത്തിന് അപ്പക്കൂടിനടുത്തെത്തിയിട്ട് പറഞ്ഞു:

"അപ്പക്കൂടേ, അപ്പക്കൂടേ, ഈ മാവുകൊണ്ട് അകം മഞ്ഞുപോലെ വെളുത്ത പതുപതുത്തതും പുറം മൊരിഞ്ഞതുമായ റൊട്ടിയുണ്ടാക്കൂ."

ഉടനേ അപ്പക്കൂടിന്റെ വാതിൽ തുറന്ന് അകം പതുപതുത്തതും വെളുവെളുത്തതും പുറം മൊരിഞ്ഞ് പാകമായതുമായ റൊട്ടി പുറത്തെത്തി. നഗരത്തിന്റെ ആകൃതിയിലുള്ളതും കവാടങ്ങളും ഗോപുരങ്ങളുമൊക്കെയുള്ള കാണാൻ ചേലുള്ള റൊട്ടി.

അച്ഛന് തങ്ങൾ തുന്നിയ കുപ്പായം പിടിക്കാഞ്ഞതോടെ മൂത്ത രണ്ടു മരുമക്കൾക്കും തവളയോട് വെറുപ്പായി. ഇവളെങ്ങനെയാ റൊട്ടിയുണ്ടാക്കുന്നതെന്ന് അറിയാനായി അവർ ഒരു വൃദ്ധയെ രഹസ്യമായി അങ്ങോട്ടയച്ചു. കണ്ടതും കേട്ടതും അവൾ വന്നു പറഞ്ഞപ്പോൾ അവരും അതുപോലെ മാവും വെള്ളവും അപ്പക്കൂടിൽവച്ച് തവളയെ അനുകരിച്ചു. പക്ഷേ, ഒരത്ഭുതവും സംഭവിച്ചില്ല. മാവും വെള്ളവും കൂടിക്കുഴഞ്ഞ് അപ്പക്കൂട് നാശമായതല്ലാതെ റൊട്ടി വെന്തില്ല. ആകെ കുപിതരായ അവർ വീണ്ടും മാവും വെള്ളവും കൊണ്ടുവരാൻ പണിക്കാരികളോട് പറഞ്ഞു. ഇത്തവണ സാധാരണ റൊട്ടി ഉണ്ടാക്കുന്നതുപോലെ യീസ്റ്റ് ചേർത്ത് ചൂടുവെള്ളത്തിൽ മാവു കുഴച്ച് പരുവപ്പെടുത്തി പതിവുപോലെ അപ്പക്കൂടിൽവച്ചു തീ കത്തിച്ചു. പക്ഷേ, റൊട്ടി നന്നായില്ല. മാവ് പതച്ചുപൊങ്ങിത്തൂവി അപ്പക്കൂട് നാശമായി. ഒരു റൊട്ടി വെന്തില്ല. മറ്റൊന്നാകട്ടെ കരിഞ്ഞുംപോയി. വീണ്ടും വീണ്ടും ശ്രമിച്ചിട്ടും അവരുടെ റൊട്ടി കരിഞ്ഞും മൊരിഞ്ഞും നാശമായി.

പിറ്റേദിവസം രാവിലെ സഹോദരന്മാർ റൊട്ടിയുമായി അച്ഛനെ കാണാനെത്തി.

"ഇത് അടുക്കളയിൽ കൊണ്ടുപോയി വല്ല പിച്ചക്കാർക്കും കൊടുക്കാൻ പറ."

മൂത്തവന്റെ റൊട്ടി കണ്ട ചക്രവർത്തി പറഞ്ഞു.

രണ്ടാമത്തവന്റെ റൊട്ടി കണ്ട് അമർഷം അടക്കാനാവാതെ ചക്രവർത്തി കല്പിച്ചു:

"ഇതെന്റെ വേട്ടപ്പട്ടിക്ക് കൊടുത്തേക്ക്."

ഐവാൻ റൊട്ടി മേശപ്പുറത്തു വച്ചു. പതുപതുത്തതും മൊരിഞ്ഞതുമായ റൊട്ടി കണ്ട് ചക്രവർത്തിയുടെ മുഖം തെളിഞ്ഞു. അഭിനന്ദിക്കാൻ വാക്കുകളില്ലാതെ അച്ഛൻ പരുങ്ങുന്നത് അയാൾക്ക് കാണാമായിരുന്നു. ഒരു കഷണം മുറിച്ച് വായിലിട്ട് നോക്കിയിട്ട് ചക്രവർത്തി പറഞ്ഞു:

"ഇത് സൂക്ഷിച്ചുവയ്ക്ക്. ഈസ്റ്ററിന് വിളമ്പാം."

മൂന്നാമതൊരു പരീക്ഷണംകൂടി വേണമെന്ന് തീരുമാനിച്ച ചക്രവർത്തി മക്കളെ മൂന്നാളെയും വീണ്ടും വിളിച്ചുവരുത്തി.

"ഉന്നത കുടുംബത്തിലെ പെൺകുട്ടികൾക്ക് കൈവേലകൾ അറിയാതിരിക്കില്ല. നിങ്ങൾ എന്റെ കലവറയിൽച്ചെന്ന് പട്ടുതുണിയും സ്വർണ്ണനൂലും വെള്ളിനൂലും വാങ്ങി ഭാര്യമാരെ ഏല്പിക്ക്. രാവിലെയാകുമ്പോഴേക്ക് അവർ അതുകൊണ്ട് പരവതാനി ഉണ്ടാക്കട്ടെ."

അന്നും ആകെ നിരാശനായി കൊട്ടാരത്തിലെത്തിയ ഐവാനോട് തവള ചോദിച്ചു:

"ഇന്നെന്താ പ്രശ്നം? ഇങ്ങനെ നിങ്ങളെ സങ്കടത്തിലാക്കാൻ മാത്രം ദുഷ്ടനാണോ നിങ്ങളുടെ അച്ഛൻ?"

"ഇത്രേയുള്ളോ. ചെന്നു കിടന്നുറങ്ങ്. നേരംപുലരുമ്പോ നിങ്ങക്ക് നല്ല ബുദ്ധി ഉദിക്കാതിരിക്കില്ല."

സംഗതി കേട്ടപ്പോൾ തവള സമാധാനിപ്പിച്ചു. ഉടനേ അവൾ ജോലിക്കാരികളോട് പട്ടുതുണിയും നൂലുകളും ചെറിയ കഷണങ്ങളായി മുറിച്ചു കൊണ്ടുവരാൻ ആവശ്യപ്പെട്ടു. ഐവാൻ ഉറങ്ങിയെന്നു കണ്ടപ്പോൾ അതും കടിച്ചുപിടിച്ച് അവൾ

ജനാലയിലൂടെ പുറത്തേക്കൊരു ചാട്ടം ചാടി കാറ്റിനോട് പറഞ്ഞു:

"പ്രിയപ്പെട്ട കാറ്റേ, അച്ഛൻ ജനവാതിലിൽ തൂക്കിയിടാറുള്ളതുപോലുള്ള മനോഹരമായ ഒരു പരവതാനി ഇതുകൊണ്ട് ഉണ്ടാക്കിത്തരൂ,"

പറഞ്ഞുതീർന്നതും അതിമനോഹരമായ പരവതാനി ജനലിലൂടെ അകത്തെത്തി.

അന്നും മൂത്തമരുമക്കൾ ചാരപ്പണിക്ക് ആളെ അയച്ചിരുന്നു. ആ ജോലിക്കാരി പറഞ്ഞത് കേട്ട് മറ്റു രണ്ടുപേരും അന്തംവിട്ടു. ഇത്തവണ കാര്യം സാധിക്കുകതന്നെ വേണം എന്നു കരുതി അവരും പട്ടുതുണിയും നൂലുകളും ചെറിയ കഷണങ്ങളാക്കി ജനലിലൂടെ കാറ്റിൽ പറത്തി കാത്തിരുന്നു. ഏറെ നേരം കഴിഞ്ഞിട്ടും ഒന്നുംതന്നെ സംഭവിച്ചില്ല. ആകെ നിരാശരായി അവർ വീണ്ടും തുണിയും നൂലും വരുത്തി തങ്ങളുടെ ജോലിക്കാരികളെ ഉറക്കമൊഴിഞ്ഞിരുന്നു പരവതാനി നെയ്യാൻ ഏർപ്പാടാക്കി.

പിറ്റേദിവസം രാവിലെ പരവതാനിയുമായി മൂത്തമകനെത്തിയപ്പോൾ ചക്രവർത്തി പറഞ്ഞു:

"ഇത് കുതിരലായത്തിലേക്ക് കൊടുത്തയയ്ക്ക്. കുതിരയെ പുതപ്പിക്കാം."

രണ്ടാമത്തവന്റെ പരവതാനി നോക്കിയിട്ട് പറഞ്ഞു:

"ഇത് തളത്തിലെ വാതില്ക്കൽ വിരിക്ക്. ഭൃത്യർക്ക് കാലു തുടയ്ക്കാം."

ഐവാൻ പരവതാനി അച്ഛന്റെ മുന്നിൽ ചുരുളഴിച്ചതും അദ്ദേഹത്തിന്റെ മുഖം സന്തോഷത്താൽ തിളങ്ങി. അത്രയും മനോഹരമായിരുന്നു ആ പരവതാനി. ഏതോ മാലാഖ തയ്ച്ചുണ്ടാക്കിയതാണോ എന്നു സംശയിച്ചുപോകുന്നത്രയും മനോഹരം.

"ഇത് അമൂല്യസാധനങ്ങൾ സൂക്ഷിക്കുന്ന കലവറയിൽ ഭദ്രമായി സൂക്ഷിക്ക്. ആഘോഷവേളയിൽ മാത്രം ഉപയോഗിച്ചാൽ മതി. എന്റെ പ്രിയപ്പെട്ട മക്കളേ, നിങ്ങളുടെ ഭാര്യമാർ എന്റെ

ആജ്ഞ അനുസരിച്ച് അവരാലാകുന്നതുപോലെ ചെയ്തല്ലോ. നാളെ രാത്രി നിങ്ങളെല്ലാവരും എന്നോടൊപ്പം ഭക്ഷണം കഴിക്കണം. നമുക്കൊന്ന് ആഘോഷിക്കാം."

മൂത്തവരുടെ ഭാര്യമാർക്ക് ഇതു കേട്ടതും ഭയങ്കര സന്തോഷമായി.

"നമ്മൾ നാളെ അണിഞ്ഞൊരുങ്ങി അച്ഛന്റെ വിരുന്നിനെത്തും. പാവം നമ്മുടെ തവളയനിയത്തി എന്താണാവോ ചെയ്യാനുദ്ദേശിക്കുന്നത്?"

അവർ പരിഹസിച്ചു. ഇതുകേട്ട ഐവാൻ വിഷണ്ണനായി കൊട്ടാരത്തിലെത്തി തവളയോട് പറഞ്ഞു:

"കാര്യമൊക്കെ ശരി, നീ ഭംഗിയുള്ള കുപ്പായം തുന്നി, പതുപതുത്ത റൊട്ടിയുണ്ടാക്കി, മനോഹരമായ പരവതാനി നെയ്തു....... പക്ഷേ, നാളത്തെ വിരുന്നിന് നിന്നെയും കൈയിലേന്തി ഞാനെങ്ങനെ അച്ഛന്റെ മുമ്പിൽച്ചെല്ലും?"

"വെറുതേ ഓരോന്നാലോചിച്ച് തലപുണ്ണാക്കാതെ കിടന്നുറങ്ങാൻ നോക്ക്. നാളെ രാവിലെ എന്തത്ഭുതമാണ് സംഭവിക്കുന്നതെന്ന് നമുക്ക് കാത്തിരുന്ന് കാണാം.

എന്നെ വിശ്വസിക്ക്. ഞാൻ തയ്ച്ച ഉടുപ്പും, ഉണ്ടാക്കിയ റൊട്ടിയും നെയ്ത പരവതാനിയും നിങ്ങളുടെ അച്ഛന് ഇഷ്ടപ്പെട്ടില്ലേ. അതുപോലെ നിങ്ങളുടെ ഭാര്യയേയും ചിലപ്പോൾ ചക്രവർത്തി ഇഷ്ടപ്പെട്ടേക്കും. നിങ്ങൾ അങ്ങോട്ട് ചെല്ല്. പിതാവിനെ വണങ്ങി നില്ക്കുമ്പോൾ കൊട്ടുംമുട്ടും കേൾക്കും. 'എന്റെ പാവം തവളഭാര്യ അവളുടെ പെട്ടിയിൽ കയറി വരുന്നുണ്ട്' എന്ന് അപ്പോൾ പറയണം. അപ്പോൾ നിങ്ങൾ കാണേണ്ടത് കാണും."

ഐവാൻ സന്തോഷത്തോടെ പിതാവിന്റെ കൊട്ടാരത്തിലേക്കു പുറപ്പെട്ടു.

അയാൾ പോയതും തവള ജനലിലൂടെ പുറത്തേക്കു നോക്കി വിളിച്ചു പറഞ്ഞു:

"കാറ്റേ, കാറ്റേ, വെളുവെളാ വെളുത്ത ആറു കുതിരകൾ വലിക്കുന്ന വണ്ടിയും വണ്ടിക്കാരനും വണ്ടിയെ അനുഗമിക്കാൻ

പളപളാമിന്നുന്ന വേഷമണിഞ്ഞ് കുതിരപ്പുറത്ത് കയറിയ പട്ടാളക്കാരും എനിക്കുടനേ വേണം."

ഉടനേ കാഹളം മുഴങ്ങുകയും കുതിരപ്പുറത്ത് യുദ്ധച്ചമയങ്ങളണിഞ്ഞ പട്ടാളക്കാരും പിന്നാലെ ആറു വെളുത്ത കുതിരകൾ വലിക്കുന്ന സ്വർണ്ണ നിറത്തിലുള്ള വില്ലീസു വണ്ടിയും കൊട്ടാരത്തിനുമുന്നിലെത്തി. തവള തന്റെ പുറന്തോട് ഊരിയെറിഞ്ഞ് ആരും കണ്ടാൽ അതിശയിച്ചു നോക്കി നിന്നുപോകുന്ന അതിസുന്ദരിയായ യുവതിയായി മാറി വണ്ടിയിൽ കയറി. വർണ്ണിക്കാൻ വാക്കുകളില്ലാത്തവിധം അതീവസുന്ദരിയായിരുന്നു അവൾ.

അതേസമയം മൂത്ത സഹോദരന്മാരും ഭാര്യമാരും ചക്രവർത്തിയുടെ അതിഥിമുറിയിൽ ഒത്തുകൂടിയിരുന്നു. വിശേഷപ്പെട്ട പട്ടുവസ്ത്രങ്ങളും കണ്ണഞ്ചിക്കുന്ന സ്വർണ്ണാഭരണങ്ങളുമണിഞ്ഞ് രണ്ടുപേരും നന്നായി ഒരുങ്ങിയിരുന്നു. അവർ രണ്ടുപേരും ഐവാനോട് പരിഹാസത്തോടെ ചോദിച്ചു:

" നിന്റെ തവളഭാര്യ എത്തിയില്ലേ? ഒരു പാത്രം അലങ്കരിച്ച് അതിലിട്ട് കൊണ്ടുവന്നാൽ പോരായിരുന്നോ? ചതുപ്പുനിലത്തിലെ സുന്ദരിയെയാണ് നീ തെരഞ്ഞെടുത്തതെന്ന് ഉറപ്പാണോ?"

അപ്പോൾ കുതിരക്കുളമ്പടികളും വണ്ടിയുടെ ചക്രം ഉരയുന്ന ശബ്ദവും കേട്ട് ഐവാൻ പറഞ്ഞു:"എന്റെ പാവം ഭാര്യ അവളുടെ പെട്ടിയിൽ കയറി വരുന്നുണ്ട്."

ശബ്ദം കേട്ട് എല്ലാവരും ജനലരികിലേക്കു ഓടി. കുതിരപ്പുറത്തുകയറിയ പട്ടാളക്കാരുടെ അകമ്പടിയോടെ പാലുപോലെ വെളുത്ത ആറു കുതിരകൾ വലിക്കുന്ന സ്വർണ്ണ നിറമുള്ള കുതിരവണ്ടി കൊട്ടാരമുറ്റത്ത് വന്നു നില്ക്കുന്നു. പട്ടാളക്കാരിലൊരുവൻ വന്നു വണ്ടിയുടെ വാതിൽ തുറന്നപ്പോൾ അതിസുന്ദരിയായ രാജകുമാരി വണ്ടിയിൽനിന്നിറങ്ങി. സൂര്യനും ചന്ദ്രനുംപോലും അവളുടെ സൗന്ദര്യത്തെ വർണ്ണിക്കാൻ വാക്കുകൾ കിട്ടിയെന്നു വരില്ല.

ഉടനേ, ഐവാൻ ഇറങ്ങിച്ചെന്ന് അവളുടെ കൈപിടിച്ച്

ചക്രവർത്തിയുടെ അടുത്തേക്ക് ആനയിച്ചു. അദ്ദേഹം അവളെ തന്റെയടുത്തുതന്നെ ഇരുത്തി. എല്ലാവരും തിന്നും കുടിച്ചും ആഘോഷിക്കുമ്പോൾ അവളുടെ ചേട്ടത്തിമാർ രണ്ടുപേരും അവളെ അസൂയയോടെ നോക്കുന്നുണ്ടായിരുന്നു.

"നമ്മള് കരുതിയതുപോലെ അവളൊരു മന്ത്രവാദിനി തന്നെയാണ് കേട്ടോ. ഇനി ഏതുനേരവും അവളുടെ മേൽ ഒരു കണ്ണുവേണം."

രണ്ടുപേരും പരസ്പരം പിറുപിറുക്കുന്നുണ്ടായിരുന്നു.

ഭക്ഷണത്തിനിടയിൽ അവൾ വീഞ്ഞ് കുടിക്കാതെ തന്റെ വലതുഭാഗത്തെ കുപ്പായക്കൈയിൽ ഒഴിക്കുന്നതും അരയന്ന യിറച്ചിയുടെ എല്ല് വലതുകുപ്പായക്കൈയിലിടുന്നതും കണ്ട് അവരും അതുപോലെ ചെയ്തു.

ഭക്ഷണം കഴിഞ്ഞപ്പോൾ പാട്ടുതുടങ്ങി. ചക്രവർത്തി ഐവാന്റെ ഭാര്യയെ നൃത്തം ചെയ്യാൻ ക്ഷണിച്ചു. അവളാകട്ടെ അതിമനോഹരമായി നൃത്തം ചെയ്തു. നൃത്തത്തിനിടയിൽ അവൾ തന്റെ ഇടതു കുപ്പായക്കൈ കുടഞ്ഞതും അവിടെ അതിമനോഹരമായ ഒരു തടാകം രൂപപ്പെട്ടു. അവൾ വലതുകുപ്പാ യക്കൈ വീശിയതും അരയന്നങ്ങളും കുഞ്ഞുങ്ങളും തടാക ത്തിൽ നീന്തിക്കളിച്ചു. അവൾ നൃത്തച്ചുവടുകൾ നിർത്തിയതും തടാകവും അരയന്നങ്ങളും അപ്രത്യക്ഷമായി. ചക്രവർത്തിയും അതിഥികളും ആ കാഴ്ചകണ്ട് ശരിക്കും അമ്പരന്നു.

അതുകഴിഞ്ഞപ്പോൾ അവളുടെ ചേട്ടത്തിമാർ നൃത്തം തുടങ്ങി. അവർ ഇടതുകൈ ഉയർത്തിയതും വീഞ്ഞുപാത്രം താഴെ വീണു. വലതുകൈ വീശിയപ്പോഴാകട്ടെ അരയന്നത്തിന്റെ എല്ലുകൾ താഴെ വീഴാൻ തുടങ്ങി. ഒരു കഷണം ചക്രവർ ത്തിയുടെ കണ്ണിലേക്കാണ് തെറിച്ചു വീണത്. ക്ഷുഭിതനായ ചക്രവർത്തി ഉടനെ രണ്ടുപേരെയും കൊട്ടാരത്തിൽനിന്നു പുറത്താക്കി. നാണംകെട്ട് തലകുനിച്ചാണ് ചക്രവർത്തി കൊട്ടാരത്തിലേക്കു പോയത്.

തന്റെ ഭാര്യ വീണ്ടും തവളയായി മാറുമോ എന്നു ഭയന്നുകൊണ്ട് ഐവാൻ രാജകുമാരൻ തിരക്കിട്ട് തന്റെ

കൊട്ടാരത്തിലെത്തി. തവള ഊരിയിട്ട തൊലി കുമാരൻ തീയിട്ട് കത്തിച്ചു. അയാൾ അങ്ങനെ ചെയ്യുമെന്നു ഭയന്ന രാജകുമാരി കൊട്ടാരത്തിലെത്തുമ്പോഴേക്ക് രാജകുമാരൻ അവളുടെ പുറന്തോൽ തീയിലിട്ടു കഴിഞ്ഞിരുന്നു.

"അയ്യോ..... ഐവാൻരാജകുമാരാ താങ്കൾക്ക് ഇത്ര ക്ഷമയില്ലാതായിപ്പോയല്ലോ. വാസിലിസ വൈസ് എന്ന മാലാഖയാണ് ഞാൻ. ഇനി നിങ്ങൾക്കെന്നെ കാണണമെങ്കിൽ കടമ്പകൾ ഏറെ കടന്ന് കടൽത്തീരത്തുള്ള സൂര്യനു കീഴിലുള്ള മുപ്പതാമത്തെ രാജ്യത്തിലെത്തണം."

ഇതുകേട്ട ഐവാൻ രാജകുമാരനു കരച്ചിലടക്കാൻ കഴിഞ്ഞില്ല. ദൈവത്തെ മനസ്സിൽ ധ്യാനിച്ച് മാതാപിതാക്കളോട് യാത്ര പറഞ്ഞ് ഐവാൻ രാജകുമാരൻ ഭാര്യയെ അന്വേഷിച്ചു പുറപ്പെട്ടു.

നാടും നഗരവും കാടുംമേടും താണ്ടി അയാൾ യാത്ര തുടർന്നു. പോകുന്ന വഴിയിൽ കണ്ടവരോടെല്ലാം തന്റെ പ്രിയ പത്നി വാസിലിസിന്റെ രാജ്യത്തെക്കുറിച്ച് അന്വേഷിച്ചുകൊണ്ടായിരുന്നു യാത്ര. സൂര്യനു കീഴിലെ സാമ്രാജ്യത്തിലെത്തുംവരെ ആർക്കും അതിനെക്കുറിച്ച് ഒന്നും അറിയില്ലായിരുന്നു. അവിടെ എത്തിയപ്പോൾ കണ്ട ഒരു വൃദ്ധനോട് അയാൾ വാസിലിസിനെക്കുറിച്ചു അന്വേഷിച്ചു.

"അവളെക്കുറിച്ച് എനിക്കറിയാം. ഈ സാമ്രാജ്യത്തിലെ മരണമില്ലാത്ത മന്ത്രവാദി കഷേച്ചിയുടെ മകളാണവൾ. എന്തോ കാര്യത്തിന് മകളോട് ക്ഷോഭിച്ച് ശപിച്ചാണ് കഷേച്ചി അവളെ തവളയാക്കിയത്. നീ അവളുടെ തൊലി കരിച്ചുകളഞ്ഞില്ലായിരുന്നെങ്കിൽ അവളിപ്പോൾ നിന്റെ കൂടെ ഉണ്ടാകുമായിരുന്നു. അവളിപ്പോൾ എവിടെയാണെന്ന് എനിക്കു പറയാൻ സാധിക്കില്ല. പക്ഷേ, ഞാൻ മറ്റൊരുവിധത്തിൽ നിന്നെ സഹായിക്കാം. നിനക്കൊരു പന്തു തരാം. അത് നീ താഴേക്കിടണം. പന്തുരുളുന്ന വഴിയേ നീ പോകണം."

വൃദ്ധന് നന്ദി പറഞ്ഞ് അയാൾ അവിടെ നിന്നിറങ്ങി, പന്ത് താഴേക്കുരുട്ടി.

പന്ത് ഉരുണ്ട് മുന്നോട്ട് നീങ്ങി. കുന്നിൻചെരിവിലൂടെ ഉരുണ്ടുരുണ്ട് കാട്ടിലെത്തി. അപ്പോഴാണ് കോഴിക്കാലിൽ പടുത്തുയർത്തിയ ദുരൂഹതനിറഞ്ഞ കുടിലിന്റെ മുന്നിലെത്തിയത്. കുടിൽ നിർത്താതെ വട്ടംകറങ്ങുന്നുണ്ടായിരുന്നു.

കുഞ്ഞിക്കുടിലേ, കുഞ്ഞിക്കുടിലേ,

നിന്റെ അമ്മ പണിതതുപോലെ അനങ്ങാതെ നിന്നേ.

പിൻവശം കാടിനുനേരെ.

മുൻവശം എനിക്കുനേരെ.

ഐവാൻ പറഞ്ഞു.

ഉടനെ വീട് കറക്കം നിർത്തി. ഐവാൻ രാജകുമാരൻ പണിപ്പെട്ട് പാടിക്കയറി വീട്ടിനുള്ളിലെത്തി. ഒമ്പത് ഇഷ്ടികവച്ചു പണിത അടുപ്പിൻമൂട്ടിൽ മന്ത്രവാദിനികളുടെ മുതുമുത്തശ്ശി ചുരുണ്ടുകൂടി കിടക്കുന്നുണ്ടായിരുന്നു. അവളുടെ മേൽച്ചുണ്ടിന്റെ ഒരു ഭാഗം അലമാരയിലായിരുന്നു. വലിയൊരു പാലത്തിനോളം പോന്ന അവളുടെ മൂക്ക് ചിമ്മിനിയിൽത്തട്ടുന്നുണ്ടായിരുന്നു. അവളുടെ വലിയ ഇരുമ്പു വണ്ടി മൂലയ്ക്കുണ്ടായിരുന്നു.

അവൾ പല്ലിറുമ്മി അലറി.

"കുറേക്കാലമായി റഷ്യക്കാരെ കണ്ടിട്ട്. ഇന്നതാ ഒരു റഷ്യക്കാരൻ എത്തിയിരിക്കുന്നു. അല്ലയോ ഐവാൻ രാജകുമാരാ, നീ സ്വന്തം ഇഷ്ടപ്രകാരമാണോ ഇവിടെയെത്തിയത്, അതോ ആരെങ്കിലും നിന്നെ ഇങ്ങോട്ടേക്കയച്ചതാണോ?"

"മനമില്ലാമനസ്സാടെയാണെങ്കിലും എനിക്കിങ്ങോട്ട് വരേണ്ടിവന്നു. എത്തിയ സ്ഥിതിക്ക് എനിക്കു കുളിക്കാനും ഭക്ഷണം കഴിക്കാനുമുള്ള ഏർപ്പാടുണ്ടാക്കാത്തത് നിങ്ങൾക്ക് നാണക്കേടാണ്."

അവന്റെ ധൈര്യം ബാബായാഗയ്ക്ക് ഇഷ്ടപ്പെട്ടു. അവളുടനെ അവനു കുളിക്കാനുള്ള ഏർപ്പാടുണ്ടാക്കി. കുളികഴിഞ്ഞപ്പോൾ ഭക്ഷണവും കൊടുത്തു. ഭക്ഷണം കഴിഞ്ഞപ്പോൾ ഐവാൻ തന്റെ ആവശ്യം അറിയിച്ചു.

"ഞാൻ നിന്നെ സഹായിക്കാം. പക്ഷേ, അത് നിന്നോടുള്ള സ്നേഹം കൊണ്ടല്ല. അവളുടെ അച്ഛൻ മരണമില്ലാ കഷേച്ചിയെ ഞാൻ വെറുക്കുന്നു. ആദ്യം നീ അവനെ വകവരുത്തണം. അതത്ര

എളുപ്പമല്ല. അവന്റെ ജീവൻ അവന്റെ ഉള്ളിലല്ല. അവനതൊരു സൂചിത്തുമ്പത്ത് ഒളിപ്പിച്ചിരിക്കുകയാണ്. ആ സൂചി ഒരു മുട്ടയ്ക്കുള്ളിലാണ്. മുട്ടയാകട്ടെ, താറാവിന്റെ വയറ്റിലാണ്. താറാവാകട്ടെ മുയലിന്റെ വയറ്റിലും. മുയലിനെ ഒരു കല്പെട്ടിയിലിട്ട് അങ്ങുദൂരെയുള്ള വലിയൊരു പൈൻമരത്തിനു മുകളിൽ വച്ചിരിക്കയാണ്. ആ മരത്തിനു ചുറ്റും കഷേച്ചി മാന്ത്രികവലയം തീർത്തിട്ടുണ്ട്."

ഇതൊന്നും കേട്ട് ഐവാൻ രാജകുമാരൻ ഒട്ടും ഭയന്നില്ല. അയാൾ സുഖമായി ഉറങ്ങി. രാവിലെ എഴുന്നേറ്റ് തന്റെ പന്തുമായി വീണ്ടും യാത്ര തിരിച്ചു. പഴങ്കഥയിൽ പറയുന്നതു പോലെ അയാൾ നടന്ന് നടന്ന് ദൂരെ ദൂരെയുള്ള കാട്ടിലെത്തി. വാളുകൊണ്ട് മരച്ചില്ലകൾ വെട്ടി വഴിയുണ്ടാക്കി മുന്നോട്ടു പോകുമ്പോൾ മരങ്ങൾക്കിടയിൽ കാല് കുടുങ്ങി അനങ്ങാൻ വയ്യാതെ കഷ്ടപ്പെടുന്ന ഒരു കരടിയെ കണ്ടു. അയാൾ മരം മുറിച്ചുമാറ്റി കരടിയെ രക്ഷിച്ചു. കുറച്ചുകൂടി മുന്നോട്ടു പോയപ്പോൾ കെണിയിൽ കുടുങ്ങിയ ഒരു കുറുക്കനെ കണ്ടു. അയാൾ അതിനെയും രക്ഷപ്പെടുത്തി മുന്നോട്ടു പോയപ്പോൾ വള്ളികൾക്കിടയിൽ കുടുങ്ങി കഷ്ടപ്പെടുന്ന ഒരു കഴുകനെ കണ്ടു. മുന്നോട്ടു പോകുന്നതിനിടയിൽ അയാൾ അതിനെയും രക്ഷപ്പെടുത്തി. അങ്ങനെ ദിവസങ്ങളോളം യാത്ര ചെയ്ത് അയാൾ കടൽത്തീരത്തെത്തി. കടൽത്തീരത്ത് ഒരു കോലാച്ചി മീൻ ശ്വാസംകിട്ടാതെ പിടയ്ക്കുന്നുണ്ടായിരുന്നു. ഐവാൻ രാജകുമാരൻ കുതിരപ്പുറത്തുനിന്ന് താഴെയിറങ്ങി മീനിനെ പിടിച്ച് കടലിലിട്ടു. അപ്പോൾ അയാൾ വലിയ ഓക്കുമരവും അതിനു മുകളിലുള്ള കല്പെട്ടിയും താഴെനിന്നു കണ്ടു. പക്ഷേ, വൃക്ഷത്തിന്റെ മുകളിൽനിന്ന് പെട്ടിയെടുക്കാൻ അയാൾക്ക് ഒരു പക്ഷിയുടെ സഹായം വേണമായിരുന്നു.

എങ്ങനെ പെട്ടി താഴെയിറക്കുമെന്ന് വിഷമിച്ചു നില്ക്കുമ്പോൾ അയാൾ നേരത്തെ രക്ഷിച്ച കരടി പെട്ടെന്ന് ഓടിയെത്തി, മരം താഴേക്ക് മറിച്ചിട്ടു. കല്പെട്ടി താഴെവീണ് പൊട്ടിച്ചിതറി അതിലുണ്ടായിരുന്ന മുയൽ ഒരൊറ്റ ഓട്ടം. അപ്പോഴേക്കും ഐവാൻ

രക്ഷിച്ച കുറുക്കൻ പിന്നാലെ ഓടി മുയലിനെ കടിച്ചുകീറി കഷണങ്ങളാക്കി. അതിന്റെ വയറ്റിലുണ്ടായിരുന്ന താറാവ് ആകാശത്തേക്കു പറന്നു. അപ്പോഴതാ ഐവാൻ മുമ്പ് രക്ഷിച്ച കഴുകൻ അതിന്റെ പിന്നാലെ കുതിച്ച് അരയന്നത്തെ പിടിച്ചതും അതിന്റെ വയറ്റിലുണ്ടായിരുന്ന മുട്ട താഴെ കടലിൽ പതിച്ചു.

അയ്യോ.... . ഇനിയെന്തു ചെയ്യും? എന്നോർത്ത് ഐവാൻ വ്യാകുലപ്പെട്ടപ്പോൾ കുറച്ചു മുമ്പ് രക്ഷിച്ച മീൻ വെള്ളത്തിൽ മുങ്ങിത്താണ് മുട്ടയുമായി കരയിലെത്തി. ഐവാൻ മുട്ട കൈയിലെടുത്തതും ശക്തമായൊരു കാറ്റു വീശി. പച്ചക്കണ്ണുള്ള നഗ്നനായ, ദേഹംമുഴുവൻ മുടിയുള്ള, വളഞ്ഞമൂക്കുള്ള കഷേച്ചി കൈയിൽ വാളുമായി പല്ലിറുമ്മി അലറി. ഐവാൻ മുട്ട കൈയിലിട്ട് ഞെരിച്ചപ്പോൾ കഷേച്ചി വിളറി വെളുത്തു, ഐവാൻ മുട്ട കൈയിലിട്ട് അമ്മാനമാടി. മുട്ട പൊട്ടി സൂചി താഴെ വീണതും ഐവാൻ വല്ലാതെ ബുദ്ധിമുട്ടി അതിന്റെ മുനയൊടിച്ചു. അതോടെ കഷേച്ചി മരിച്ചുവീണു.

ഐവാൻ മരക്കഷണങ്ങൾ പെറുക്കി തീകൂട്ടി കഷേച്ചിയുടെ ശരീരം തീയിലിട്ട് കരിച്ച് ചാരം നാലുപാടും പരത്തി. പിന്നീട്, മാന്ത്രികപ്പന്ത് താഴെയിട്ടു. പന്ത് ഉരുണ്ടപ്പോൾ അതിന്റെ പിന്നാലെ ചെന്ന് കഷേച്ചിയുടെ കൊട്ടാരത്തിലെത്തി. അവിടെയെത്തിയപ്പോൾ സുന്ദരിയായ വാസിലിസ തവളയുടെ രൂപം മാറി സുന്ദരിയായി പടിയിറങ്ങി അയാളുടെ അരികിലെത്തി.

ഐവാൻ രാജകുമാരിയേയും കുതിരപ്പുറത്തിരുത്തി നാട്ടിലേക്കു പുറപ്പെട്ടു. അവർ ഇരുവരും സന്തോഷത്തോടെ ഏറെക്കാലം ജീവിച്ചു.

ഉപ്പ്

പണ്ടൊരു കാലത്ത് അങ്ങ് ദൂരെ ദൂരെയൊരു നാട്ടിൽ പണക്കാരനായ ഒരു കച്ചവടക്കാരനുണ്ടായിരുന്നു. പലപല നാടുകളുമായി കച്ചവടബന്ധമുണ്ടായിരുന്ന അയാൾക്ക് ധാരാളം കപ്പലുകളുണ്ടായിരുന്നു. അയാൾക്ക് മൂന്നു മക്കളായിരുന്നു. മൂത്തവർ രണ്ടുപേരും അച്ഛനെപ്പോലെ മിടുക്കന്മാരായിരുന്നു. എന്നാൽ, ഇളയവനായ ഇവാനെ എല്ലാവരും മണ്ടനെന്നാണ് വിളിച്ചിരുന്നത്. കാരണം, സാധാരണക്കാരുടെ പെരുമാറ്റമായിരുന്നില്ല അയാളുടേത്. എന്തെങ്കിലും മണ്ടത്തരം ഒപ്പിച്ചെന്നു കേട്ടാൽ അത് ഇവാന്റെ വകയായിരിക്കുമെന്ന കാര്യത്തിൽ ആർക്കും സംശയമുണ്ടായിരുന്നില്ല.

മക്കൾ മുതിർന്നപ്പോൾ അച്ഛൻ അവരെക്കൂടി തന്റെ കച്ചവടത്തിൽ പങ്കാളികളാക്കാൻ തീരുമാനിച്ചു. മൂത്ത രണ്ടുപേരെയും കമ്പിളിയും തുണിത്തരങ്ങളും പരവതാനികളും സ്വർണ്ണവും വെള്ളിയും മറ്റും കയറ്റിയ കപ്പലിൽ കച്ചവടത്തിനായി അയയ്ക്കാൻ തീരുമാനിച്ചു. ഇതെല്ലാം വിദേശരാജ്യങ്ങളിൽ വിറ്റഴിച്ച് പണക്കാരായി തിരിച്ചെത്തണമെന്ന് അച്ഛൻ ആഗ്രഹിച്ചു.

ഇളയ മകനെ ഒട്ടും വിശ്വാസമില്ലാത്തതുകൊണ്ട് അവനെ അവരുടെകൂടെ അയയ്ക്കാൻ അച്ഛൻ ഇഷ്ടപ്പെട്ടില്ല. ചേട്ടന്മാർ

പണക്കാരാകാൻ കപ്പലിൽ കയറി പോകുന്നത് കണ്ട് ഇവാന് അവരെപ്പോലെ ആകാൻ കഴിയാത്തതിൽ സങ്കടം തോന്നി. അവൻ അച്ഛനെ ചെന്നുകണ്ട് കൈകളിൽ ചുംബിച്ചിട്ട് തനിക്കുകൂടി അതുപോലൊരവസരം തരണമെന്ന് അഭ്യർത്ഥിച്ചു.

"നിന്നെ ഞാനെങ്ങനെ വിശ്വസിക്കും? മരമണ്ടനായ നീ ജീവിതത്തിൽ ഇന്നുവരെ നല്ല കാര്യങ്ങളെന്തെങ്കിലും ചെയ്തിട്ടുണ്ടോ?"

"അതെനിക്കറിയാം. എന്നുവച്ച് ജീവിതത്തിൽ ഒരിക്കലും ബുദ്ധിപരമായി എനിക്കൊന്നും ചെയ്യാൻ കഴിയില്ലെന്നാണോ? എന്നെയും ഒരു കപ്പലിൽ കച്ചവടത്തിനയയ്ക്കൂ. അപ്പോഴല്ലെ എനിക്കെന്തുചെയ്യാൻ കഴിയുമെന്ന് അച്ഛനറിയാൻ പറ്റൂ."

"ഒരു പഴയ കപ്പലെങ്കിലും അവനും വിട്ടു കൊടുക്കൂ."

അവന്റെ അമ്മയും അവനെ അനുകൂലിച്ചു.

"ആയിക്കോട്ടെ. പക്ഷേ, വിലകൂടിയ ഒരുപാട് സാധനങ്ങളൊന്നും കപ്പലിൽ കയറ്റാൻ ഞാനൊരുക്കമല്ല."

വേണ്ടാത്ത പഴയസാധനങ്ങളും കീറച്ചാക്കുകളും കയറ്റിയ പഴയൊരു കപ്പൽ, കിഴവനായ ഒരു കപ്പിത്താൻ, ഒന്നിനും പോരാത്ത കുറച്ച് കപ്പൽ ജോലിക്കാർ–അച്ഛൻ തിരുമനസ്സ് അവന് വിട്ടുകൊടുത്തു. അങ്ങനെ മണ്ടൻ ഇവാനും അവന്റെ കപ്പിത്താനും മറ്റു ജോലിക്കാരും അവരുടെ ഭാഗ്യം തേടി യാത്ര പുറപ്പെട്ടു.

ആദ്യത്തെ ദിവസങ്ങളിൽ കാലാവസ്ഥ അനുകൂലമായിരുന്നു. പിന്നീട് കടൽ ഭയങ്കരമായി ഇളകി മറഞ്ഞു. കപ്പൽ മുങ്ങിപ്പോകുമെന്നുപോലും അവർ ഭയന്നു. കാറുംകോളും കഴിഞ്ഞപ്പോൾ അവരുടെ കപ്പൽ അവർ പോകണമെന്നു മനസ്സിൽപ്പോലും കരുതാത്ത ഒരു തീരത്താണ് കരയ്ക്കണഞ്ഞത്.

"സാരമില്ല കൂട്ടരേ, നമുക്കിനിയും യാത്ര തുടരാതെ നിവൃത്തിയില്ല. ഇതിലുള്ള സാധനങ്ങൾ എങ്ങനെ പ്രയോജനപ്പെടുത്തണമെന്ന് നമുക്ക് ആലോചിച്ചേ മതിയാവൂ. നിങ്ങൾ സാധനങ്ങൾ ഇറക്കി തീരത്തേക്ക് ചെല്ലൂ. എന്നാലാവുന്നത് ഞാനും ശ്രമിക്കാം."

ഇവാൻ തന്റെ കൂടെയുള്ളവരെ സമാധാനിപ്പിച്ചു.

കപ്പൽജോലിക്കാർ പഴയ ചാക്കുകൾ പുറത്തെടുത്ത് കീറിയവ തുന്നിക്കൂട്ടാൻ തുടങ്ങി. അതിനിടയിൽ ഇവാൻ കരയിലൂടെ നടന്നു. വേനലായിട്ടും സൂര്യൻ കത്തി നില്ക്കുകയായിരുന്നിട്ടും അവിടെയുള്ള മല മഞ്ഞുമൂടിക്കിടക്കുന്നത് അപ്പോഴാണ് ഇവാൻ കണ്ടത്. ഒരു മരംപോലുമില്ലാതെ മലയാകെ വെളുത്ത മഞ്ഞുമൂടിക്കിടക്കുന്നു. ദാഹിച്ചു വലഞ്ഞ ഇവാൻ മലയിൽനിന്ന് കുറച്ച് മഞ്ഞെടുത്ത് വായിലിട്ടു. അവനുടനെ അത് തുപ്പി. അത് മഞ്ഞായിരുന്നില്ല ഉപ്പായിരുന്നു. അയാൾ ഉടനേ കടലിൽ ഇളകിയാടുന്ന കപ്പലിനടുത്തേക്ക് പാഞ്ഞു.

"കപ്പലിലെ ആവശ്യമില്ലാത്ത സാധനങ്ങളൊക്കെ പുറത്തുകളഞ്ഞ് കപ്പൽ തൂത്ത് വൃത്തിയാക്ക്, പെട്ടെന്ന്. കപ്പലിൽ കയറ്റാനുള്ള ചരക്ക് ഞാൻ കണ്ടെത്തിയിരിക്കുന്നു."

ആകെ മടുത്ത് പിറുപിറുക്കുകയായിരുന്ന കപ്പൽ ജോലിക്കാരോട് അയാൾ കല്പിച്ചു. നൊടിഞ്ഞും പറഞ്ഞും കപ്പിത്താനും സഹായികളും മലയിൽനിന്ന് പഴഞ്ചാക്കുകളിൽ ഉപ്പ് ശേഖരിച്ച് കപ്പലിൽ കയറ്റി. കപ്പൽ നിറയുന്നതുവരെ അവരത് തുടർന്നു. ഇവാന്റെ ആജ്ഞയനുസരിച്ച് അവർ വീണ്ടും യാത്ര തുടർന്നു.

ഏറെ ദിവസം യാത്ര ചെയ്തശേഷമാണ് ദൂരെ ഒരു കര കണ്ണിൽപ്പെട്ടത്. കെട്ടിടങ്ങളുടെ മിനാരങ്ങളും മതിലുകളും ദൂരെനിന്നു കണ്ടപ്പോൾ അതൊരു നഗരമാണെന്ന് അവർ ഊഹിച്ചു. അവരുടനെ തിരക്കിട്ട് കപ്പൽ കരയ്ക്കണച്ചു. ഉപ്പുചാക്കുകളുമായി ഇവാൻ ജോലിക്കാരെ കരയിലേക്കയച്ചു. ഒരു ചെറിയ ചാക്ക് ഉപ്പുമായി ഇവാനും അവരെ അനുഗമിച്ചു.

അകലെയല്ലാതെ സ്വർണ്ണഗോപുരങ്ങളുള്ള വലിയൊരു കെട്ടിടം കണ്ട് അത് ആരുടേതാണെന്ന് പട്ടണവാസികളോട് അന്വേഷിച്ചു. അവിടത്തെ രാജാവിന്റെ കൊട്ടാരമാണെന്ന് അറിഞ്ഞു. അയാൾ രാജാവിനെ കാണാൻ അനുമതി ചോദിച്ച് കൊട്ടാരത്തിലെത്തി. ധാരാളം പേർ ചക്രവർത്തിയെ മുഖംകാണിക്കാനുള്ള അനുമതിക്കായി കാത്തിരിക്കുന്നതുകൊണ്ട്

അയാൾക്ക് ഏറെ സമയം അവിടെ നില്ക്കേണ്ടിവന്നു. അയാളുടെ ഊഴമെത്തിയപ്പോൾ ധൈര്യപൂർവ്വം മുന്നോട്ടുചെന്ന് ഉപ്പുചാക്ക് കാണിച്ചു.

"എന്തായിത്?"ചക്രവർത്തി അന്വേഷിച്ചു.

"ഇതാണ് ഉപ്പ്. എനിക്ക് ഉപ്പു കച്ചവടമാണ്. അതിവിടെ വില്ക്കാമെന്നു കരുതിയാണ് എന്റെ കപ്പൽ ഇങ്ങോട്ടടുപ്പിച്ചത്."

"ഉപ്പോ? അതെന്താണ്?" പരിഹസിച്ചു ചിരിച്ചുകൊണ്ടാണ് രാജാവ് ഉപ്പിൻചാക്ക് തുറന്ന് പരിശോധിച്ചത്.

"ഇത് വെളുത്ത മണലല്ലേ? ഇതിവിടെ വിറ്റു കാശുണ്ടാക്കാമെന്നു കരുതിയ നീയൊരു വിഡ്ഢിതന്നെയാണ്."

ഇതുതന്നെയാണല്ലോ അയാളുടെ കുടുംബവും അയാളെക്കുറിച്ച് പറഞ്ഞുകൊണ്ടിരിക്കുന്നത്. അയാൾ തലകുനിച്ച് കൂടിക്കാഴ്ച അനുവദിച്ചതിന് നന്ദി അറിയിച്ച് പുറത്തേക്കിറങ്ങി. സന്ദർശകഹാളിലെത്തിയപ്പോൾ ഇവാനൊരു സംശയം. ഇവിടത്തെ ജനം ഇതുവരെ ഉപ്പ് കണ്ടിട്ടില്ലെന്നുതോന്നുന്നു. സംശയം തീർക്കാനായി അയാൾ കൊട്ടാരം അടുക്കളയിൽച്ചെന്ന് അവർ എന്തൊക്കെയാണ് ഭക്ഷണത്തിൽ ചേർക്കുന്നത് എന്നറിയാൻ തീരുമാനിച്ചു.

അടുക്കളയിൽ പാചകക്കാരനും സഹായികളും ചക്രവർത്തിക്കുള്ള അത്താഴം പാകം ചെയ്യുകയായിരുന്നു. ഇവാൻ അവരുടെ അനുവാദം ചോദിച്ച് മൂലയിലിരുന്ന് അവരുടെ പാചകം ശ്രദ്ധിച്ചു. അവർ വറുക്കുകയും പൊരിക്കുകയും പച്ചക്കറി പുഴുങ്ങുകയും മധുരപലഹാരങ്ങളുണ്ടാക്കുകയുമൊക്കെ ചെയ്യുന്നുണ്ട്. മാവു കുഴയ്ക്കുന്നു, ഉരുളക്കിഴങ്ങു പുഴുങ്ങുന്നു, പലതരം ഭക്ഷണമുണ്ടാക്കുന്നു. പക്ഷേ, ഒന്നിലും ഒരു തരിപോലും ഉപ്പു ചേർക്കുന്നുണ്ടായിരുന്നില്ല. പാചകം കഴിഞ്ഞ് ജോലിക്കാർ തീൻമേശ ഒരുക്കാൻ അകത്തേക്കുപോയ തക്കത്തിനു ഇവാൻ കറികളിലെല്ലാം കുറേശ്ശ ഉപ്പുചേർത്തു. അപ്പക്കൂട് തുറന്ന് അതിലുള്ള റൊട്ടിയിലും അയാൾ പാകത്തിന് ഉപ്പു ചേർത്തു. ഇന്നത്തെ ഭക്ഷണമെന്തായാലും രുചികരമായിരിക്കും. അയാൾ തന്നത്താൻ പറഞ്ഞു. ഇതുവരെ ഉപ്പു ചേർക്കാതെ ഭക്ഷണം

കഴിച്ച അവിടത്തെ ജനങ്ങളോട് അയാൾക്ക് സഹതാപം തോന്നുകയും ചെയ്തു.

ജോലിക്കാർ ഭക്ഷണവിഭവങ്ങൾ സ്വർണ്ണത്തളികകളിൽ വിളമ്പി ഓരോന്നായി ഊണ് മേശപ്പുറത്തെത്തിച്ചു. ചക്രവർത്തിയും മക്കളും മരുമക്കളും വളരെ രുചിയോടെയാണ് അന്ന് ഭക്ഷണം കഴിച്ചത്. സൂപ്പിനും മീൻപൊരിച്ചതിനും ഇറച്ചിക്കറിക്കും ഇതുവരെ അനുഭവപ്പെടാത്ത രുചി. ഉടനേ പാചകക്കാരനെ വിളിച്ചുവരുത്തി കാരണമന്വേഷിച്ചു.

"സാധാരണത്തേതിൽനിന്ന് വ്യത്യസ്തമായി എന്ത് കറിക്കൂട്ടുകളാണ് നിങ്ങളിന്നത്തെ ഭക്ഷണത്തിൽ ചേർത്തത്? ഇതുപോലുള്ള ആഹാരം ഇനിയും തയ്യാറാക്കാൻ പറ്റുമോ നിങ്ങൾക്ക്?"

പാചകക്കാർ പരസ്പരം മിഴിച്ചുനോക്കി. അവർ സാധാരണത്തേതിൽനിന്ന് വ്യത്യസ്തമായി ഒന്നും ചേർത്തിരുന്നില്ല.

"അങ്ങുന്നേ, ഞങ്ങൾ ഒന്നിലും പ്രത്യേകമായി ഒന്നും ചേർത്തില്ല. എന്നും ചേർക്കുന്ന കറിക്കൂട്ടുകളേ ചേർത്തുള്ളു."

പ്രധാനപാചകക്കാരൻ വിനയത്തോടെ പറഞ്ഞു.

ഉടനേ അയാളുടെ സഹായികളെ വിളിച്ചുവരുത്തി വിചാരണ ചെയ്തു.

"പ്രഭോ, ഞങ്ങൾ സാധാരണപോലെതന്നെയാണ് പാചകം ചെയ്തത്. സാധാരണ പാചകസമയത്ത് ഞങ്ങൾ പുറമേ നിന്ന് ആരേയും അടുക്കളയിൽ കയറ്റാറില്ല. എന്നാൽ, ഇന്ന് അതിൽനിന്ന് വ്യത്യസ്തമായി അടുക്കളയിലെത്തിയ ഒരു റഷ്യൻ കച്ചവടക്കാരന്റെ അഭ്യർത്ഥന മാനിച്ച് അയാളെ അവിടെ ഒരു മൂലയിൽ ഇരിക്കാനനുവദിച്ചിരുന്നു. അയാൾക്ക് നമ്മുടെ പാചകരീതികൾ കണ്ടാൽ തരക്കേടില്ലെന്നു ഒരേ നിർബ്ബന്ധം."

ഉടനെ ഇവാനെ തന്റെ മുന്നിൽ ഹാജരാക്കാൻ ചക്രവർത്തി കല്പിച്ചു. ഒരു ചാക്ക് ഉപ്പുമായാണ് അയാളെത്തിയത്.

"ഇന്നത്തെ അത്താഴവിഭവങ്ങളിൽ നീയെന്താണ് ചേർത്തത്?"

അയാളെ കണ്ടതും ചക്രവർത്തി ക്ഷുഭിതനായി ചോദിച്ചു.

ഇവാൻ പേടിച്ചു വിറച്ചെങ്കിലും ധൈര്യം വിടാതെ മറുപടി പറഞ്ഞു:

"എല്ലാ വിഭവങ്ങളിലും ഞാൻ ഇത്തിരീശ്ശെ ഉപ്പു ചേർത്തു."

"രാവിലെ എന്നെ കാണിച്ച വെള്ളപ്പൊടിയോ?"

ചക്രവർത്തി വിശ്വാസംവരാത്ത മട്ടിൽ ചോദിച്ചു.

"അതുതന്നെ."

"അതുപോലത്തെ പൊടി ഇനിയും നിങ്ങളുടെ കൈയിലുണ്ടോ?"

"ഉവ്വ്, ഒരു കപ്പൽ നിറച്ചുണ്ട്."

"എന്നാൽ, അതെല്ലാം ഞാൻ വാങ്ങിക്കോളാം. എത്ര പണമാ നിനക്കു വേണ്ടത്."

"അങ്ങയോട് ഞാൻ വിലപേശില്ല. ഓരോ ചാക്കിനും ഒരു സ്വർണ്ണ നാണയവും അമൂല്യമായ ഒരു വൈരക്കല്ലും ഒരു വെള്ളിനാണയവും തന്നാൽ മതി."

"അത് ന്യായമായ വിലയാണ്. രുചികരമായ ആ മാന്ത്രിക പ്പൊടിക്ക് അത്രയും തരുന്നതിൽ തെറ്റൊന്നുമില്ല. ഇയാളെ ഉടനെ ട്രഷറിയിൽ കൊണ്ടുപോയി ആവശ്യമുള്ളത് കൊടുക്കാൻ ഏർപ്പാടാക്കു."

അങ്ങനെ കപ്പലിലെ ഉപ്പിൻചാക്കുകൾ കൂലിക്കാർ രാജാവിന്റെ കൊട്ടാരത്തിലെത്തിക്കുകയും പകരമായി സ്വർണ്ണ നാണയങ്ങളും വിലകൂടിയ വൈരക്കല്ലുകളും വെള്ളിനാണയങ്ങളും നിറച്ച ചാക്കുകൾ കപ്പലിലെത്തിക്കുകയും ഉള്ള സ്ഥലത്ത് ഒതുക്കി വയ്ക്കുകയും ചെയ്തു. അവിടെ കൊള്ളാത്തത് കപ്പിത്താന്റെ മുറിയിലും സൂക്ഷിച്ചു. ക്ഷീണിച്ചവശരായ കപ്പൽ ജോലിക്കാർ പെട്ടെന്ന് ഉറക്കത്തിലായി.

പിറ്റേന്ന് രാവിലെ ഉണർന്നപ്പോൾ സുന്ദരിയായ രാജകുമാരി പരിചാരികമാരോടും പരിവാരങ്ങളോടുമൊപ്പം തുറമുഖത്ത് നില്ക്കുന്നത് അവർ കണ്ടു. തട്ടിക്കൂട്ടിയ കുഞ്ഞിക്കപ്പൽ അതിശയത്തോടെ നോക്കുകയായിരുന്നു രാജകുമാരി.

"ഇതെന്തു തരം കപ്പലാ.....? ഇങ്ങനൊന്ന് ഞാനിതുവരെ കണ്ടിട്ടില്ല."

"അകത്ത് കയറി നോക്കാൻ താല്പര്യമുണ്ടോ."
ഇവാൻ ചോദിച്ചു.

ഇവാൻ അവരെ അകത്തു കയറ്റി അകമെല്ലാം കാണിച്ചുകൊടുത്തു. അയാൾ വിവിധതരം കപ്പലുകളെക്കുറിച്ചും അവയിൽ ഉപയോഗിക്കുന്ന പായ്മരത്തെക്കുറിച്ചും കപ്പലിലെ ഓരോ സാധനങ്ങളെക്കുറിച്ചും അവർക്ക് വിശദമായി പറഞ്ഞുകൊടുത്തു. കപ്പൽ നങ്കൂരമിടുന്നത് ശ്രമകരമായ ജോലിയാണെന്നും അതിന്റെ ഭാരമറിയാതിരിക്കാൻ റഷ്യൻ നാവികർ പാട്ടുപാടാറുണ്ടെന്നും ഇവാൻ പറഞ്ഞപ്പോൾ ആ പാട്ടു കേൾക്കാൻ ആഗ്രഹിക്കുന്നു എന്നായി രാജകുമാരി.

"എന്നാൽ ആ പാട്ടൊന്നു പാടു."

എന്ന് ഇവാൻ പറഞ്ഞതും കിഴവൻ കപ്പിത്താനും കൂട്ടരും നങ്കൂരം വലിച്ചു പാട്ടു തുടങ്ങിയതും കപ്പൽ തീരംവിട്ട് കടലിലേക്കു നീങ്ങി. എന്താണ് സംഭവിക്കുന്നതെന്നറിയാതെ രാജകുമാരി തീരത്തേക്ക് നോക്കുമ്പോഴേക്ക് അച്ഛന്റെ നാടും കെട്ടിടഗോപുരങ്ങളും കൊട്ടാരവും കാണാമറയത്തെത്തിയിരുന്നു. അന്തംവിട്ട രാജകുമാരി ആദ്യം കരയാൻ തുടങ്ങി. ഓരോ കഥ പറഞ്ഞ് ഇവാൻ അവളെ സന്തോഷിപ്പിക്കാൻ ശ്രമിച്ചതോടെ അവളുടെ കരച്ചിൽ ചിരിയായി മാറി. താൻ കച്ചവടം കഴിഞ്ഞ് സ്വന്തം നാട്ടിലേക്കു പോവുകയാണെന്നും അവിടെച്ചെന്നാൽ അവളെ വിവാഹം കഴിക്കാൻ ആഗ്രഹിക്കുന്നു എന്നും പറഞ്ഞപ്പോൾ രാജകുമാരി സമ്മതിച്ചു.

ഏറെദിവസം സഞ്ചരിച്ചിട്ടാണ് അവർ ദൂരെനിന്ന് തീരം കാണാൻ തുടങ്ങിയത്. അപ്പോൾ അവിടെ മറ്റു രണ്ടു വലിയ ആഢംബരക്കപ്പലുകൾകൂടി ഉണ്ടായിരുന്നു. അവരുടെ പഴഞ്ചൻ കുഞ്ഞിക്കപ്പലുകളെക്കാൾ ഏറെ വ്യത്യസ്തമായിരുന്നു ആ രണ്ടു കപ്പലുകളും.

"അത് രണ്ടും എന്റെ സഹോദരന്മാരുടെ കപ്പലുകളാണ്." ഇവാൻ ആഹ്ലാദത്തോടെ പറഞ്ഞു.

കപ്പൽ നങ്കൂരമിട്ടതും ഇവാൻ സഹോദരന്മാരോടായി ഉറക്കെ പറഞ്ഞു:

"ചേട്ടന്മാരെ, വരൂ. എന്റെ വധുവിനെ പരിചയപ്പെടാം."

കിഴവൻ കപ്പിത്താനെയും പഴഞ്ചൻ കപ്പലിനെയും നോക്കി പരിഹസിച്ചു ചിരിച്ചുകൊണ്ടാണ് അവർ അടുത്തു ചെന്നത്. ചാക്കു കണക്കിന് അമൂല്യവസ്തുക്കൾ കപ്പലിൽനിന്ന് ഇറക്കുന്നു. ഇവാന്റെ കൂടെ കരയ്ക്കിറങ്ങിയ സുന്ദരിയായ രാജകുമാരിയെ കണ്ടപ്പോൾ ആകെ അന്തംവിട്ട് അവർ പരസ്പരം പറഞ്ഞു:

"ഇവാനെവിടെന്നാ ഇതൊക്കെ സംഘടിപ്പിച്ചത്?"

"അവനെ അങ്ങനെ വിട്ടാൽ പറ്റില്ല."

അന്നു വൈകുന്നേരം വിജയം ആഘോഷിക്കാനായി തീറ്റയുംകുടിയുമായി എല്ലാവരും കപ്പലിൽ ഒത്തുകൂടിയപ്പോൾ സഹോദരന്മാർ ഇവാന്റെ പിറകിൽ പതുങ്ങിച്ചെന്ന് കപ്പലിൽനിന്ന് താഴേക്ക് തള്ളിയിട്ടു. പിറ്റേദിവസം രാവിലെ ഇവാനെ കാണാനില്ലെന്നു പറഞ്ഞ് അവർ കള്ളക്കണ്ണീരൊഴുക്കി. അവൻ എങ്ങോട്ടോ ഒഴുകിപ്പോയിരിക്കുമെന്ന് അവർ പ്രചരിപ്പിച്ചു. അവന്റെ കപ്പലിനെയും അതിലെ അമൂല്യമായ വസ്തുക്കളെയും രാജകുമാരിയെയും അവരുടെ അധീനത്തിലാക്കാൻ തീരുമാനിക്കുകയും ചെയ്തു.

ഇവാൻ കടലിൽ വീണെങ്കിലും അവർ കരുതിയതുപോലെ ഒഴുക്കിൽപ്പെട്ടില്ല. ഒരു തടിക്കഷണത്തിൽ പിടികിട്ടിയ ഇവാൻ തന്റെ കപ്പൽ മുന്നോട്ട് നീങ്ങുന്നത് അറിയുന്നുണ്ടായിരുന്നു. അല്പസമയത്തിനകം അയാൾ ഒരുവിധം തടിക്കഷണത്തിൽ കയറിപ്പറ്റി. ഏതെങ്കിലും കപ്പൽ അവിടെയെത്തി തന്നെ രക്ഷിക്കുമെന്ന പ്രതീക്ഷയിൽ ഏതാനും ദിവസങ്ങൾ ഇവാൻ തടിക്കഷണത്തിൽ അള്ളിപ്പിടിച്ചിരുന്ന് കടലിൽ ഒഴുകി. ഒരു കപ്പലും അതുവഴി വന്നില്ല. തളർന്ന് അവശനായ ഇവാന് ഏറെദിവസം തടിക്കഷണത്തിൽ അങ്ങനെ പറ്റിപ്പിടിച്ചിരിക്കാനായില്ല. അവൻ തടിക്കഷണത്തിൽ കിടന്നു മയങ്ങിപ്പോയി. തിരമാല ആഞ്ഞടിച്ചപ്പോൾ തടിക്കഷണം പതുക്കെപ്പതുക്കെ തീരത്തടിഞ്ഞു. ഇവാനാകട്ടെ അവിടക്കിടന്ന് ഉറങ്ങിപ്പോവുകയും ചെയ്തു.

രാവിലെ കണ്ണുതുറന്നപ്പോൾ അവനാകെ പേടിച്ചു വിറച്ചു. മലയോളം പോന്ന ഒരു വീട്ടിനു മുന്നിലായിരുന്നു അവൻ കിടന്നിരുന്നത്. അവൻ കണ്ണുമിഴിച്ചു നോക്കുന്നതിനിടയിൽ ഭീമാകാരനായ ഒരു രാക്ഷസൻ വാതിൽതുറന്ന് പുറത്തേക്കിറങ്ങി.

"ഹേയ്, ആരാ നീ.... ? ഇതെന്റെമാത്രം തീരമാണ്. നീ ആരായാലും ഉടനെ സ്ഥലം വിട്ടോളണം."

രാക്ഷസൻ അലറി.

ഇവാൻ സ്വന്തം അനുഭവം ഒരുവിധം പറഞ്ഞുകേൾപ്പിച്ചു.

"അത് വളരെ കഷ്ടമായിപ്പോയി. അതിനുശേഷമുള്ള കാര്യങ്ങൾ അതിനെക്കാൾ സങ്കടകരമാണ്. നീ കടലിൽവീണതിനുശേഷമുള്ള കാര്യങ്ങൾ ഞാൻ കൃത്യമായി പറഞ്ഞുതരാം. നിന്റെ സഹോദരന്മാർ വീട്ടിലെത്തി. അവരിലൊരാൾ നിന്റെ രാജകുമാരിയെ നാളെ വിവാഹം കഴിക്കാൻ പോവുകയാണ്. വലിയ ആഘോഷമാണ് നടക്കാൻ പോകുന്നത്. പക്ഷേ, നീ ഒന്നുകൊണ്ടും ഭയപ്പെടേണ്ട. അതിനുമുമ്പ് ഞാൻ നിന്നെ അവിടെ എത്തിച്ചുതരാം."

രാക്ഷസൻ ഇവാനെ തോളത്തിരുത്തി അതിവേഗത്തിൽ കടൽ ചാടിക്കടന്നു. ചില നേരം തിരമാലകളുടെ അലയടിയിൽ ഇവാന്റെ മേലാകെ വെള്ളം തെറിച്ചു. തീരമെത്തിയപ്പോൾ രാക്ഷസൻ ഇവാനെ താഴെയിറക്കി.

"ഇനി ഓടിക്കോ, സമയത്തുതന്നെ നീ അവിടെയെത്തും. പക്ഷേ, നീ അവിടെ എങ്ങനെ എത്തിയെന്ന് ആരോടും മിണ്ടിപ്പോകരുത്. നീ അതിനു തുനിഞ്ഞാൽ ഖേദിക്കേണ്ടിവരും. ആയിരം മൈൽ ദൂരത്തുനിന്നും എനിക്കു നിന്നെ കേൾക്കാം. സൂക്ഷിച്ചോ."

രാക്ഷസന്റെ കാര്യം മിണ്ടില്ലെന്ന് വാഗ്ദാനം ചെയ്ത് ഇവാൻ വീട്ടിലേക്ക് തിരക്കിട്ട് നടന്നു. കല്യാണാഘോഷം തുടങ്ങിയിരുന്നു. വേദിയിൽ അച്ഛനും അമ്മയ്ക്കും പുറമെ ചേട്ടന്മാരും രാജകുമാരിയും ഇരിക്കുന്നുണ്ടായിരുന്നു. എല്ലാവരും വീഞ്ഞിന്റെ ലഹരിയിലും ആഹ്ലാദത്തിമിർപ്പിലും ആയിരുന്നു. എന്നാൽ,

രാജകുമാരി വിളറിവെളുത്ത് അസ്വസ്ഥയായിരുന്നു. ഇവാനെ കണ്ടതും അവൾ ചാടിയെണീറ്റിട്ടു പറഞ്ഞു:

"ഞാൻ വിവാഹം കഴിക്കാമെന്നു വാക്കുകൊടുത്ത ആൾ ഇതാ എത്തിയിരിക്കുന്നു. കള്ളനും ചതിയനുമായ ഇവാനെയല്ല ഞാൻ വിവാഹം കഴിക്കാനാഗ്രഹിച്ചത്."

രാജകുമാരി ഉണ്ടായ സംഭവങ്ങൾ വിവരിച്ചപ്പോൾ കച്ചവടക്കാരൻ മൂത്ത രണ്ടു മക്കളെയും വീട്ടിൽനിന്നു പുറത്താക്കി. അവരുടെ കപ്പലുകളും സ്വത്തും പണവും ഇവാനു നല്കുകയും ചെയ്തു. അതോടെ വിവാഹാഘോഷം വീണ്ടും തുടങ്ങി. ഇത്തവണ ഇവാനായിരുന്നു പ്രഥമസ്ഥാനത്ത്. രാജകുമാരി അവന്റെ തൊട്ടടുത്തും. അതിഥികൾ വീഞ്ഞിന്റെ ലഹരിയിൽ അവരവരെക്കുറിച്ചും അവരുടെ കച്ചവടത്തെക്കുറിച്ചുമൊക്കെ വീമ്പിളക്കുന്നുണ്ടായിരുന്നു. അവരുടെ പൊങ്ങച്ചം കേട്ട് ഇവാൻ വല്ലാതെ മുഷിഞ്ഞു.

"നിങ്ങൾക്കൊന്നും അറിയാത്ത ഒരു കാര്യം ഞാൻ പറയാം. ഭയങ്കരനായ ഒരു രാക്ഷസന്റെ തോളിലിരുന്നാണ് ഞാനിവിടെയെത്തിയത്."

ഇവാൻ പറഞ്ഞുതീരുംമുമ്പേ അവിടം ഒട്ടാകെ കുലുങ്ങി, ജനലിലൂടെ ഒരു വലിയ കണ്ണ് അവൻ കണ്ടു.

"കൊച്ചുമനുഷ്യാ, ഇക്കാര്യം ആരോടും പറയരുതെന്ന് ഞാൻ നിന്നെ താക്കീത് ചെയ്തതല്ലേ."

രാക്ഷസന്റെ ഒച്ചയിൽ വീടാകെ വിറച്ചു.

"അങ്ങനെ പറഞ്ഞത് ഞാനല്ല, എന്റെ ഉള്ളിലെ വീഞ്ഞാണ്. എനിക്കു മാപ്പുതരൂ."

ഇവാൻ അപേക്ഷിച്ചു.

"പറയേണ്ടാത്തത് പറയാൻ മനുഷ്യരെ പ്രേരിപ്പിക്കുന്ന ആ വീഞ്ഞ് ഞാനൊന്നു കാണട്ടെ."

"അല്പം കഴിച്ചു നോക്കൂ" എന്നു പറഞ്ഞുകൊണ്ട് ഇവാൻ പരിചാരകരോട് മദ്യം വിളമ്പാൻ ആവശ്യപ്പെട്ടു.

വേലക്കാർ വീഞ്ഞു നിറച്ച വലിയ വീപ്പ പ്രയാസപ്പെട്ട് അവിടെയെത്തിച്ചു. വേറെയും മദ്യവീപ്പകളെത്തി. ഓരോ

വീപ്പയിലും നൂറുകണക്കിന് ആളുകൾക്ക് കുടിക്കാനുള്ള ലഹരിപാനീയങ്ങൾ ഉണ്ടായിരുന്നു. രാക്ഷസൻ നിമിഷങ്ങൾക്കകം ഒരു തുള്ളി ബാക്കിവയ്ക്കാതെ വീപ്പകൾ കാലിയാക്കി.

എല്ലാം കഴിഞ്ഞപ്പോൾ മലയിടിഞ്ഞതുപോലെ രാക്ഷസൻ തറയിൽവീണു. മൂന്നു രാവും മൂന്നു പകലും അയാൾ കിടന്നകിടപ്പിൽ ഉറങ്ങി. മൂന്നാം ദിവസം കണ്ണു തുറന്നപ്പോൾ ഇവാൻ പറഞ്ഞു:

"ഇപ്പോ മനസ്സിലായില്ലേ എന്താണു സംഭവിച്ചതെന്ന്?"

"ആ ഒരു തുള്ളി മദ്യത്തിന് ഇത്രയും ശക്തിയോ?" ചുറ്റും പകച്ചുനോക്കിക്കൊണ്ട് രാക്ഷസൻ ചോദിച്ചു.

"മദ്യം മനുഷ്യനെക്കൊണ്ട് ഇങ്ങനെയൊക്കെ പറയിക്കുമെങ്കിൽ നീ എന്റെ കാര്യം പറഞ്ഞ് ആയിരം കൊല്ലക്കാലം വേണമെങ്കിലും വീമ്പിളക്കിക്കോ. നിനക്കെതിരായി ഞാനെന്റെ ചെറുവിരൽപോലും അനക്കില്ല."

എന്നു പറഞ്ഞുകൊണ്ട് രാക്ഷസൻ കടൽ ചാടിക്കടക്കാൻ തുടങ്ങി.

ഇവാനെ പിന്നീട് ആരും മണ്ടൻ എന്നു വിളിച്ചില്ല. അവനും രാജകുമാരിയും ഏറെക്കാലം സന്തോഷത്തോടെ ജീവിച്ചു.

ഇവാൻ രാജകുമാരൻ
തീപ്പക്ഷി
ചാരനിറമുള്ള കുറുക്കൻ

ദൂരെ ഒരു നാട്ടിൽ പണ്ടുപണ്ടൊരു കാലത്ത് ഡെമിയാൻ എന്നൊരു ചക്രവർത്തിയുണ്ടായിരുന്നു. മൂന്നു മക്കളായിരുന്നു അദ്ദേഹത്തിന്– ഡിമിത്രി രാജകുമാരൻ, വാസിലി രാജകുമാരൻ, ഇവാൻ രാജകുമാരൻ.

ലോകത്തൊരിടത്തും കാണാൻ കഴിയാത്ത, ആരുകണ്ടാലും മിഴിച്ചു നിന്നുപോകുന്ന മനോഹരമായ ഭംഗിയുള്ള ഒരു പൂന്തോട്ടം ഡെമിയാൻ ചക്രവർത്തിയുടെ രാജ്യത്തുണ്ടായിരുന്നു. എങ്ങും കാണാത്ത പലതരം ചെടികളും പൂക്കളും മരങ്ങളുമുണ്ടായിരുന്നു ആ തോട്ടത്തിൽ. പഴങ്ങൾക്കു പുറമേ രത്നക്കല്ലുകൾ വിളയുന്ന മരങ്ങളും അവിടെയുണ്ടായിരുന്നു. അതിൽ ഏറ്റവും വിശേഷപ്പെട്ടത് സ്വർണ്ണ ആപ്പിൾ മരമായിരുന്നു. ചക്രവർത്തിക്ക് ഏറ്റവും ഇഷ്ടപ്പെട്ടതും ആ മരമായിരുന്നു.

ഒരുദിവസം നോക്കുമ്പോൾ ആപ്പിൾ മരത്തിലെ ഒരു സ്വർണ്ണ ആപ്പിൾ കാണാനില്ല. അതുകണ്ട് ചക്രവർത്തി വല്ലാതെ സങ്കടപ്പെട്ടു. കൊട്ടാരം കാവല്ക്കാരെ മുഴുവൻ വിളിച്ചുവരുത്തി അന്വേഷണം നടത്തിയിട്ടും ഒരുതുമ്പും കിട്ടിയില്ല. മാത്രമല്ല പിറ്റേന്നു മുതൽ ഓരോ ആപ്പിളായി കാണാതായിത്തുടങ്ങി. അതോടെ ചക്രവർത്തി സുരക്ഷ കൂട്ടി. കവാടത്തിനുപുറമെ, മതിലുകൾക്കരികിലും കാവല്ക്കാരെ നിയോഗിച്ചു. അവരാണ്

സ്വർണ്ണ ആപ്പിൾ കാണാതാകുന്നതിന്റെ രഹസ്യം കണ്ടുപിടിച്ചത്. രാത്രി ഏറെ ചെല്ലുമ്പോൾ എന്നും ഒരു പക്ഷി തോട്ടത്തിലെത്തുന്നതായി അവർ കണ്ടു. അതാകട്ടെ ഒരു വിശേഷതരം പക്ഷിയായിരുന്നു. തീനാളംപോലെ തിളങ്ങുന്ന സ്വർണ്ണച്ചിറകുകളുള്ള, സ്ഫടികക്കണ്ണുകളുള്ള പക്ഷി പറന്നെത്തി സ്വർണ്ണ ആപ്പിൾ കൊത്തിയെടുത്ത് പറന്നുപോകും.

ഇത് നിർത്തിയിട്ടുതന്നെ കാര്യമെന്ന് ചക്രവർത്തി തീരുമാനിച്ചു. രാജാവ് മൂത്ത രണ്ടാൺമക്കളെയും വിളിച്ചുവരുത്തിയിട്ടു പറഞ്ഞു:

"ആ പക്ഷിയെ ഉടൻ പിടിക്കണം. ജീവനോടെ പിടിച്ച് എന്റെ മുന്നിലെത്തിക്കുന്ന ആൾക്ക് എന്റെ പകുതി രാജ്യവും എന്റെ കാലശേഷം ചക്രവർത്തി പട്ടവും ഞാൻ വാഗ്ദാനം ചെയ്യുന്നു."

"ഞങ്ങളാ പക്ഷിയെപ്പിടിച്ച് പിതാവിനു മുന്നിൽ ഹാജരാക്കു''മെന്ന് രണ്ടുപേരും വലിയ ആഹ്ലാദത്തോടെയാണ് പറഞ്ഞത്. ആരാണ് ആദ്യം ഭാഗ്യപരീക്ഷണത്തിന് ഇറങ്ങേണ്ടത് എന്നറിയാൻ നറുക്കിടാൻ ഡിമിത്രി രാജകുമാരനും വാസിലി രാജകുമാരനും തീരുമാനിച്ചു. ഡിമിത്രി രാജകുമാരനായിരുന്നു നറുക്കു വീണത്. അന്നുരാത്രി ഡിമിത്രി ആപ്പിൾമരത്തിന്റെ ചുവട്ടിൽ കാവലിരുന്നു. അർദ്ധരാത്രിവരെ ഉറക്കമിളച്ചിരുന്നെങ്കിലും അതു കഴിഞ്ഞപ്പോൾ മയങ്ങിപ്പോയി.

"മകനേ, നീ ആ തീപ്പക്ഷിയെ കണ്ടോ?"

പിറ്റേദിവസം രാവിലെ ചക്രവർത്തി ഡിമിത്രി രാജകുമാരനോടു ചോദിച്ചു. സത്യം പറയാൻ രാജകുമാരന് നാണമായി.

"രാത്രിമുഴുവനും ഉറക്കമിളച്ചു കാത്തിരുന്നിട്ടും ആ പക്ഷിയെ ഞാൻ കണ്ടില്ല."

അയാൾ പറഞ്ഞു. പക്ഷേ, ചക്രവർത്തി തോട്ടത്തിൽച്ചെന്നു പരിശോധിച്ചപ്പോൾ ആപ്പിൾമരത്തിൽനിന്ന് അന്നും ഒരാപ്പിൾ മോഷണംപോയിരിക്കുന്നു.

പിറ്റേദിവസം വാസിലി രാജകുമാരന്റെ ഊഴമായിരുന്നു. അദ്ദേഹവും പാതിരാത്രിവരെ ഉറക്കമിളച്ചിരുന്നെങ്കിലും പിന്നീട് അറിയാതെ മയങ്ങിപ്പോയി. താൻ ഉറങ്ങിപ്പോയെന്നു പറയാൻ ലജ്ജ തോന്നിയ വാസിലി അന്ന് രാത്രി ഒരു പക്ഷിയും അവിടെ

വന്നില്ലെന്നു തറപ്പിച്ചു പറഞ്ഞു. ഡെമിയാൻ ചക്രവർത്തി മരത്തിലെ ആപ്പിൾ എണ്ണി നോക്കിയപ്പോൾ അന്നും ഒരെണ്ണം നഷ്ടപ്പെട്ടിരിക്കുന്നു.

മൂന്നാംദിവസം ഇവാൻ രാജകുമാരൻ തോട്ടത്തിൽ കാവലിരിക്കാനുള്ള അനുവാദം തരണമെന്ന് പിതാവിനോട് അഭ്യർത്ഥിച്ചു. ഇവാൻ ചക്രവർത്തിയുടെ പ്രിയപ്പെട്ട മകനായിരുന്നു. മൂത്ത രണ്ടുപേരും പരാജയപ്പെട്ടിടത്ത് ഇവാനെന്തു ചെയ്യാനാകുമെന്ന ചിന്തയുമുണ്ടായിരുന്നു രാജാവിന്. പക്ഷേ, ഇവാൻ കേണു പറഞ്ഞപ്പോൾ മനമില്ലാമനമോടെ സമ്മതിച്ചു. അങ്ങനെ രാത്രിയിൽ സ്വർണ്ണയാപ്പിൾ കായ്ക്കുന്ന മരത്തിനു ചുവട്ടിൽ ഇവാൻ രാജകുമാരൻ കാവലിരുന്നു. അർദ്ധരാത്രിയായപ്പോൾ ഉറക്കം വന്ന് കൺപോളകൾ അടയാൻ തുടങ്ങി. എന്നാൽ, ഇവാൻ കഠാരമുന കുത്തിനിർത്തി കണ്ണുകൾ തുറന്നുപിടിച്ച് ഉറക്കം വരാതെ നോക്കി. അർദ്ധരാത്രിയായപ്പോൾ തോട്ടത്തിനു തീപിടിച്ചതുപോലെ എങ്ങും വെളിച്ചം പരന്നു. പക്ഷിയുടെ ചിറകടിയും കേൾക്കാമായിരുന്നു. ഏറ്റവും താഴത്തെ കൊമ്പിൽ തീനാളംപോലുള്ള ഒരു പക്ഷി വന്നിരുന്ന് കൊക്കുകൊണ്ട് ആപ്പിൾ കൊത്തിയെടുക്കാൻ തുടങ്ങി.

അപ്പോഴേക്കും പിന്നിലൂടെ പതുങ്ങിച്ചെന്ന ഇവാൻ രാജകുമാരൻ പക്ഷിയുടെ വാലിൽ പിടിച്ചു. പക്ഷി സ്വർണ്ണച്ചിറകിട്ടടിച്ച് ഒരുവിധം പിടിയിൽനിന്ന് രക്ഷപ്പെട്ട് ആകാശത്തേക്കു പറന്നുയർന്നു. അതിനിടയിൽ സ്വർണ്ണച്ചിറകിൽനിന്ന് ഒരു തൂവൽ ഇവാന്റെ കൈയിലായി. അവൻ അത് കൈത്തൂവാലയിൽ പൊതിഞ്ഞ് ഭദ്രമായി സൂക്ഷിച്ച് മരച്ചുവട്ടിൽ കിടന്നുറങ്ങി.

“നിന്റെ സഹോദരന്മാരെപ്പോലെ നിനക്കും പക്ഷിയെ പിടിക്കാൻ സാധിച്ചില്ല അല്ലേ?”

പിറ്റേദിവസം രാവിലെ തോട്ടത്തിലെത്തിയ ചക്രവർത്തി ചോദിച്ചു. അപ്പോൾ ഇവാൻ തൂവാലയിൽ പൊതിഞ്ഞു സൂക്ഷിച്ച സ്വർണ്ണത്തൂവൽ അച്ഛനെ കാണിച്ചു. നൂറു മെഴുകുതിരികൾ ഒന്നിച്ചു കത്തിച്ചുവച്ചാലുള്ള പ്രകാശത്തെക്കാളേറെ തിളക്കമുണ്ടായിരുന്നു ആ തൂവലിന്. ചക്രവർത്തി അത് കൊട്ടാരത്തിലെ നിലവറയിൽ സൂക്ഷിക്കാൻ ഏർപ്പാടുചെയ്തു. പക്ഷിയെ

പിടിക്കാനായി തോട്ടം കാവല്ക്കാരുടെ എണ്ണം കൂട്ടി. പക്ഷേ, ആ പക്ഷി പിന്നീടവിടെ വന്നതേയില്ല.

പക്ഷേ, ചക്രവർത്തിക്ക് ആ പക്ഷിയെ മറക്കാൻ സാധിച്ചില്ല. ആ സ്വർണ്ണത്തൂവൽ കാണുന്തോറും ആ വിചിത്രപ്പക്ഷിയെ കാണാനുള്ള മോഹം ഏറി. അദ്ദേഹം മൂത്ത മക്കളെ വിളിച്ചിട്ട് പറഞ്ഞു:

"നിങ്ങൾ ഇപ്പോൾത്തന്നെ ആ പക്ഷിയെ പിടിക്കാൻ കുതിരപ്പുറത്തു കയറി പുറപ്പെട്ടോളൂ. അതിനെ ജീവനോടെ കൊണ്ടുവന്നാൽ ഞാൻ നിങ്ങൾക്ക് ഈ രാജ്യം നല്കുന്നതാണ്."

സ്വർണ്ണപ്പക്ഷിയെ പിടിക്കാൻ ഇവാനുപകരം തങ്ങളെ ഏല്പിച്ചതിൽ മൂത്ത സഹോദരന്മാർ രണ്ടുപേരും ഏറെ സന്തോഷിച്ചു. അവർ രണ്ടുപേരും പക്ഷിയെ അന്വേഷിച്ച് യാത്ര പുറപ്പെട്ടു.

അവർ യാത്ര തുടർന്നുകൊണ്ടേയിരുന്നു. കുറച്ചുദൂരമാണോ പോയയത്, അതോ ഏറെ ദൂരംപോയോ എന്നൊന്നും പറയാനാവില്ല. ഒടുക്കം പച്ചപുതച്ച പാടത്ത് മൂന്നു വഴികൾ ഒന്നിച്ചുചേരുന്നിടത്ത് അവർ എത്തിച്ചേർന്നു.

മുന്നിൽ കാണുന്ന റോഡിലൂടെ നേരെ പോകുന്നവൻ കൊടുംതണുപ്പും വിശപ്പും സഹിക്കേണ്ടിവരും.

വലത്തോട്ടു പോകുന്നവൻ രക്ഷപ്പെടുമെങ്കിലും അവന്റെ കുതിര ചത്തുപോകും.

ഇടത്തോട്ടു പോകുന്നവൻ മരിക്കും അവന്റെ കുതിര രക്ഷപ്പെടും.

ഈ വാക്യങ്ങൾ മൂന്നുംകൂടിയ നിരത്തിനരികിൽ കരിങ്കല്ലിൽ കൊത്തിവച്ചിരുന്നു.

ഈ വഴികളൊന്നും സുരക്ഷിതമല്ലെന്നു കണ്ട സഹോദരന്മാർ ആ വഴിയെ പോകാതെ മനോഹരമായ ഒരു കാട്ടിൽ തങ്ങളുടെ കൂടാരം കെട്ടി സുഖവാസം തുടങ്ങി. അതിനിടയിൽ തങ്ങളുടെ ദൗത്യം അവർ മറന്നുപോവുകയും ചെയ്തു.

കാലം കുറെ കഴിഞ്ഞിട്ടും സഹോദരന്മാരുടെ വിവരമൊന്നും നാട്ടിലെത്തിയില്ല. അസ്വസ്ഥനായ ഇവാൻ രാജകുമാരൻ

അവരെ അന്വേഷിച്ച് കണ്ടെത്താൻ അനുവദിക്കണമെന്ന് പിതാവിനോട് അഭ്യർത്ഥിച്ചു.

"നീ ചെറിയ കുട്ടിയല്ലേ? ഇത്തരം യാത്രയ്ക്കൊന്നും പോകാനുള്ള പ്രായമായിട്ടില്ല. എനിക്കു വയസ്സായി. മൂത്ത രണ്ടു മക്കളെയും കാണാനില്ല. നീകൂടി പോയാൽ എനിക്കെന്തെങ്കിലും സംഭവിച്ചാൽ ആരാണ് ഈ നാട് സംരക്ഷിക്കുക. നീ എപ്പോഴും എന്റെകൂടെ ഉണ്ടാകണം."

പ്രിയപ്പെട്ട മകനെ നഷ്ടപ്പെടാനാഗ്രഹിക്കാത്ത ഡെമിയാൻ ചക്രവർത്തി വിലക്കി.

ഇവാൻ രാജകുമാരൻ നിരന്തരം അപേക്ഷിച്ചപ്പോൾ ചക്രവർത്തിക്ക് സമ്മതിക്കാതെ നിവൃത്തിയില്ലെന്നായി. ഏറ്റവും വേഗംകൂടിയ ഒരു കുതിരയെ തെരഞ്ഞെടുത്ത് ഇവാൻ രാജകുമാരൻ യാത്ര പുറപ്പെട്ടു. ഏറെ ദൂരം യാത്രചെയ്തപ്പോൾ അയാൾ ആ മൂന്നു നിരത്തുകൾ കൂടിച്ചേരുന്ന പച്ചപിടിച്ച കവലയിലെത്തി. കല്ലിൽ കൊത്തിയ വാക്യങ്ങൾ അയാൾ വായിച്ചു. നേരേ പോകുന്നവൻ പട്ടിണിയും തണുപ്പുംകാരണം കഷ്ടപ്പെടേണ്ടി വരും. വലത്തോട്ട് പോകുന്നവന്റെ കുതിര ചാവും, അവൻ രക്ഷപ്പെടും. ഇടത്തോട്ടു പോകുന്നവൻ മരിക്കും കുതിര രക്ഷപ്പെടും.

പലതവണ കല്ലിൽ കൊത്തിയ വാക്യങ്ങൾ വായിച്ച്, ഒടുക്കം വലത്തേക്കുപോകാൻ തന്നെ ഇവാൻ തീരുമാനിച്ചു. ഏറെ ദൂരം സഞ്ചരിച്ച് നാലാം ദിവസം രാവിലെ അവനൊരു കൊടുങ്കാട്ടിലെത്തി. അപ്പോൾ ചാരനിറമുള്ള ഒരു വലിയ ചെന്നായ അവന്റെ മുന്നിലെത്തി.

"നീ വലിയ ധൈര്യശാലിതന്നെ ഇവാൻ. കല്ലിലെഴുതിയ ലിഖിതം വായിച്ചിട്ടു നീ ഇങ്ങോട്ടേക്കു പുറപ്പെട്ടു അല്ലേ?"

പറഞ്ഞു മുഴുവനാക്കിയതും ചെന്നായ കുതിരയെ കടിച്ചുകീറിത്തിന്ന് അപ്രത്യക്ഷനായി.

കുതിര ചത്തുപോയതിൽ മനംനൊന്ത് കരഞ്ഞുകൊണ്ട് ഇവാൻ കാട്ടിലൂടെ മുന്നോട്ടു നടന്നു.

ആകെ തളർന്നവശനായി ബോധംകെട്ടുവീഴുമെന്ന അവസ്ഥയിലെത്തിയപ്പോൾ ചെന്നായ വീണ്ടും മുന്നിലെത്തി.

“നീ ധീരൻതന്നെ ചെറുപ്പക്കാരാ. എനിക്കു നിന്നോട് സഹതാപം തോന്നുന്നുണ്ട്. നിന്റെ കുതിരയെ ഞാൻ കൊന്നുതിന്നതിനുപകരമായി നിനക്കെന്തെങ്കിലും തരണമെന്നു ഞാൻ വിചാരിക്കുന്നു. എന്റെ പുറത്തുകയറി ഇരുന്നോളൂ. നിനക്കു പോകേണ്ടിടത്ത് എത്തിക്കാം.”

ചെന്നായ പറഞ്ഞു.

ഇവാൻ ചെന്നായപ്പുറത്ത് കയറി ഇരുന്നിട്ട് പറഞ്ഞു.

“എന്റെ അച്ഛന്റെ തോട്ടത്തിലെ സ്വർണ്ണ ആപ്പിൾ മോഷ്ടിക്കാൻ വരുന്ന ആ സ്വർണ്ണപ്പക്ഷിയുടെ അരികിലേക്ക് എന്നെ എത്തിക്കൂ.”

ഏറ്റവും ശക്തനായ കുതിരയേക്കാൾ വേഗത്തിലായിരുന്നു ചെന്നായയുടെ പാച്ചിൽ.

കുതിച്ചൊഴുകുന്ന നദികളും കാടുംമേടും കടന്ന് ചെന്നായ ഓടിക്കൊണ്ടേയിരുന്നു. വലിയൊരു കന്മതിൽ കാണുന്നതുവരെ ആ യാത്ര തുടർന്നു.

“ആ മതിലിനു മുകളിൽ കയറൂ ഇവാൻ രാജകുമാരാ. മതിലിനപ്പുറത്ത് നിനക്കൊരു തോട്ടവും ഇരുമ്പഴികളും അതിനുള്ളിൽ മൂന്നുകിളിക്കൂടുകളും ദൂരെനിന്നേ കാണാം. ചെമ്പ്, വെള്ളി, സ്വർണ്ണം എന്നിവകൊണ്ടുള്ളതായിരിക്കും കിളിക്കൂടുകൾ. ചെമ്പുകൊണ്ടുള്ള കൂട്ടിൽ ഒരു കാക്കയും വെള്ളിക്കൂട്ടിൽ കാട്ടുപക്ഷിയുമാണ്. സ്വർണ്ണക്കൂട്ടിലാണ് സ്വർണ്ണപ്പക്ഷി. കൂട് തുറന്ന് സ്വർണ്ണപ്പക്ഷിയെ പിടിച്ച് നിന്റെ തൂവാലയിൽ പൊതിയുക. മറ്റെന്തു ചെയ്താലും ആ സ്വർണ്ണക്കൂട് കൈക്കലാക്കാൻ മാത്രം ശ്രമിക്കരുത്.”

ഇത്രയുംപറഞ്ഞ് ചെന്നായ മറഞ്ഞു.

ഇവാൻ രാജകുമാരൻ മതിൽ ചാടിക്കടന്ന് തോട്ടത്തിലെത്തി. ചെന്നായ പറഞ്ഞതുപോലെ അവിടെ മൂന്നു കൂടുകളുണ്ടായിരുന്നു. സ്വർണ്ണക്കൂട് തുറന്ന് അവൻ പക്ഷിയെ തൂവാലയിൽ പൊതിഞ്ഞു. ആ കൂട് അതിമനോഹരമായതിനാൽ അതവിടെ ഉപേക്ഷിക്കാൻ അയാൾക്ക് തോന്നിയില്ല. പക്ഷിയെ കൊണ്ടുപോകാൻ കൂട് ആവശ്യമാണല്ലോ എന്നു അയാൾ വിചാരിച്ചു. ആ കൂട് കൈയിലെടുത്തതും മണിനാദം മുഴങ്ങി. പലതരം

വാദ്യോപകരണങ്ങളുടെ കാതടപ്പിക്കുന്ന ഒച്ചയും കേട്ടു. അതോടെ കാവല്ക്കാർ ഓടിയെത്തി. അവർ ഇവാനെ പിടിച്ചുകെട്ടി അവരുടെ ചക്രവർത്തിയായ ഡോൾമിറ്റിനു മുന്നിൽ ഹാജരാക്കി.

"ആരാ നീ..... എന്റെ ആരാമത്തിൽ കയറി എനിക്കവകാശപ്പെട്ടത് മോഷ്ടിക്കുന്നോ?"

ചക്രവർത്തി ക്ഷുഭിതനായി.

"ഞാൻ ഡെമിയാൻ ചക്രവർത്തിയുടെ മകനാണ്. ഇവാൻ എന്നാണ് പേര്. ഈ സ്വർണ്ണപ്പക്ഷി എന്റെ പിതാവിന്റെ തോട്ടത്തിൽ വന്ന് ആരുമറിയാതെ ഞങ്ങളുടെ സ്വർണ്ണ ആപ്പിൾ കൊത്തിക്കൊണ്ടു പോകാറുണ്ട്. കള്ളനെ പിടിക്കാൻ അച്ഛനാണ് എന്നെ ഇങ്ങോട്ടേക്കയച്ചത്."

"നീ സത്യമാണോ പറയുന്നതെന്ന് എനിക്കെങ്ങനെ അറിയാൻ സാധിക്കും?"

കോപമടങ്ങാതെ ഡോൾമിറ്റ് ചക്രവർത്തി ഗർജ്ജിച്ചു.

"നീ നേരിട്ട് എന്റെ മുന്നിലെത്തി സംഗതി പറഞ്ഞിരുന്നെങ്കിൽ ഞാൻ ഈ പക്ഷിയെ നിനക്കു തരുമായിരുന്നു. പക്ഷേ, ഇനി അതുപറ്റില്ല. ഞാൻ നാടുനീളെ പെരുമ്പറകൊട്ടി നീ കള്ളനാണെന്ന് അറിയിക്കാൻ പോവുകയാണ്. ഒമ്പത് രാജ്യങ്ങൾ മൂന്നുതവണ ചുറ്റി അഫ്രോൺ ചക്രവർത്തിയുടെ നാട്ടിലെത്തി അദ്ദേഹത്തിന്റെ പിതാവ് എനിക്ക് തരാമെന്നേറ്റ സ്വർണ്ണക്കുഞ്ചിരോമങ്ങളുള്ള കുതിരയെ പിടിച്ചുകൊണ്ടു വന്നാൽ സ്വർണ്ണപ്പക്ഷിയെ ഞാൻ നിനക്കുതരാം. അല്ലെങ്കിൽ ഈ ചെറ്റത്തരം ഞാൻ നാടുമുഴുക്കെ കൊട്ടിഘോഷിക്കും."

വളരെ വിഷമത്തോടെ ഇവാൻ അവിടന്നിറങ്ങി. വഴിയിൽ ചാരനിറമുള്ള ചെന്നായയെ വീണ്ടും കണ്ടപ്പോൾ നടന്ന കാര്യങ്ങൾ അറിയിച്ചു.

"എന്റെ വാക്കുകളനുസരിക്കാത്ത നീ എന്തൊരു മണ്ടനാണ്."

ചെന്നായ കോപിച്ചു.

"എനിക്കതിൽ കുറ്റബോധമുണ്ട്."

ഇവാൻ സങ്കടത്തോടെ പറഞ്ഞു.

"ശരി. എന്റെ പുറത്തു കയറി ഇരുന്നിട്ട് നിനക്കെവിടെയാ പോകേണ്ടതെന്നു പറയൂ."

അങ്ങനെ ഇവാൻ വീണ്ടും ചെന്നായപ്പുറത്ത് കയറിയിരുന്നിട്ട് പറഞ്ഞു:

"ഒമ്പതു രാജ്യങ്ങൾ മൂന്നുതവണ ചുറ്റി അഫ്രോൻ ചക്രവർത്തിയുടെ രാജ്യത്തെത്തി സ്വർണ്ണക്കുഞ്ചിരോമമുള്ള കുതിരയെ കണ്ടെത്തണം."

ചെന്നായ നാടും കാടുംമേടും പുഴയും താണ്ടി അമ്പുപോലെ പാഞ്ഞ് അഫ്രോൻ ചക്രവർത്തിയുടെ കുതിരലായത്തിലെത്തി.

"ഇറങ്ങിക്കോ. കുതിരക്കാരെല്ലാം ഉറങ്ങുകയായിരിക്കും. സ്വർണ്ണക്കുഞ്ചിയുള്ള കുതിരയെയുംകൊണ്ട് സ്ഥലംവിട്ടോ. പക്ഷേ, മതിലിൽ തൂക്കിയിട്ട സ്വർണ്ണക്കടിഞ്ഞാൺ മാത്രം തൊട്ടുപോകരുത്. അത് തൊട്ടാൽ സംഭവിക്കുന്ന അനർത്ഥങ്ങൾക്ക് അതിരുണ്ടാവില്ല."

ഇവാൻ പതുക്ക വാതിൽതുറന്ന് സ്വർണ്ണക്കുഞ്ചിരോമമുള്ള കുതിരയുടെ കടിഞ്ഞാണിൽ പിടിച്ചു പുറത്തേക്കു കടക്കുമ്പോഴാണ് മതിലിൽ തൂക്കിയിട്ട സ്വർണ്ണക്കടിഞ്ഞാൺ കണ്ടത്. അതിമനോഹരമായ ആ കടിഞ്ഞാൺ അവിടെ ഉപേക്ഷിക്കാൻ അവനു മനസ്സു വന്നില്ല. കടിഞ്ഞാൺ തൊട്ടതും വാദ്യമേളങ്ങൾ തുടങ്ങി. അതുകേട്ട് കുതിരക്കാർ ഉണർന്നു. അവർ ഇവാനെ തടഞ്ഞുവെച്ച് പിറ്റേന്നു രാവിലെ അഫ്രോൻ ചക്രവർത്തിയുടെ മുന്നിൽ ഹാജരാക്കി.

"നിന്നെ കണ്ടിട്ട് ഒരു നല്ല കുടുംബത്തിൽ പിറന്നവനാണെന്നു തോന്നുന്നല്ലോ. മറ്റുള്ളവരുടെ മുതൽ കക്കാൻ നടക്കുന്ന കൂട്ടത്തിൽപ്പെട്ടവനല്ല നീ എന്നും തോന്നുന്നു. ആരാ നിന്റെ പിതാവ്? അദ്ദേഹത്തിന് അറിയാമോ നീ ഇങ്ങനെ കക്കാൻ നടക്കുന്ന കാര്യം?"

"ഡെമിയാൻ ചക്രവർത്തിയുടെ മകനാണ് ഞാൻ. പക്ഷേ, ഡോൾമിറ്റ് ചക്രവർത്തിയാണ് ഈ കുതിരയെ പിടിച്ചു കൊടുക്കണമെന്നു പറഞ്ഞ് എന്നെ ഇങ്ങോട്ടയച്ചത്. ഈ കുതിര അദ്ദേഹത്തിന്റേതാണെന്നാണ് അദ്ദേഹം പറഞ്ഞത്."

"അക്കാര്യം നീ എന്നോട് നേരിട്ട് വന്നു പറഞ്ഞിരുന്നെങ്കിൽ

ഈ കുതിരയെ ഞാൻ നിനക്കു തന്നേനെ. നട്ടപ്പാതിരായ്ക്ക് പതുങ്ങിവന്ന് കുതിരയുമായി കടക്കാനല്ലേ നീ ശ്രമിച്ചത്? നീയൊരു കള്ളനാണെന്ന് ഈ രാജ്യത്തുമാത്രമല്ല അയൽരാജ്യങ്ങളിലും വിളംബരം ചെയ്യാൻ പോവുകയാണ് ഞാൻ. നിന്റെ അച്ഛന്റെ നാട്ടിലും ഇക്കാര്യം അറിയിക്കും. ഒമ്പതു രാജ്യങ്ങളും കടന്ന് അങ്ങു ദൂരെയുള്ള ചക്രവർത്തിയുടെ മകളായ എലനാ എന്ന സുന്ദരിയെ തേടിപ്പിടിച്ച് എന്റെ വധുവായി നീ ഇവിടെ എത്തിക്കുകയാണെങ്കിൽ ഞാൻ നിനക്കു മാപ്പു തരാം. അവളെ ഞാൻ അകമഴിഞ്ഞു സ്നേഹിക്കുന്നു. പലതവണ ശ്രമിച്ചിട്ടും എനിക്ക് അവളെ സ്വന്തമാക്കാൻ സാധിച്ചിട്ടില്ല. നീ ചെന്ന് അവളെ എനിക്കുവേണ്ടി കൊണ്ടുവരികയാണെങ്കിൽ നിന്റെ തെറ്റ് ഞാൻ പൊറുക്കാം. സ്വർണ്ണക്കുഞ്ചിരോമമുള്ള കുതിരയെയും വിട്ടുതരാം. അതിനു നിനക്കു സാധിച്ചില്ലെങ്കിൽ നീ കുതിരയെ കക്കാൻ വന്ന കാര്യം ഞാൻ ലോകം മുഴുവൻ കൊട്ടിഘോഷിക്കും."

വളരെ വേദനയോടെ അവിടം വിട്ടിറങ്ങിയ ഇവാൻ ചെന്നായയെ ചെന്നുകണ്ട് നടന്ന കാര്യങ്ങളെല്ലാം പറഞ്ഞു.

"പിന്നെയും നീ തെറ്റു ചെയ്തു അല്ലേ? നീയെന്താ എന്റെ വാക്കുകൾ അനുസരിക്കാത്തത്?"

ചെന്നായ പരിതപിച്ചു.

"ചാരനിറമുള്ള ചെന്നായേ, കുറ്റക്കാരനായ എന്നോട് പൊറുക്ക്."

ഇവാൻ കരഞ്ഞപേക്ഷിച്ചു.

"ശരി എന്റെ പുറത്തുകയറി ഇരുന്നോളൂ. ഒരിക്കൽക്കൂടി നമുക്ക് ഭാഗ്യപരീക്ഷണം നടത്താം. ആട്ടെ, ഇത്തവണ എങ്ങോട്ടാ നിനക്കു പോകേണ്ടത്?"

"ഇത്തവണ ഒമ്പത് രാജ്യങ്ങളും കടന്ന് അങ്ങു ദൂരെയുള്ള സുന്ദരിയായ എലനാ രാജകുമാരിയുടെ രാജ്യത്തേക്കാണ് പോകേണ്ടത്." പുഴകളും കുന്നുകളും കാടും മേടും ചെന്നായയ്ക്ക് ഒരു തടസ്സമായിരുന്നില്ല. ഏറെ ദൂരം കുതിച്ചുപാഞ്ഞ് സ്വർണ്ണവേലിയുള്ള മനോഹരമായ ഒരു പൂന്തോട്ടത്തിനുമുന്നിൽ ചെന്നായ നിന്നു.

"ഇറങ്ങിക്കോ, നമ്മൾ വന്ന വഴിയെ പിന്നോക്കം നടക്ക്. അവിടെ പാടത്തുള്ള ഓക്ക് മരച്ചുവട്ടിൽ എനിക്കുവേണ്ടി കാത്തിരിക്കണം."

ഇവാൻ ചെന്നായ പറഞ്ഞതുപോലെ ചെയ്തു. ചെന്നായ വേലി നൂണ്ട് തോട്ടത്തിൽ കയറി. വെയിൽമാറി സന്ധ്യമനങ്ങാൻ നേരത്ത് എലനാ രാജകുമാരിയും തോഴിമാരും തോട്ടത്തിലെത്തി. കുറ്റിച്ചെടികൾക്കുള്ളിൽ മറഞ്ഞിരിക്കുകയായിരുന്ന ചെന്നായ പെട്ടെന്നെടുത്തു ചാടി അവളെയും പുറത്തുകയറ്റി ഒറ്റക്കുതിപ്പ്. ഇവാനിരിക്കുന്ന ഓക്ക് വൃക്ഷത്തിനു ചുവട്ടിലാണ് ഓട്ടം അവസാനിപ്പിച്ചത്.

രാജകുമാരിയോടൊപ്പം ചെന്നായപ്പുറത്ത് ഇരിക്കുമ്പോൾ ഇവാന്റെ മനസ്സിൽ ഒറ്റ വിചാരമേ ഉണ്ടായിരുന്നുള്ളൂ. ദൈവമേ, ഇവളെ ഞാൻ അകമഴിഞ്ഞ് സ്നേഹിക്കാൻ തുടങ്ങിയല്ലോ.

തീയേക്കാളും കാറ്റിനേക്കാളും വേഗത്തിൽ കുതിച്ചുപാഞ്ഞ ചെന്നായ അഫ്രോൻചക്രവർത്തിയുടെ കൊട്ടാരത്തിനുമുന്നിലാണ് ഓട്ടമവസാനിപ്പിച്ചത്. രാജകുമാരിയുടെ തോഴിമാർ കൊട്ടാരത്തിൽച്ചെന്നു വിവരമറിയിച്ചതും ഭടന്മാർ കുതിരപ്പുറത്തു കയറി നാലുപാടും പാഞ്ഞു. പക്ഷേ, അവരുടെ കുതിരകൾക്ക് ചെന്നായ പോയ വഴിയെ എത്താൻ സാധിച്ചില്ല.

"എലനാ രാജകുമാരിയെ ഞാൻ പ്രേമിക്കുന്നു. പക്ഷേ, അവളെ അഫ്രോൻ ചക്രവർത്തിയുടെ കൊട്ടാരത്തിലെത്തിച്ചാലെ എനിക്ക് സ്വർണ്ണക്കുഞ്ചിരോമമുള്ള കുതിരയെ കിട്ടൂ. അല്ലെങ്കിൽ എന്റെ പേരിനേറ്റ കളങ്കം ഒരു കാലവും മാറില്ല."

അവൻ കണ്ണീരോടെ ചെന്നായയോട് തന്റെ അവസ്ഥ വിവരിച്ചു.

"നമ്മൾ തമ്മിൽ ഇത്രയും അടുപ്പത്തിലായ സ്ഥിതിക്ക് നിന്നെ ഞാൻ കൈവിടില്ല. ഞാൻ പറയുന്നത് ശ്രദ്ധിച്ചു കേൾക്കണം. അഫ്രോൻ ചക്രവർത്തിയുടെ കൊട്ടാരത്തിലെത്തുമ്പോൾ ഞാൻ എലനാ രാജകുമാരിയായി രൂപം മാറും. അപ്പോൾ നീ എന്നെ ചക്രവർത്തിയുടെ മുന്നിൽ കൊണ്ടുപോകണം. എന്നെ ചക്രവർത്തിയെ ഏല്പിച്ചിട്ട് നീ സ്വർണ്ണക്കുഞ്ചിരോമമുള്ള കുതിരയെ ഏറ്റുവാങ്ങണം. കുതിരപ്പുറത്തു

കയറി ഉടനെ സ്ഥലംവിട്ടോളണം. അപ്പോൾ രാജകുമാരിയുടെ വേഷത്തിലുള്ള ഞാൻ തോട്ടത്തിൽ ഒന്നു നടന്നിട്ടുവരാമെന്നു പറയും. അപ്പോൾ നീ ചാരനിറമുള്ള ചെന്നായയെ ഓർക്കണം."

പറയുന്നതിനിടയിൽ ചെന്നായ എലനാ രാജകുമാരിയായി മാറി. ഒരാൾക്കും സംശയത്തിനിട കൊടുക്കാത്തവിധത്തിലായിരുന്നു ചെന്നായയുടെ രൂപമാറ്റം. എലനാ രാജകുമാരിയെ പുറത്ത് നിർത്തി ഇവാൻ രാജകുമാരിയുടെ രൂപംമാറിയ ചെന്നായയുമായി അഫ്രോൻ ചക്രവർത്തിയുടെ മുന്നിലെത്തി. അതീവ സന്തുഷ്ടനായ രാജാവ് സ്വർണ്ണക്കുഞ്ചിരോമമുള്ള കുതിരയെയും സ്വർണ്ണക്കടിഞ്ഞാണും ഇവാനെ ഏല്പിച്ചു. ഉടനെ ഇവാൻ കുതിരപ്പുറത്തു കയറി പുറത്തു കാത്തു നില്ക്കുകയായിരുന്ന എലനാ രാജകുമാരിയെയും കയറ്റി ഡോൾമാറ്റ് ചക്രവർത്തിയുടെ രാജ്യത്തേക്കു പുറപ്പെട്ടു.

ചെന്നായയാകട്ടെ ഒന്നല്ല, രണ്ടല്ല, മൂന്നുദിവസം കൊട്ടാരത്തിൽ കഴിഞ്ഞു. അതിനിടയിൽ അവിടെ കല്യാണാഘോഷങ്ങൾക്കുള്ള ഒരുക്കവും തുടങ്ങി.

"പ്രിയപ്പെട്ട എലനാ, നീ തോഴിമാരെയുംകൂട്ടി തോട്ടത്തിലൊക്കെ ഒന്നു നടന്നിട്ടു വരൂ. മാതാപിതാക്കളെ പിരിഞ്ഞതിലുള്ള നിന്റെ സങ്കടം അപ്പോൾ മാറും."

ചക്രവർത്തി പറഞ്ഞു.

ഏറെ ദൂരം യാത്ര ചെയ്തപ്പോഴാണ് ഇവാൻ ചെന്നായ പറഞ്ഞ കാര്യങ്ങളോർത്തത്. "അല്ലയോ ചാരനിറത്തിലുള്ള ചെന്നായേ, ഞാൻ നിന്നെ ഓർക്കുന്നു. നീയിപ്പോൾ എവിടെയാണ്?"

ഉടനെ രാജകുമാരി ചെന്നായയായി മാറി ഒറ്റക്കുതിപ്പായിരുന്നു. അന്നാട്ടിലെ ഒരൊറ്റക്കുതിരയ്ക്കും പിന്തുടരാനാവാത്ത വിധത്തിലായിരുന്നു ചെന്നായ ഓടിയത്. ചക്രവർത്തിയുടെ പട്ടാളക്കാർക്ക് പിന്തുടരാനാവാത്ത വിധത്തിലുള്ള ഓട്ടം നിലച്ചത് ആ യുവമിഥുനം കയറിയ സ്വർണ്ണക്കുഞ്ചിരോമമുള്ള കുതിരയുടെ അടുത്തെത്തിയപ്പോഴായിരുന്നു.

രാജകുമാരൻ ചെന്നായപ്പുറത്തും രാജകുമാരി കുതിരപ്പുറത്തും സഞ്ചരിച്ച് അവർ സ്വർണ്ണക്കിളിക്കൂടുള്ള ഡോൾമിറ്റ്

ചക്രവർത്തിയുടെ പൂന്തോട്ടത്തിലെത്തിയപ്പോൾ ഇവാൻ ചാരനിറമുള്ള ചെന്നായയോടു പറഞ്ഞു:

"എന്റെ അവസാനത്തെ ആഗ്രഹംകൂടി നീ എനിക്കു സാധിപ്പിച്ചു തരണം. നീ സ്വർണ്ണക്കുഞ്ചിരോമമുള്ള കുതിരയായി മാറി ഡോൾമിറ്റ് ചക്രവർത്തിയുടെ മുന്നിലേക്കു പോകണം. ചക്രവർത്തി കിളിക്കൂട എനിക്കു കൈമാറിക്കഴിഞ്ഞ് ഞാനതുമായി യാത്ര തുടരും. ഏറെത്താമസിയാതെ ഞാൻ നിന്നെ ഓർക്കുമ്പോൾ നീ വീണ്ടും ചെന്നായയായി ഞങ്ങളോടൊപ്പം ചേരണം."

"ഏറ്റു" എന്നു പറഞ്ഞുകൊണ്ട് ചെന്നായ കാല് നിലത്തുരച്ചതും സ്വർണ്ണക്കുഞ്ചിരോമമുള്ള കുതിരയായി. ആരു കണ്ടാലും മറിച്ചൊന്നും തോന്നുമായിരുന്നില്ല. ഉടനെ ഇവാൻ എലനാ രാജകുമാരിയെ കൊട്ടാരത്തിനു പുറത്ത് ഒളിപ്പിച്ച് നിർത്തിയിട്ട് പുതിയ കുതിരയോടൊപ്പം ഡോൾമാറ്റ് ചക്രവർത്തിയെ മുഖം കാണിച്ചു. ചക്രവർത്തിക്ക് വലിയ സന്തോഷമായി. ഇവാനെ ആഘോഷത്തോടെ സ്വീകരിക്കാൻ വിരുന്നൊരുക്കാൻ കല്പനയായി. ആഘോഷം രണ്ടുദിവസം നീണ്ടു. അതിനുശേഷം സ്വർണ്ണക്കിളിയെ സ്വർണ്ണക്കൂടടക്കം ചക്രവർത്തി ഇവാനു നല്കി. ഇവാൻ എലനായെ ഒളിപ്പിച്ചിരുത്തിയ പുല്പരപ്പിലെത്തി ശരിയായ കുതിരപ്പുറത്തു കയറി സ്വന്തം നാട്ടിലേക്ക് യാത്ര തിരിച്ചു,

രണ്ടുദിവസം കഴിഞ്ഞപ്പോൾ സ്വർണ്ണക്കുഞ്ചിരോമമുള്ള കുതിരയെ പുൽമേട്ടിലേക്ക് മേയാൻ വിടാൻ രാജാവ് ഉത്തരവിട്ടു. ഉടനെ കുതിരപ്പുറത്തിരുന്ന ഇവാൻ ചെന്നായയെ ഓർത്തു. അവൻ പറഞ്ഞു.

"അല്ലയോ ചെന്നായേ ഞാൻ നിന്നെ ഓർക്കുന്നു."

ഉടനെ കുതിര ചെന്നായ ആയി മാറി വാണംവിട്ടപോലെ മുന്നോട്ടു കുതിച്ചു. ശരിക്കുള്ള സ്വർണ്ണക്കുഞ്ചിരോമമുള്ള കുതിരയെ കാണുന്നതുവരെ അവൻ ഓടിക്കൊണ്ടേയിരുന്നു. ചെന്നായയെ കണ്ടപ്പോൾ ഇവാൻ കുതിരപ്പുറത്തുനിന്നിറങ്ങി ചെന്നായപ്പുറത്തു കയറി. രാജകുമാരി കുതിരപ്പുറത്തും ഇവാൻ ചെന്നായപ്പുറത്തുമായി അവർ വീണ്ടും യാത്ര തുടർന്നു.

ചാരനിറമുള്ള ചെന്നായ ഇവാന്റെ കുതിരയെ കൊന്നുതിന്ന കാട്ടിലാണ് അവരുടെ യാത്ര അവസാനിച്ചത്.

"ഇവാൻരാജകുമാരാ, നിന്റെ കുതിരയെ കൊന്നതിനു പകരമായി ഞാൻ നിനക്ക് വേണ്ടതിലേറെ പ്രത്യുപകാരം ചെയ്തു. ഇനിയിതു തുടരാനാവില്ല. എനിക്കു പോയേ മതിയാവൂ."

ചെന്നായപ്പുറത്തു നിന്നിറങ്ങിയ ഇവാൻ സങ്കടപ്പെട്ടു കരഞ്ഞപ്പോൾ ചെന്നായ പറഞ്ഞു:

"കരയേണ്ട, നിന്നെ സഹായിക്കാൻ ഞാൻ ഒരിക്കൽക്കൂടി എത്തും.'' എന്നു പറഞ്ഞുകൊണ്ട് അപ്രത്യക്ഷനായി. സ്വർണ്ണക്കിളിക്കൂടും കൈയിൽപ്പിടിച്ച് അപ്പോഴും കുതിരപ്പുറത്തിരിക്കുകയായിരുന്നു എലനാ രാജകുമാരി. ഇവാൻ രാജകുമാരൻ അവളോടൊപ്പം കുതിരപ്പുറത്തു കയറി യാത്ര തുടർന്നു. ഏറെ സഞ്ചരിച്ചപ്പോൾ കരിങ്കല്ലിൽ വിവരങ്ങൾ കൊത്തിവച്ച മൂന്നു പാതകൾ ഒന്നിച്ചു ചേരുന്ന പാടത്ത് അവരെത്തി. ആകെ തളർന്നവശരായ അവർ കുതിരപ്പുറത്തുനിന്ന് താഴെയിറങ്ങി. ഉറങ്ങാൻ കിടന്നു.

ഇതിനടുത്തായിരുന്നു ഡിമിത്രി രാജകുമാരനും വാസിലി രാജകുമാരനും വിശ്രമജീവിതം നയിച്ചിരുന്നത്. അവർക്ക് അപ്പോഴേക്കും ആ പ്രദേശം മടുത്തിരുന്നു. കിളിയെ കിട്ടിയില്ലെങ്കിലും സ്വദേശത്തേക്കു മടങ്ങാൻതന്നെ അവർ തീരുമാനിച്ചു. അപ്പോഴാണ് ഇളയസഹോദരൻ ഇവാൻ അവിടെ കിടന്നുറങ്ങുന്നത് കണ്ടത്. സ്വർണ്ണക്കുഞ്ചിരോമമുള്ള കുതിരയെയും സ്വർണക്കിളിക്കൂട്ടിലെ കിളിയെയും ഒപ്പം രാജകുമാരിയെയും ഇവാന്റെ കൂടെ കണ്ടപ്പോൾ സഹോദരന്മാർക്ക് അസൂയ സഹിക്കാനായില്ല. ഡിമിത്രി രാജകുമാരൻ ഇവാനെ വാളുകൊണ്ട് വെട്ടി തുണ്ടംതുണ്ടമാക്കി.

ഉറക്കം ഞെട്ടിയ രാജകുമാരി സംഭവം കണ്ട് കരഞ്ഞു ബഹളംവച്ചു. "എന്തൊരു ഭീരുക്കളാ നിങ്ങൾ. ധൈര്യശാലികളായിരുന്നെങ്കിൽ നിങ്ങളവനെ യുദ്ധത്തിനു വെല്ലുവിളിക്കണമായിരുന്നു. അതിനുപകരം നിങ്ങളവനെ ഉറക്കത്തിൽ വെട്ടിക്കൊന്നു അല്ലേ?"

കണ്ണീരിനിടയിലും രാജകുമാരി പറഞ്ഞുകൊണ്ടിരുന്നു.

വാസിലി രാജകുമാരൻ അവളുടെ മാറത്തേക്കു വാള് ചൂണ്ടിക്കൊണ്ടു പറഞ്ഞു:

"നീയിപ്പോ ഞങ്ങളുടെ അധീനത്തിലാണെന്ന് മറക്കണ്ട സുന്ദരിയായ എലനാ രാജകുമാരി. ഞങ്ങൾ നിന്നെ ഞങ്ങളുടെ പിതാവ് ഡെമിയാൻ ചക്രവർത്തിക്ക് മുന്നിൽ ഹാജരാക്കാൻ പോവുകയാണ്. സ്വർണ്ണക്കിളിയെയും ഈ കുതിരയെയും നിന്നെയും ഞങ്ങളാണ് കണ്ടെത്തിയതെന്ന് നീ ഞങ്ങളുടെ പിതാവിനോട് പറയണം. മറിച്ചെന്തെങ്കിലും പറഞ്ഞാൽ നിന്നെയും ഞങ്ങൾ കൊല്ലും."

ഡിമിത്രി രാജകുമാരൻ എലനാ രാജകുമാരിയെ സ്വന്തമാക്കി. കുതിരയും സ്വർണ്ണക്കൂട്ടിലെ കിളിയും വാസിലി രാജകുമാരനും. അങ്ങനെ കൊള്ളമുതൽ പങ്കിടുന്നതിൽ തീരുമാനമായപ്പോൾ അവർ സ്വന്തം രാജ്യത്തിലേക്കു തിരിച്ചു. അവരെ കണ്ടപ്പോൾ ഡെമിയാൻ ചക്രവർത്തിക്ക് സന്തോഷം അടക്കാനായില്ല. ഉടനെ തന്റെ സാമ്രാജ്യത്തിന്റെ പകുതി ഭാഗം അദ്ദേഹം വാസിലി രാജകുമാരന്റെ പേരിൽ എഴുതിക്കൊടുക്കാൻ തീരുമാനിച്ചു. സ്വർണ്ണക്കിളിയെ കിട്ടിയതിന്റെ പേരിൽ രാജ്യത്ത് ഒരു മാസത്തെ ആഘോഷങ്ങൾ സംഘടിപ്പിക്കാനും ഉത്തരവിട്ടു. അതിനുശേഷം ഡിമിത്രി രാജകുമാരന്റെയും എലനാ രാജകുമാരിയുടെയും വിവാഹം നടത്താനും തീരുമാനമായി.

ഈ സമയത്തെല്ലാം ഇവാൻ രാജകുമാരന്റെ വെട്ടി നുറുക്കിയ ശരീരം പാടത്തു കിടക്കുകയായിരുന്നു. മുപ്പതാംദിവസം ചാരനിറമുള്ള ചെന്നായ അതിലെ കടന്നുപോകാൻ ഇടവന്നു. ചങ്ങാതിയുടെ ശവശരീരം തിരിച്ചറിഞ്ഞ ചെന്നായ അവനെ ഓർത്ത് കരയുന്നതിനിടയിൽ ഒരു പെൺകാക്ക പറന്നെത്തി ഇവാന്റെ ശരീരത്തിന്റെ ഒരു തുണ്ടം കൊത്തിയെടുത്ത് പറക്കാൻ തുനിഞ്ഞതും ചെന്നായ ഒറ്റച്ചാട്ടത്തിന് അതിന്റെ കുഞ്ഞിനെ പിടിച്ചു.

"അയ്യോ, എന്റെ കുഞ്ഞിനെ ഒന്നും ചെയ്യല്ലേ, അത് നിന്നോട് ഒരു തെറ്റും ചെയ്തില്ലല്ലോ."

കൈയെത്താ ദൂരത്തെ മരക്കൊമ്പിലിരുന്നു കാക്ക കരഞ്ഞു.

"പെൺകാക്കയും മകളും കേട്ടോ. നീ എന്നെ സഹായിച്ചാൽ നിന്റെ കുഞ്ഞിനെ ഞാൻ വെറുതെ വിടാം. അങ്ങ് ദൂരെദൂരെയുള്ള മുപ്പതാമത്തെ രാജ്യത്ത് രണ്ട് അരുവികൾ ആരും കാണാത്ത വിധം മറച്ചുവച്ചിട്ടുണ്ട്. ഒരു പക്ഷിക്കു മാത്രമേ അവിടെ ചെന്നെത്താൻ സാധിക്കു. ആ രണ്ട് അരുവികളിൽനിന്ന് ഓരോ കുപ്പി വെള്ളം നീ ഇവിടെ എത്തിച്ചാൽ നിന്റെ കുഞ്ഞിനെ ഞാൻ വിട്ടുതരാം."

കാക്ക ഉടനെ പറന്നുപോയി. ചെന്നായ കാക്ക തിരിച്ചെത്തുന്നതും നോക്കി അവിടത്തന്നെയിരുന്നു. മൂന്നാം ദിവസമാണ് കൊക്കിൽ രണ്ടു കൊച്ചുകുപ്പികളിൽ വെള്ളവുമായി കാക്ക എത്തിയത്.

ചെന്നായ കാക്കക്കുഞ്ഞിനെ അറുത്തു നുറുക്കി. ഉടനെ കുപ്പിയിലുള്ള മരണജലം കാക്കക്കുഞ്ഞിന്റെ കഷണങ്ങളിൽ തളിച്ചു. ഉടനെ കാക്കക്കുഞ്ഞ് പഴയതുപോലായി. ജീവജലം തളിച്ചതും അത് അമ്മയുടെ അടുത്തേക്ക് പറന്നു. ചെന്നായ ഇവാന്റെ ശരീരത്തുണ്ടുകൾ പെറുക്കിക്കൂട്ടി മരണജലം തളിച്ചു. അതു കഴിഞ്ഞ് ജീവജലവും. അപ്പോൾ ഇവാൻ എഴുന്നേറ്റിരുന്ന് കൈകാലുകൾ കുടഞ്ഞിട്ട് പറഞ്ഞു:

"ഞാൻ ഏറെ നേരം ഉറങ്ങിപ്പോയെന്നാ തോന്നുന്നത്."

"ഞാൻ ഇവിടെ എത്തിയില്ലായിരുന്നെങ്കിൽ ഇനിയുള്ള കാലം മുഴുവൻ നീ ഉറങ്ങുമായിരുന്നു."

ചെന്നായ നടന്ന കഥകളെല്ലാം ഇവാനെ പറഞ്ഞു കേൾപ്പിച്ചു.

"നിന്റെ സഹോദരന്മാർ നിന്നെ ചതിച്ചു കൊന്നതാണ്. ഇനി ഒരു നിമിഷം പോലും പാഴാക്കാതെ നാട്ടിലെത്തിക്കോ. ഡിമിത്രി രാജകുമാരൻ എലനാ രാജകുമാരിയെ വിവാഹം കഴിക്കുന്നതിനുമുമ്പേ അവിടെ എത്തിക്കോ."

ചെന്നായ പറഞ്ഞു.

ഇവാൻ ചെന്നായപ്പുറത്ത് കയറിയതും അതൊരൊറ്റക്കുതിപ്പ്. അവർ താമസിയാതെ ഡെമിയാൻ ചക്രവർത്തിയുടെ കൊട്ടാരത്തിലെത്തി.

"ഇത് നിനക്കുവേണ്ടിയുള്ള എന്റെ അവസാനത്തെ

സേവനമാണ്. നമ്മൾ ഒരുപാട് ബുദ്ധിമുട്ടുകൾ ഒന്നിച്ചു തരണം ചെയ്തു, നമ്മളൊന്നിച്ചുള്ള യാത്രകൾ നീ ഇടയ്ക്കെങ്കിലും ഓർക്കണം."

രാജകുമാരൻ കരഞ്ഞുകൊണ്ട് ചാരനിറമുള്ള ചെന്നായയെ മൂന്നു തവണ കൈനിലത്തുകുത്തി വണങ്ങിയിട്ട് കൊട്ടാരത്തിലെ അതിഥി മുറിയിലേക്കു നടന്നു. എല്ലാവരും വിവാഹസദ്യക്കായി മേശയ്ക്കു ചുറ്റും ഇരിക്കുകയായിരുന്നു. എലനാ രാജകുമാരി ഇവാനെ കണ്ടതും ചാടിയെഴുന്നേറ്റ് കെട്ടിപ്പിടിച്ച് ഉമ്മവച്ചുകൊണ്ടു പറഞ്ഞു:

"ഇതാണെന്റെ പുരുഷൻ, ഇദ്ദേഹമാണ് എന്നെ വിവാഹം കഴിക്കേണ്ടത്, അല്ലാതെ ഈ ചതിയനല്ല."

അവളെയും കുതിരയെയും സ്വർണ്ണക്കിളിയെയും സ്വന്തമാക്കാൻ ഇവാൻ സഹിക്കേണ്ടിവന്ന ബുദ്ധിമുട്ടുകളും മൂത്ത സഹോദരന്മാരുടെ ചതിയും ചക്രവർത്തിയെ പറഞ്ഞു കേൾപ്പിച്ചു. ചക്രവർത്തി കോപത്താൽ കത്തിജ്ജ്വലിച്ചു. ഡിമിത്രിയെയും വാസിലിയെയും തുറുങ്കിലടയ്ക്കാൻ കല്പന പുറപ്പെടുവിച്ചു. അന്നുതന്നെ സുന്ദരിയായ എലീനാ രാജകുമാരിയുമായുള്ള ഇവാന്റെ വിവാഹം ആഘോഷത്തോടെ നടത്തി. രാജ്യത്ത് പട്ടിണി കിടക്കുന്നവരാരുംതന്നെ ഉണ്ടാകരുതെന്ന രാജാവിന്റെ ഉത്തരവനുസരിച്ച് ഉള്ളവർക്കും ഇല്ലാത്തവർക്കും സ്വാദിഷ്ഠമായ സദ്യവിളമ്പി വിവാഹാഘോഷം പൊടിപൊടിച്ചു. ഇവാൻ രാജകുമാരനും എലീനാ രാജകുമാരിയും സന്തോഷത്തോടെയും സമാധാനത്തോടെയും ഏറെക്കാലം ജീവിച്ചു.

അലനുഷ്കയും സഹോദരൻ ഇവാനുഷ്കയും

ഒരിടത്ത് രണ്ടു കുട്ടികളുണ്ടായിരുന്നു. എലിന എന്ന പെൺകുട്ടിയും ഇവാൻ എന്ന ആൺകുട്ടിയും. അവരുടെ അച്ഛനമ്മമാർ സ്നേഹത്തോടെ അവരെ അലനുഷ്കയെന്നും ഇവാനുഷ്ക എന്നുമായിരുന്നു വിളിച്ചിരുന്നത്. അച്ഛനുമമ്മയും മരിച്ചപ്പോൾ അനാഥരായ കുഞ്ഞുങ്ങൾ സ്വന്തം ഗ്രാമംവിട്ട് എങ്ങോട്ടെന്നില്ലാതെ യാത്ര പുറപ്പെട്ടു. എവിടെയായാലും രണ്ടുപേരും ഒരുമിച്ചു കഴിയണമെന്നായിരുന്നു അവരുടെ ആഗ്രഹം.

അങ്ങനെ പോകുമ്പോൾ ഒരു തരിശുനിലത്തെത്തി. വേനൽ കത്തുന്നുണ്ടായിരുന്നു. വെയിലേറ്റു പുല്ലെല്ലാം കരിഞ്ഞുണങ്ങിയിരുന്നു. കാല് നിലത്തുകുത്താനാകാത്തവിധം ഭൂമി ചുട്ടുപഴുത്തിരുന്നു. തലയ്ക്കുമുകളിൽ സൂര്യൻ കത്തിയെരിഞ്ഞ് അവരുടെ തൊണ്ട വരണ്ടു. രാവിലെ തുടങ്ങിയ യാത്രയാണ്. ഉച്ചയായതോടെ ചുട്ടുപഴുത്ത ഭൂമിയിൽ കാലുകുത്താൻപോലും വയ്യാത്ത അവസ്ഥയിലായി അവർ.

“പെങ്ങളേ, എന്റെ തൊണ്ട വരളുന്നു.”

ഇവാനുഷ്ക പറഞ്ഞു.

“കുറച്ചുകൂടി ക്ഷമിക്കൂ എന്റെ കുഞ്ഞനിയാ. താമസിയാതെ നമ്മൾ ഒരു കിണറിനടുത്ത് എത്താതിരിക്കില്ല.”

സഹോദരി അവനെ സമാധാനിപ്പിച്ചു.

ഏറെ ദൂരം ചെന്നിട്ടും കിണർ കണ്ടെത്താൻ അവർക്കായില്ല. കുറച്ചുകൂടി ചെന്നപ്പോൾ ഇവാനുഷ്ക കാക്കയുടെ കാലടയാളം കണ്ട് മുന്നോട്ടുപോയപ്പോൾ അവിടെ നിറയെ വെള്ളമുള്ള ഒരു കുഴി കണ്ടു. തെളിനീർ കണ്ടപ്പോൾ ഇവാനുഷ്കാ സന്തോഷത്തോടെ പറഞ്ഞു:

"പെങ്ങളേ വെള്ളം.... . ഞാൻ കുടിക്കാൻ പോവുകയാണ്."

"അരുത്. അതു കുടിച്ചാൽ നീ പശുക്കുട്ടിയാകും. കുറച്ചുകൂടി ക്ഷമിക്ക്."

കുറച്ചുകൂടി ചെന്നപ്പോൾ വീണ്ടുമൊരു വെള്ളക്കുഴികണ്ട് ഇവാനുഷ്ക അങ്ങോട്ടേക്കോടി. ഇത്തവണ അവിടെ കണ്ടത് കുതിരക്കുളമ്പടിയായിരുന്നു. സൂര്യപ്രകാശത്തിൽ വെട്ടിത്തിളങ്ങുന്ന വെള്ളം കുടിക്കാനായി ഇവാനുഷ്ക കുനിഞ്ഞതും അലനുഷ്ക അവന്റെ കുപ്പായക്കൈയിൽ പിടിച്ചു തടഞ്ഞിട്ട് പറഞ്ഞു:

"അരുത്, അതു കുടിച്ചാൽ നീ കുതിരക്കുട്ടിയായിപ്പോവും. തിരിഞ്ഞുനോക്കാതെ മുന്നോട്ട് നടക്ക്."

വീണ്ടും മുന്നോട്ടുപോയപ്പോൾ മറ്റൊരു വെള്ളക്കുഴി കണ്ട് ഇവാനുഷ്ക അങ്ങോട്ടേക്ക് ഓടാൻ തുടങ്ങിയപ്പോൾ അലനുഷ്ക അവന്റെ കുപ്പായക്കൈയിൽ പിടിച്ചു തടഞ്ഞു:

"അരുത്.... . ആ വെള്ളം കുടിച്ചാൽ നീ ഒരു പക്ഷിയായി മാറും. ഒന്ന് ക്ഷമിക്കെന്റെ പൊന്നനിയാ. തിരിഞ്ഞുനോക്കാതെ വേഗം മുന്നോട്ടു നടക്ക്."

ദാഹിച്ചുവലഞ്ഞ ഇവാനഷ്ക തളർന്നവശനായി പെങ്ങളെ അനുഗമിച്ചു. തൊണ്ടവരണ്ട് നടക്കാൻപോലുമാകാതെ വിഷമിക്കുമ്പോഴാണ് ഏതോ മൃഗത്തിന്റെ കുളമ്പടയാളവും ഒരു കുഞ്ഞിക്കുഴിയും കണ്ടത്. മുന്നിലുള്ള പെങ്ങൾ ശ്രദ്ധിക്കുന്നതിനു മുമ്പ്, കുഞ്ഞിക്കുഴിയിൽ ഉണ്ടായിരുന്ന ഒരിറ്റ് വെള്ളം ഇവാനുഷ്ക മൊത്തിക്കുടിച്ചു.

ഉടനേ അവൻ ഒരു ആട്ടിൻകുഞ്ഞായി മാറി. ആട്ടിൻകുട്ടിയുടെ കരച്ചിൽകേട്ട് തിരിഞ്ഞുനോക്കിയപ്പോഴാണ് തന്റെ

അരികിലേക്ക് ഓടിവരുന്ന ആട്ടിൻകുട്ടിയെ അലനുഷ്ക കണ്ടത്. അവൾ കരഞ്ഞുകൊണ്ട് ഒരു വൈക്കോൽത്തുറുവിൽ ചെന്നിരുന്നു. എത്ര ശ്രമിച്ചിട്ടും അവൾക്ക് കണ്ണീരടക്കാൻ കഴിഞ്ഞില്ല. ആട്ടിൻകുട്ടി കുറേ നേരം സങ്കടത്തോടെ അവളെ ചുറ്റിപ്പറ്റി നിന്നിട്ട്, അവളെ മറന്ന് ചാടിക്കളിക്കാൻ തുടങ്ങി.

അതുവഴിയേപോയ ഒരു പണക്കാരനായ കച്ചവടക്കാരൻ വഴിയരികിലിരുന്ന് തേങ്ങിക്കരയുന്ന സുന്ദരിയായ പെൺകുട്ടിയെ കണ്ട് സംഗതി തിരക്കി. അവളുടെ കഥ കേട്ട കച്ചവടക്കാരൻ പറഞ്ഞു:

"ഇതൊരു വിചിത്രമായ കഥയാണല്ലോ. വിശ്വസിക്കാൻ തന്നെ പ്രയാസം. നീ എന്റെ കൂടെ വന്നാ നിന്നെ ഞാൻ വിവാഹം കഴിക്കാം. ആട്ടിൻകുട്ടിയേയും നമുക്ക് കൂടെക്കൂട്ടാം. അപ്പോൾ അവനു കാലാകാലം നിന്റെ കൂടെത്തന്നെ ജീവിക്കാമല്ലോ."

അലനുഷ്ക ആട്ടിൻകുട്ടിയെ മാറത്തടക്കി കുതിരപ്പുറത്തു കയറി. കച്ചവടക്കാരനും കുതിരപ്പുറത്തു കയറി അയാളുടെ നാട്ടിലേക്കു പുറപ്പെട്ടു. വീട്ടിലെത്തിയതും ആർഭാടമായിട്ടുതന്നെ കച്ചവടക്കാരൻ വിവാഹം നടത്തി. അവർ സന്തോഷത്തോടെ അവിടെ ജീവിച്ചു. ഒപ്പം ആട്ടിൻകുട്ടിയും. അലനുഷ്ക പോകുന്നിടത്തെല്ലാം ആട്ടിൻകുട്ടിയും കൂടെയുണ്ടാകും. കാലം ഏറെ കഴിഞ്ഞിട്ടും ആട്ടിൻകുട്ടി വളർന്നതേയില്ല.

ഭാര്യയെ തനിച്ചാക്കി ചെറുപ്പക്കാരനായ കച്ചവടക്കാരന് ദൂരെയൊരിടത്തേക്ക് യാത്ര പോകേണ്ടി വന്നു. അയാളെ അതിരറ്റു സ്നേഹിച്ചിരുന്ന അലനുഷ്കയ്ക്ക് അയാളുടെ വേർപാട് താങ്ങാവുന്നതിലും അപ്പുറമായിരുന്നു. അലനുഷ്കയുടെ ഭാഗ്യത്തിൽ അസൂയപൂണ്ട ഒരു മന്ത്രവാദിനി അവിടെ ഉണ്ടായിരുന്നു. അവൾ ചുണ്ടത്തൊരു ചിരിയുമായി അലനുഷ്കയുടെ അടുത്തെത്തി.

"നീയിങ്ങനെ സങ്കടപ്പെട്ട് ആരോഗ്യവും സൗന്ദര്യവും നഷ്ടപ്പെടുത്തുന്നത് കാണുമ്പോൾ എനിക്കു സങ്കടമുണ്ട്. നിന്റെ സൗന്ദര്യത്തിൽ മയങ്ങിയാണല്ലോ ആ കച്ചവടക്കാരൻ നിന്നെ കല്യാണം കഴിച്ചത്. നീയിങ്ങനെ വ്യസനിച്ച് തിന്നാതെയും

കുടിക്കാതെയുമിരുന്നാൽ അയാൾ വരുമ്പോഴേക്ക് നിന്റെ കോലമെന്താകും? ഇപ്പോൾത്തന്നെ നീയാകെ കോലംകെട്ടു. തുടർച്ചയായി കടലിൽ കുളിച്ചാൽ നിന്റെ സൗന്ദര്യം തിരിച്ചു കിട്ടും. ഞാൻ പറയുന്നിടത്ത് കടലിലിറങ്ങി കുറച്ചുദിവസം മുങ്ങിക്കുളിച്ചാൽ നിന്റെ സൗന്ദര്യം നിനക്ക് വീണ്ടെടുക്കാം."

അവളുടെ വാക്കു വിശ്വസിച്ച് അലനുഷ്ക അവളോടൊപ്പം കടപ്പുറത്തേക്ക് നടന്നു. അവൾ കടലിലിറങ്ങിയതും മന്ത്രവാദിനി അവളെ കടലിൽ തള്ളിയിട്ട് കഴുത്തിൽ കല്ലുകെട്ടി വെള്ളത്തിൽ മുക്കി. എന്നിട്ട് അവൾ അലനുഷ്കയുടെ വേഷം ധരിച്ച് അലനുഷ്കയായി മാറി. അലനുഷ്കയെ എപ്പോഴും പിന്തുടരുന്ന ആട്ടിൻകുട്ടി മാത്രമേ ഇത് കണ്ടിരുന്നുള്ളൂ.

തിരിച്ചെത്തിയ കച്ചവടക്കാരൻ പഴയതിലും സുന്ദരിയായ ഭാര്യയെക്കണ്ട് ഏറെ സന്തോഷിച്ചു. പക്ഷേ, ആട്ടിൻകുട്ടി പഴയതുപോലെ സന്തോഷത്തോടെ തുള്ളിച്ചാടുകയോ ഭക്ഷണം കഴിക്കുകയോ ചെയ്യാതെ എപ്പോഴും സങ്കടപ്പെട്ടിരുന്നു. അത് ഏതുനേരവും കടപ്പുറത്തുചെന്ന് കടലിലേക്കു നോക്കി അമ്പേ അമ്പേ എന്നു കരഞ്ഞുകൊണ്ടിരുന്നു. കാര്യം മനസ്സിലാക്കിയ മന്ത്രവാദിനി ആട്ടിൻകുട്ടിയെ കൊല്ലാൻ ഏർപ്പാടാക്കി. കത്തികളുടെ മൂർച്ചകൂട്ടാനും വലിയൊരു അണ്ടാവിൽ വെള്ളം തിളപ്പിക്കാനും അവൾ വേലക്കാരെ ഏർപ്പാടാക്കി. എന്നിട്ട് അവൾ കച്ചവടക്കാരനോടു പറഞ്ഞു:

"ആ ആട്ടിൻകുട്ടി വലിയ ശല്യമായിരിക്കുകയായിരുന്നു. വികൃതിക്കിടയിൽ അവൻ തിളച്ചവെള്ളത്തിൽ വീണു. സാരമില്ല, നമുക്കിന്ന് അസ്സലൊരു സ്റ്റൂ ഉണ്ടാക്കാം."

ഇതുകേട്ട് ഭർത്താവ് അന്തം വിട്ടു. ആട്ടിൻകുട്ടിയെ തന്റെ ഭാര്യ എന്തുമാത്രം സ്നേഹിച്ചിരുന്നു എന്ന് അയാൾ മനസ്സിലാക്കിയതാണ്.

"നിങ്ങൾ സ്ത്രീകൾ വല്ലാത്തൊരു ജനുസ്സുതന്നെ. പ്രാണനുതുല്യം സ്നേഹിച്ച അതിനെ അറുത്ത് കറിയാക്കണ മെന്നു പറയുന്നതിന്റെ പൊരുൾ എനിക്കു മനസ്സിലാവുന്നില്ല. നീ എന്താ വേണ്ടതെന്നുവെച്ചാ ചെയ്യ്."

കച്ചവടക്കാരൻ പറഞ്ഞു.

സംഗതി മണത്തറിഞ്ഞ ആട്ടിൻകുട്ടി അവിടന്ന് ഇറങ്ങി യോടി. കത്തിക്കു മൂർച്ചകൂട്ടുന്നതും വെള്ളം തിളപ്പിക്കാൻ വിറകുകൊണ്ടുവരുന്നതും അവരുടെ സംസാരവും അവൻ കാണുകയും കേൾക്കുകയും ചെയ്യുന്നുണ്ടായിരുന്നു. മന്ത്രവാദി നിയുടെ ഉദ്ദേശ്യം മനസ്സിലാക്കിയാണ് അവൻ അവിടെനിന്ന് ഇറങ്ങി ഓടിയത്.

അവന്റെ പിന്നാലെ പാഞ്ഞ വേലക്കാരി അത് കടലിലേക്കു നോക്കി സംസാരിക്കുന്നത് കേട്ട് അന്തംവിട്ടു.

"അലനുഷ്കാ എന്റെ കൊച്ചു സഹോദരീ,

അവരെന്നെ അറുക്കാൻ പോവുകയാണ്.

അവർ കാട്ടിൽനിന്നു കെട്ടുകണക്കിനു വിറകു കൊണ്ടു വരുന്നു.

അവർ കുട്ടകങ്ങൾ അടുപ്പത്തുവച്ച് തീകൂട്ടുന്നു.

അവർ കത്തികൾക്ക് മൂർച്ചകൂട്ടുന്നു."

അപ്പോൾ കടലിനടിയിൽനിന്ന് അനുഷ്ക വിളിച്ചു പറഞ്ഞു:

"എന്റെ കഴുത്തിൽ ഭാരമുള്ള കല്ല് കെട്ടിത്തൂക്കിയിരിക്കുന്നു.

സിൽക്കുനാരുപോലുള്ള വള്ളികൾ എന്റെ വിരലുകളിൽ ചുറ്റിപ്പിണഞ്ഞിരിക്കുന്നു,

എന്റെ മാറത്ത് മഞ്ഞമണൽ വന്നടിഞ്ഞിരിക്കുന്നു."

വിരണ്ടുപോയ വേലക്കാരി താൻ കേട്ട കാര്യങ്ങൾ മുതലാളിയെ അറിയിക്കാനായി വീട്ടിലേക്കോടി. അവർ

രണ്ടുപേരും തിരിച്ചെത്തിയപ്പോഴും ആട്ടിൻകുട്ടി കരഞ്ഞുകൊണ്ട് നേർത്ത സ്വരത്തിൽ വീണ്ടും പാട്ടുപാടുകയായിരുന്നു.

"അലനുഷ്കാ, എന്റെ പ്രിയ സഹോദരീ,
എന്നെ അറുക്കാനായിരുന്നു അവരുടെ ഉദ്ദേശ്യം,
കെട്ടുകളായാണ് കാട്ടിൽനിന്ന് വിറകു കൊണ്ടുവന്നത്.
തീ ആളിക്കത്തുന്നു,
കുട്ടകത്തിൽ വെള്ളം തിളയ്ക്കുന്നു,
അവർ കത്തികൾ തേച്ച് മൂർച്ച കൂട്ടുന്നു,
നീന്തി പുറത്തുവരൂ, നീന്തി വന്നെന്നെ രക്ഷിക്കൂ.

അപ്പോൾ കടലിനടിയിൽനിന്നു മറുപടി വന്നു:

"ഇവാനുഷ്കാ, കുഞ്ഞനിയാ,
എന്റെ കഴുത്തിൽ ഭാരമേറിയ കല്ല് കെട്ടിത്തൂക്കിയിരിക്കുന്നു.
സിൽക്കുപോലുള്ള വള്ളികൾ എന്റെ വിരലുകളിൽ ചുറ്റിപ്പിണഞ്ഞിരിക്കുന്നു,
മഞ്ഞമണൽ എന്റെ മാറിൽ അടിഞ്ഞുകൂടിയിരിക്കുന്നു."

കച്ചവടക്കാരൻ ഉടനെ മുങ്ങൽ വിദഗ്ദരെ വരുത്തി. അവർ ആദ്യം വലയെറിഞ്ഞപ്പോൾ ഒന്നും കുടുങ്ങിയില്ല. രണ്ടാമതും വല വീശിയപ്പോൾ മയങ്ങിക്കിടക്കുന്ന അലനുഷ്ക വലയിൽ കുടുങ്ങി. കച്ചവടക്കാരൻതന്നെ വലയറുത്ത് അവളുടെ കഴുത്തിൽ കെട്ടിത്തൂക്കിയ കല്ല് അറുത്ത് മാറ്റി. എന്നിട്ട് അവർ അവളെ കുളിപ്പിച്ച് വെള്ള വസ്ത്രങ്ങളണയിച്ചു. അവൾ പതുക്കെ കണ്ണു തുറന്ന് കൈകൾ നിവർത്തി ആട്ടിൻകുട്ടിയുടെ കഴുത്തിൽ തലോടി. ഉടനെ അത് അവളുടെ സഹോദരൻ ഇവാനുഷ്കയായി. അവരെല്ലാം സന്തോഷത്തോടെ വീട്ടിലേക്കു തിരിച്ചു. ആട്ടിൻകുട്ടിയെ വേവിക്കാൻ തയ്യാറാക്കിയ അടുപ്പിലിട്ട് മന്ത്രവാദിനിയെ ചുട്ടെരിച്ച് ചാരം കാറ്റിൽ പറത്തി. കച്ചവടക്കാരനും അലനുഷ്കയും സഹോദരൻ ഇവാനുഷ്കയും ഏറെക്കാലം സന്തോഷത്തോടെ ജീവിച്ചു.

വെള്ളത്താറാവ്

പണ്ടുപണ്ടൊരു നാളിൽ ഏഴുകടലും കുന്നും മലയും താണ്ടിയെത്തുന്ന ഒരു രാജ്യത്ത് മഹാനായ ഒരു ചക്രവർത്തി ഉണ്ടായിരുന്നു. അദ്ദേഹം അതിസുന്ദരിയായ ഒരു രാജകുമാരിയെ വിവാഹം ചെയ്തു. പക്ഷേ, അധികം താമസിയാതെ ചക്രവർത്തിക്ക് ഭാര്യയെ കൊട്ടാരത്തിൽ ഒറ്റയ്ക്കാക്കി യുദ്ധത്തിനു പുറപ്പെടേണ്ട ഘട്ടം വന്നു. ഏറെ പണിപ്പെട്ട് അവളുടെ കരച്ചിലടക്കിയിട്ട്, താനില്ലാത്തപ്പോൾ അവൾ എങ്ങനെയാണ് കൊട്ടാരത്തിൽ കഴിയേണ്ടതെന്ന് വിശദീകരിച്ചു:

"ഒരിക്കലും കൊട്ടാരംവിട്ട് പുറത്തിറങ്ങരുത്. പരിചയമില്ലാത്തവരുമായി സംസാരിക്കരുത്. കുബുദ്ധികളായ സ്ത്രീകളുടെ ഏഷണിയിൽ വീഴരുത്."

ഭർത്താവ് പറഞ്ഞതെല്ലാം അനുസരിക്കാമെന്ന് രാജകുമാരി കരഞ്ഞുകൊണ്ട് അദ്ദേഹത്തിനു വാക്കുകൊടുത്തു. അദ്ദേഹം പോയതും രാജകുമാരി തോഴിമാരോടൊപ്പം അകത്തുകയറി വാതിലടച്ച് ഭർത്താവിനെ ഓർത്തുകൊണ്ട് നൂല്നൂല്ക്കാനും തുണി നെയ്യാനും തുടങ്ങി. ഏകാന്തത അവളെ കുറച്ചൊന്നുമല്ല വലച്ചത്. നേരംപോകാൻ ഒരു മാർഗ്ഗവുമില്ലാതെ വല്ലാതെ വലഞ്ഞു. ആകെ മടുത്ത രാജകുമാരി ഒരു ദിവസം ജനാല തുറന്നു പുറത്തേക്കു നോക്കി. അവിടെ മുടന്തി നടക്കുന്ന ഒരു കിഴവിയെ കണ്ട് രാജകുമാരി അവൾക്ക് വന്ദനം പറഞ്ഞു.

"വളരെ ദുഃഖിതയാണല്ലോ രാജകുമാരി. നിങ്ങൾ കരഞ്ഞും ദുഃഖിച്ചും അകത്തിരുന്നതുകൊണ്ട് നിങ്ങളുടെ ഭർത്താവ് പെട്ടെന്നിങ്ങ് വരാനൊന്നും പോകുന്നില്ല. പുറത്തിറങ്ങി ഈ മരങ്ങളും പൂക്കളുമൊക്കെ കണ്ട് നടന്നാൽ നേരം പോകുന്നതറിയില്ല." കിഴവി പറഞ്ഞു.

പുറത്തിറങ്ങരുതെന്ന ഭർത്താവിന്റെ താക്കീതും അദ്ദേഹം പറഞ്ഞതിനു വിപരീതമായി ഒന്നും ചെയ്യില്ലെന്ന് ഭർത്താവിനു കൊടുത്ത വാക്കുമോർത്ത് അവൾ കുറേനേരം അനങ്ങിയില്ല. ഒന്നു പുറത്തിറങ്ങി നടന്നെന്നു വച്ചിട്ട് എന്തു സംഭവിക്കാനാ? ഇത്തിരി കാറ്റും വെളിച്ചവും മുഖത്തടിച്ചാൽ ആകെയൊരുന്മേഷം കിട്ടും. ഈ വേനലിൽ മുറിയടച്ചിരിക്കുന്നത് അത്ര നല്ല കാര്യമല്ല.

അവൾ ചിന്തിച്ചു. അതോടെ അവൾ തോട്ടത്തിലേക്ക് ഓടിച്ചെന്നു. രാജകുമാരിയുടെ സുഖത്തിലും സന്തോഷത്തിലും അസൂയപ്പെടുന്ന ഒരു ദുഷ്ടയായ മന്ത്രവാദിനിയായിരുന്നു ആ കിഴവി. ഓരോരോ കാര്യങ്ങൾ പറഞ്ഞ് മയക്കി കിഴവി രാജകുമാരിയെ കൊട്ടാരത്തിൽനിന്ന് വളരെ അകലെയുള്ള ഒരു പുഴക്കരയിലെത്തിച്ചു. പുഴയ്ക്ക് നല്ല ആഴമുണ്ടായിരുന്നു. തീരത്ത് ധാരാളം മരങ്ങളുണ്ടായിരുന്നു.

"ആകെ ചുട്ടുപഴുക്കുന്നില്ലേ. പുഴയിലെ തണുത്ത വെള്ളത്തിലിറങ്ങിയൊന്നുകുളിച്ചാൽ എന്തു സുഖമായിരിക്കുമെന്നോ."

രാജകുമാരി ആദ്യം സംശയിച്ചെങ്കിലും വെട്ടിത്തിളങ്ങുന്ന വെള്ളം കണ്ടപ്പോൾ നിയന്ത്രിക്കാനാവാതെ മേൽവസ്ത്രമഴിച്ചുവച്ച് വെള്ളത്തിലിറങ്ങി. കാല് വെള്ളത്തിലെ കല്ലിൽ തട്ടിയതും പുറത്ത് കനത്തൊരു ഭാരം വന്നുവീണതുപോലെ തോന്നി. മന്ത്രവാദിനി അവളെ പുഴയിലേക്കു തള്ളിയിട്ടിട്ട് പറഞ്ഞു:

"നീന്തിക്കോ വെള്ളത്താറാവേ.."

ഉടനെ രാജകുമാരി ഒരു വെള്ളത്താറാവായി മാറി. ദുഷ്ടയായ മന്ത്രവാദിനി കുലുങ്ങിച്ചിരിച്ചുകൊണ്ട് രാജകുമാരിയുടെ മേൽക്കുപ്പായം ധരിച്ച് രാജകുമാരിയായി കൊട്ടാരത്തിലെത്തി ചക്രവർത്തിയുടെ വരവും കാത്തിരുന്നു.

യുദ്ധം അവസാനിച്ച് ചക്രവർത്തിയും പരിവാരങ്ങളും തിരിച്ചെത്തിയപ്പോഴുള്ള കോലാഹലങ്ങൾകേട്ട് രാജകുമാരിയുടെ വേഷംകെട്ടിയ മന്ത്രവാദിനി ഭർത്താവിനെ സ്വീകരിക്കാൻ

കൊട്ടാരം കവാടത്തിലേക്ക് ഓടിച്ചെന്നു. അത് തന്റെ ഭാര്യയല്ലെന്നു മനസ്സിലാക്കാതെ ചക്രവർത്തി അവളെ തന്നോട് ചേർത്തുപിടിച്ചു.

വെള്ളത്താറാവാകട്ടെ പുഴയിൽ അങ്ങോട്ടുമിങ്ങോട്ടും നീന്തി. അതിനിടയിൽ മൂന്നു മുട്ടയുമിട്ടു. കുറച്ചുദിവസം കഴിഞ്ഞപ്പോൾ മുട്ടവിരിഞ്ഞു മൂന്നു കുഞ്ഞുങ്ങൾ പിറന്നു. ഒരാണും രണ്ടുപെണ്ണും. അവർ പെട്ടെന്നങ്ങു വളർന്നു. അമ്മയുടെ വാക്കു കേൾക്കാതെ അവർ ദൂരേക്കു നീന്തി. ഒരു ദിവസം പതിവിലും ദൂരം നീന്തിയ അവർ കൊട്ടാരത്തിനു മുന്നിലുള്ള മുറ്റത്ത് ചെന്നുപറ്റി. അവരെ തിരിച്ചറിഞ്ഞ മന്ത്രവാദിനി അവരെ അകത്തു കൂട്ടിക്കൊണ്ടു പോയി തീറ്റകൊടുത്തു. പതുപതുപ്പുള്ള തലയണയിൽ ഉറക്കിക്കിടത്തി. എന്നിട്ട് അടുക്കളയിൽച്ചെന്ന് വേലക്കാരികളോട് കത്തിക്കു മൂർച്ചകൂട്ടാനും കുട്ടകത്തിൽ വെള്ളം തിളപ്പിക്കാനും ഉത്തരവിട്ടു.

അതിനിടയിൽ താറാക്കുഞ്ഞുങ്ങളിൽ രണ്ടെണ്ണം ഉറങ്ങിപ്പോയി. ഇളയവൻ ചിറകു വിടർത്തി രണ്ടിനെയും പുതപ്പിച്ചു. അവൻ ഉണർന്നു കിടക്കുകയായിരുന്നു.

"കുഞ്ഞുങ്ങളേ, നിങ്ങളുറങ്ങിപ്പോയോ?"

അർദ്ധരാത്രി അവിടെയെത്തിയ മന്ത്രവാദിനി ചോദിച്ചു.

"ഞങ്ങൾക്കുറങ്ങാനാവില്ല, ഞങ്ങൾ ഉണർന്നിരുന്നു കരയുകയാണ്,

ദുഷ്ടന്മാർ ഞങ്ങളെ കൊല്ലാനൊരുങ്ങുകയാണ്.

ഞങ്ങളുടെ കഴുത്തറുക്കാൻ കത്തിക്കു മൂർച്ച കൂട്ടിയിരിക്കുന്നു.

തീ ആളിക്കത്തുന്നു, കുട്ടകത്തിൽ വെള്ളം തിളയ്ക്കുന്നു,

എല്ലാവരും മൂടിപ്പുതച്ചുറങ്ങുന്നു, ഞങ്ങൾ ഉണർന്നിരുന്നു കരയുന്നു."

സംസാരം കേട്ട് ഇവർ ഇതുവരെ ഉറങ്ങിയില്ലേ എന്നു പറഞ്ഞുകൊണ്ട് മന്ത്രവാദിനി വീണ്ടും അടുക്കളയിലേക്കു നടന്നു. അവിടെ കുറച്ചുനേരം അച്ചാലും മുച്ചാലും നടന്നിട്ട് അവൾ വീണ്ടും താറാക്കുഞ്ഞുങ്ങളുടെ അടുത്തെത്തിയിട്ടു ചോദിച്ചു:

"അല്ല പ്രിയപ്പെട്ട കുഞ്ഞുങ്ങളേ, നിങ്ങളിതുവരെ ഉറങ്ങിയില്ലേ?"

"ഞങ്ങളുണർന്നിരുന്നു കരയുന്നു,
ഞങ്ങൾക്കുറങ്ങാൻ സാധിക്കുന്നില്ല
പുറത്ത് ദുഷ്ടന്മാർ ഞങ്ങളെ കൊല്ലാനൊരുങ്ങുന്നു
തീ ആളിക്കത്തുന്നു, അണ്ടാവിൽ വെള്ളം തിളയ്ക്കുന്നു
ഞങ്ങളുടെ ജീവനെടുക്കാൻ അവർ കത്തി മൂർച്ചകൂട്ടിയിരിക്കുന്നു
ഞങ്ങളെങ്ങനെ ഉറങ്ങും, ഞങ്ങൾ ഉണർന്നിരുന്നു കരയുന്നു."

"പിന്നെയും അതേ ശബ്ദം കേൾക്കുന്നല്ലോ"

എന്നു പറഞ്ഞുകൊണ്ട് അവൾ അടുത്തു ചെന്നു നോക്കി. മൂത്തതു രണ്ടും നല്ല ഉറക്കം. ഇളയതിന്റെ കണ്ണാകട്ടെ സംസാരത്തിനിടയിലും ഉറക്കംവന്ന് അടയുന്നുണ്ടായിരുന്നു. ഉടനെ അവൾ കത്തിയെടുത്ത് മൂന്നിനെയും അറുത്തു.

പിറ്റേദിവസം മക്കളെ കാണാതെ വെള്ളത്താറാവ് കരഞ്ഞുവിളിച്ച് പുഴ മുഴുവൻ നീന്തി. ആ ദുഷ്ട അവളെയും കൊട്ടാരത്തിനു മുന്നിലുള്ള കടവിലെത്തിച്ചതായിരിക്കാം. മുറ്റത്ത് മക്കളുടെ ശവം കണ്ട് ഓടിച്ചെന്ന് അവരെ ചിറകിലൊതുക്കി ഉറക്കെ കരഞ്ഞു

"അയ്യോ.... അയ്യയ്യോ.... എന്റെ പ്രിയപ്പെട്ട മക്കളേ,
അയ്യോ..... അയ്യയ്യോ..... എന്റെ കരളിന്റെ തുണ്ടുകളേ,
വേദനയും കഷ്ടപ്പാടും സഹിച്ചല്ലോ ഞാൻ നിങ്ങളെ വളർത്തിയത്,
എന്നിട്ടിപ്പോൾ കൊത്തി നുറുക്കിയ നിങ്ങളുടെ ശരീരം കാണേണ്ടി വന്നല്ലോ,
ഞാൻ രാവും പകലും നിങ്ങളെയും കാത്തിരുന്നതല്ലേ,
നിങ്ങളായിരുന്നില്ലേ എന്റെ ആനന്ദം, എന്റെ സന്തോഷം."

അകത്തിരുന്ന ചക്രവർത്തി ഇതു കേൾക്കുന്നുണ്ടായിരുന്നു.

"ആ താറാവു പറയുന്നത് കേട്ടില്ലേ, അതിശയമായിരിക്കുന്നു."

"ഒരു താറാവിന്റെ ജല്പനം ആര് ചെവിടോർക്കുന്നു?"

എന്നു പറഞ്ഞുകൊണ്ട് വേലക്കാരെ വിളിച്ച് അവൾ ആ താറാവിനെ അവിടന്ന് ഓടിക്കാൻ ഏർപ്പാടാക്കി. അവരെത്ര ആട്ടിയോടിച്ചിട്ടും താറാവ് വീണ്ടും തന്റെ കുഞ്ഞുങ്ങളുടെ അടുത്തെത്തി വിലപിക്കാൻ തുടങ്ങും.

"എന്റെ പ്രിയപ്പെട്ട മക്കളേ, കരളിന്റെ കരളായ എന്റെ മക്കളേ
എന്റെ മാത്രം ദുരിതം, എന്റെ പ്രിയപ്പെട്ട അരിപ്രാവുകളേ
ദുഷ്ടയായ ആ മന്ത്രവാദിനി നിങ്ങളെ കൊന്നുകളഞ്ഞില്ലേ
എന്നെ കൊന്ന് എന്റെ വേഷംകെട്ടി കൊട്ടാരത്തിൽ
താമസിക്കുകയാണ് ആ കള്ളി
സന്തുഷ്ടയായ ഒരു ഭാര്യയായിരുന്നില്ലേ ഞാൻ,
അവളെന്നെ ആജീവനാന്തം ഒരു താറാവാക്കി മാറ്റിയില്ലേ."

ഇത്തവണ ചക്രവർത്തി താറാവിന്റെ അടുത്തേക്കു ചെന്നതും താറാവ് അദ്ദേഹത്തിന്റെ കൈകളിൽ അഭയം തേടി. അദ്ദേഹം അവളുടെ ചിറകിൽ പിടിച്ചതും മന്ത്രവാദിനി അവളെ നൂൽനൂല്ക്കുന്ന തക്ലിയാക്കി മാറ്റി.

"എന്നെ രണ്ടായി മുറിക്കൂ."

തക്ലി പതുക്കെ പറഞ്ഞു. ഉടനെ രാജാവ് ഉദ്വേഗത്തോടെ തക്ലി രണ്ടാക്കി മുറിച്ചു. അപ്പോൾ വലതു കൈയിലെ കഷണം പറഞ്ഞു:

"ഇത് അങ്ങയുടെ പിറകിലേക്കെറിയൂ. മറ്റേ കഷണം മുന്നിലേക്കും എറിഞ്ഞിട്ട് ഇങ്ങനെ പറയൂ: എന്റെ പിന്നിൽ നില്ക്കൂ മരമേ, എന്റെ മുന്നിൽ വരൂ സുന്ദരിപ്പെണ്ണേ."

ആ കഷണങ്ങൾ കൈക്കലാക്കാൻ മന്ത്രവാദിനി ശ്രമിച്ചെങ്കിലും സാധിച്ചില്ല. ഉടനെ രാജാവിന്റെ പിറകിൽ വലിയൊരു മരവും മുന്നിൽ അയാളുടെ യഥാർത്ഥ ഭാര്യയും പ്രത്യക്ഷപ്പെട്ടു. ഉടൻ കൊക്കിൽ ഒരു കുഞ്ഞിക്കുപ്പിയുമായി ഒരു ചിലപ്പൻ പക്ഷി അവിടെയെത്തി. ചക്രവർത്തിനി ആ കുപ്പിയിലെ വെള്ളം താറാക്കുട്ടികളുടെ പുറത്തു തളിച്ചപ്പോൾ മൂന്നു കുഞ്ഞുങ്ങൾ ഓടിച്ചെന്ന് അവരുടെ പിതാവിനെ വന്ദിച്ചു.

മന്ത്രവാദിനിയുടെ കൈയും കാലുംകെട്ടി നാലു കുതിരകളുടെ വാലിൽ കെട്ടി ചതുപ്പുനിലത്തിലൂടെ കുതിരയെ പായിക്കാനും അവളെ ചാട്ടവാറുകൊണ്ടടിക്കാനും രാജാവ് ഉത്തരവിട്ടു. ഉടനെ അവിടെയൊരു കാലു മുളച്ചുപൊന്തി, ഇരുമ്പുപാര പിടിച്ച ഒരു കൈയും. അവളുടെ തലയിൽ കുറ്റിക്കാട് മുളച്ചുപൊന്തി. കാറ്റുവീശി. ആ കാറ്റിൽ അവളും അവളുടെ ഓർമ്മകളും കണ്ണെത്താദൂരത്തേക്ക് ഉയർന്നു പൊങ്ങി. ചക്രവർത്തിയും ചക്രവർത്തിനിയും മക്കളും ഏറെക്കാലം സന്തോഷത്തോടെ ജീവിച്ചു.

പ്രാപ്പിടിയന്റെ തൂവൽ

പണ്ടൊരു കച്ചവടക്കാരനുണ്ടായിരുന്നു. മൂന്നു പെൺമക്കളെയും അയാളെ ഏല്പിച്ച് ഭാര്യ മരണപ്പെട്ടു. മൂത്ത രണ്ടുപേരും വിരൂപികളും ദുഷ്ടസ്വഭാവക്കാരുമായിരുന്നു. എന്നാൽ, ഇളയവളാകട്ടെ സുന്ദരിയും നല്ലവളും സ്വന്തം സൗന്ദര്യത്തെക്കുറിച്ച് ചിന്തിക്കാത്തവളുമായിരുന്നു. വീടുഭരിക്കുന്നതിൽ മിടുക്കിയുമായിരുന്നു.

ഒരിക്കൽ, സാധനങ്ങളുമായി കച്ചവടത്തിനിറങ്ങുമ്പോൾ തിരിച്ചുവരുമ്പോൾ താൻ സമ്മാനമായി എന്താണ് കൊണ്ടുവരേണ്ടതെന്ന് അച്ഛൻ മക്കളോടു ചോദിച്ചു. കുപ്പായം തുന്നാൻ കസവു തുണി വേണമെന്നായി മൂത്തവൾ. രണ്ടാമത്തവൾക്ക് വേണ്ടത് പുതപ്പു തുന്നാനുള്ള കമ്പിളിനൂലായിരുന്നു.

"പ്രിയപ്പെട്ട അച്ഛാ, എന്റെ ജനലരികിൽ വയ്ക്കാൻ എനിക്ക് ഒരു കുടന്ന ചുവന്ന പൂമൊട്ടുകൾ കൊണ്ടുവന്നാ മതി" എന്നായിരുന്നു ഇളയവൾ പറഞ്ഞത്.

കച്ചവടക്കാരൻ തിരിച്ചുവന്നപ്പോൾ പട്ടുതുണിയും കമ്പിളിനൂലും കൊണ്ടുവന്നെങ്കിലും പൂവിന്റെ കാര്യം മറന്നുപോയി.

"സാരമില്ല, പിന്നീടൊരിക്കൽ വാങ്ങിക്കൊണ്ടുവന്നാൽ മതി." എന്ന് ഇളയവൾ അച്ഛനെ സമാധാനിപ്പിച്ചു.

അടുത്തതവണ മറക്കാതെ കൊണ്ടുവരാമെന്ന് അച്ഛൻ അവൾക്കു വാക്കു കൊടുത്തു. മൂത്തവർ രണ്ടുപേരും പട്ടുതുണികൊണ്ട് കുപ്പായം തയ്ക്കുമ്പോഴും കമ്പിളിനൂലുകൊണ്ട് പുതപ്പുനെയ്യുമ്പോഴും "ഒരു മര്യാദക്കാരി" എന്നു പറഞ്ഞ് അനിയത്തിയെ പരിഹസിച്ചു ചിരിച്ചു.

കുറേക്കാലം കഴിഞ്ഞപ്പോൾ വ്യാപാരി വീണ്ടും ചരക്കുമായി കച്ചവടത്തിനു പുറപ്പെട്ടപ്പോൾ പതിവുപോലെ മക്കളുടെ ആവശ്യങ്ങളും ആരാഞ്ഞു. മൂത്തവൾക്ക് സ്വർണ്ണമാലയായിരുന്നു വേണ്ടിയിരുന്നത്. രണ്ടാമത്തവൾക്ക് വേണ്ടത് ഒരുജോടി സ്വർണ്ണക്കമ്മൽ. ഇളയവൾ പതിവുപോലെ ചുവന്ന പൂമൊട്ടുകൾ മാത്രം മതിയെന്നുപറഞ്ഞു. മാലയും കമ്മലും കൊണ്ടുവന്നെങ്കിലും പൂവു വാങ്ങിക്കുവാൻ ഇത്തവണയും അയാൾ മറന്നു. അയാൾ ഇളയ മകളോട് മാപ്പു പറഞ്ഞു.

"സാരമില്ല, ഒരുപക്ഷേ, അടുത്ത തവണയായിരിക്കും ഭാഗ്യം കയറിവരുന്നത്."

അവൾ ഇത്തവണയും അച്ഛനെ ആശ്വസിപ്പിച്ചു.

"ഇത്തവണ മോളുടെ പൂവിന്റെ കാര്യം ഞാൻ മറക്കില്ല." എന്ന് മകളെ ആശ്വസിപ്പിച്ചിട്ടാണ് അയാൾ അത്തവണ യാത്ര പുറപ്പെട്ടത്. കച്ചവടം കഴിഞ്ഞ് തിരിച്ചുവരാൻ ഒരുങ്ങുമ്പോൾ അയാൾ അക്കാര്യം ഓർക്കുകയും ചെയ്തു. മൂത്ത മക്കളാവശ്യപ്പെട്ട കസവുചെരിപ്പും പട്ടുപാവാടയുമൊക്കെ പെട്ടെന്നു കിട്ടിയെങ്കിലും ഇളയ മകളാവശ്യപ്പെട്ട ചുവന്ന പൂമൊട്ടുകൾ എവിടെയും കണ്ടില്ല.

വെള്ളയും മഞ്ഞയും നീലയും പൂക്കൾ എല്ലായിടത്തുമുണ്ട്. പക്ഷേ, അവൾ ആവശ്യപ്പെട്ട ചുവന്ന പൂമൊട്ടുകൾ എവിടെന്നും കിട്ടിയില്ല. മകളെ നിരാശപ്പെടുത്തേണ്ടതോർത്ത് വിഷമത്തോടെയാണ് ഇത്തവണ കച്ചവടക്കാരൻ വീട്ടിലേക്കു പുറപ്പെട്ടത്.

വീടെത്താറായപ്പോൾ മുമ്പൊരിക്കലും കണ്ടിട്ടില്ലാത്ത ഒരു വൃദ്ധനെ അയാൾ വഴിയിൽവെച്ചു കണ്ടു. കൊളുത്തുപോലുള്ള മൂക്കും ഒറ്റക്കണ്ണും പായലുപോലെ പടർന്നുപിടിച്ച സ്വർണ്ണനിറമുള്ള മുടിയുള്ള അയാളുടെ കൈയിൽ ഒരു പെട്ടിയുമുണ്ടാ

യിരുന്നു. ആ പെട്ടിയിൽ എന്തായിരിക്കുമെന്നറിയാനുള്ള ആകാംക്ഷകൊണ്ട് കച്ചവടക്കാരൻ അയാളെ തടഞ്ഞുനിർത്തി ചോദിച്ചു:

"ഈ പെട്ടിയിലെന്താ?"

"ഇതേ, ചുവന്ന പൂമൊട്ടുകളാ, മിടുക്കനായ എന്റെ മകൻ പ്രാപ്പിടിയൻ വിവാഹം കഴിക്കുന്ന വധുവിനു കൊടുക്കാനുള്ളതാ."

കിഴവൻ പറഞ്ഞു.

"ചുവന്ന പൂക്കളോ, അതെനിക്കു തരൂ, താങ്കൾ ചോദിക്കുന്ന കാശു തരാം. അതുകൊണ്ട് നിങ്ങളുടെ മകന്റെ വധുവിനായി ഇതിലും വിലകൂടിയ സമ്മാനങ്ങൾ വാങ്ങാം."

"ഒരിക്കലുമില്ല. ഇതെന്റെ മകന്റെ പ്രണയസമ്മാനമാണ്, ഇത് അവന്റെ വധുവിനു മാത്രമേ കൊടുക്കൂ എന്ന് ഞാൻ അവനു വാക്കു കൊടുത്തതാണ്."

കച്ചവടക്കാരൻ എത്ര കെഞ്ചിയിട്ടും വൃദ്ധൻ അണുവിട വിട്ടുകൊടുത്തില്ല.

"നിങ്ങളുടെ മകളെ എന്റെ മകനു വിവാഹം കഴിച്ചുകൊടുക്കാമെങ്കിൽ ഈ പൂവ് ഞാൻ നിങ്ങൾക്കു തരാം."

ഒടുക്കം കിഴവൻ പറഞ്ഞു.

കച്ചവടക്കാരൻ ആദ്യം സംശയിച്ചു. എന്നാൽ, പൂവിനായി കാത്തിരിക്കുന്ന മകളെ ഓർത്തപ്പോൾ അയാളുടെ മനസ്സു മാറി.

"ശരി, ഒരു കാര്യം ചെയ്യ്. ഈ പൂവ് എനിക്കു തരൂ. എന്റെ മകൾക്ക് താങ്കളുടെ മകനെ ഇഷ്ടപ്പെടുകയാണെങ്കിൽ നമുക്കു വിവാഹം നടത്താം."

കച്ചവടക്കാരൻ പറഞ്ഞു.

"അക്കാര്യത്തിലൊരു പേടിയും വേണ്ട. ഈ ലോകത്തിലൊരു പെൺകുട്ടിയും എന്റെ മകനെ വേണ്ടെന്നു പറയില്ല." എന്നു പറഞ്ഞുകൊണ്ട് പൂവിന്റെ പെട്ടി കച്ചവടക്കാരനെ ഏല്പിച്ച് വൃദ്ധൻ ഞൊടിയിടയിൽ എങ്ങോട്ടെന്നില്ലാതെ മറഞ്ഞു.

കച്ചവടക്കാരൻ ധൃതിയിൽ വീട്ടിലെത്തി. മൂത്ത രണ്ടുപേർ

ക്കും അവരാവശ്യപ്പെട്ട സാധനങ്ങൾ കൊടുത്തിട്ട് ഇളയവളോടായി പറഞ്ഞു.

"ഇത്തവണ നീ ആവശ്യപ്പെട്ടതും ഞാൻ കൊണ്ടുവന്നിട്ടുണ്ട്. പക്ഷേ, ഞാൻ ചെയ്തത് ശരിയാണോ എന്ന് എനിക്കു സംശയമുണ്ട്. പോയിടത്തൊന്നും നീ ആവശ്യപ്പെട്ട തരത്തിലുള്ള പൂക്കൾ കണ്ടില്ല. എന്നാൽ, ഇവിടെ എത്തിയപ്പോൾ വിചിത്രരൂപത്തിലുള്ള ഒരു വൃദ്ധന്റെ കൈയിൽ ചുവന്ന പൂവുണ്ടെന്നു പറഞ്ഞു. പക്ഷേ, അതു തരണമെങ്കിൽ അയാളുടെ മകനെ നീ വിവാഹം കഴിക്കണമെന്ന് പറഞ്ഞ് പൂക്കൾ തന്നിട്ട് അയാളെങ്ങോട്ടോ മറഞ്ഞു."

"എന്റെ ജീവിതാഭിലാഷമാണ് അങ്ങെനിക്കു സാധിച്ചുതന്നത്. മിടുക്കനായ ആ പ്രാപ്പിടിയൻ എന്നെത്തേടി വന്നാൽ ഞാനദ്ദേഹത്തെ തീർച്ചയായും വിവാഹം കഴിക്കും."

ചുവന്ന പൂക്കൾ മാറത്തടക്കി അവൾ പറഞ്ഞു.

അന്നു രാത്രി വീട്ടിലെ മുകളിലത്തെ നിലയിലെ തന്റെ മുറിയിൽ ചെന്ന് അവൾ ആ പൂക്കൂട തുറന്നിട്ട ജനൽപടിയിൽ വച്ചു. അവളതിന്റെ ഭംഗി ആസ്വദിച്ചുകൊണ്ട് ഇരുണ്ട ആകാശത്തേക്കു നോക്കിനില്ക്കേ, പെട്ടെന്നു ജനലിൽ ചിറകടിയൊച്ച കേട്ടു. വളരെ ഭംഗിയുള്ള പ്രാപ്പിടിയൻ ചിറകുവിടർത്തി ജനലിലൂടെ അകത്തെത്തി. താഴെയെത്തിയതും ആ പക്ഷി അതികോമളനായ ഒരു യുവാവായി മാറി. അത്രയും ഭംഗിയുള്ള ഒരു ചെറുപ്പക്കാരനെ അവൾ ജീവിതത്തിൽ മുമ്പ് കണ്ടിട്ടില്ലായിരുന്നു. ആദ്യം അവളൊന്നു ഭയന്നു. പക്ഷേ, യുവാവ് സംസാരിച്ചു തുടങ്ങിയപ്പോൾ അവളുടെ ഭയം മാറി. വളരെ ദയാലുവായിരുന്നു ആ രാജകുമാരൻ. പണ്ടുപണ്ടേ പരിചിതനായ ഒരാളെപ്പോലെയായിരുന്നു അയാളുടെ പെരുമാറ്റം. താൻ സ്വപ്നം കാണുകയാണോ എന്നുപോലും അവൾ സംശയിച്ചു. സംസാരത്തിനിടയിൽ നേരംപോയത് അവരറിഞ്ഞതേയില്ല.

"വൈകുന്നേരം ഈ പൂക്കൾ ജനൽപ്പടിയിൽ വച്ചാലുടൻ ഞാനിവിടെയെത്തും. ഞാനിപ്പോൾ പ്രാപ്പിടിയനായി മാറുമ്പോൾ നീ പെട്ടെന്ന് എന്റെയൊരു തൂവൽ പറിച്ചെടുക്കണം. നിനക്കെ

ന്തെങ്കിലും ആവശ്യം നേരിട്ടാൽ എന്റെ തൂവൽ വലതുഭാഗത്തേക്ക് വീശണം. നിനക്ക് സമ്മാനങ്ങളൊന്നും ആവശ്യമില്ലെങ്കിൽ തൂവൽ ഇടതുഭാഗത്തേക്ക് വീശണം."

ഇത്രയും പറഞ്ഞു തീരുന്നതിനുമുമ്പേ അയാളൊരു പ്രാപ്പിടിയനായി മാറി. അത് പറന്നുയരുന്നതിനിടയിൽ അവൾ പക്ഷിയുടെ ചിറകിൽനിന്ന് ഒരു തൂവൽ പറിച്ചെടുത്തു. പിറ്റേന്ന് ഞായറാഴ്ചയായിരുന്നു. സഹോദരിമാർ രണ്ടുപേരും പട്ടുകുപ്പായങ്ങളും ആഭരണങ്ങളും ധരിച്ച് അണിഞ്ഞൊരുങ്ങി പള്ളിയിലേക്കു പുറപ്പെടുമ്പോൾ അനിയത്തിയോടു പറഞ്ഞു:

"ഇക്കോലത്തിൽ നീ ഞങ്ങളുടെകൂടെ വരാതിരിക്കുന്നതാണ് നല്ലത്."

"ഞാനില്ല. വീട്ടിലിരുന്നു പ്രാർത്ഥിച്ചാലും ദൈവം കേൾക്കും."

എന്നു പറഞ്ഞുകൊണ്ട് അവൾ തന്റെ മുറിയിലെ ജനലരികിൽച്ചെന്ന് ആളുകൾ പള്ളിയിലേക്കു പോകുന്നതും നോക്കിനിന്നു. തെരുവിൽ ആളൊഴിഞ്ഞപ്പോൾ അവൾ മട്ടുപ്പാവിൽച്ചെന്ന് പക്ഷിത്തൂവൽ വലതുഭാഗത്തേക്ക് വീശി തന്റെ മോഹങ്ങൾ അറിയിച്ചു. ഉടനെ ധാരാളം കുതിരകൾ വലിക്കുന്ന സ്വർണ്ണനിറമുള്ള കുതിരവണ്ടിയും വണ്ടിക്കാരും അകമ്പടിക്കാരും അവിടെയെത്തി. വിലകൂടിയ രത്നവും വൈരവും പതിച്ച ഞൊറിവച്ച കുപ്പായവും അതിനിണങ്ങുന്ന ആഭരണങ്ങളുമൊക്കെ അവളെ ആരോ അണിയിക്കുകയും ചെയ്തു. അവൾ സന്തോഷത്തോടെ കുതിരവണ്ടിയിൽ പള്ളിയിലെത്തി. പള്ളിയിലേക്കു നടക്കുമ്പോൾ എല്ലാവരുടെയും കണ്ണുകൾ അവളിലായിരുന്നു. അവളുടെ സഹോദരിമാരും അന്തംവിട്ടപോലെ അവളെത്തന്നെ നോക്കുന്നുണ്ടായിരുന്നെങ്കിലും അവളെ അവർ തിരിച്ചറിഞ്ഞില്ല. മുഷിഞ്ഞ വസ്ത്രങ്ങളണിഞ്ഞ് വീട്ടിലിരിക്കുന്ന അനിയത്തി ഈ വേഷത്തിൽ ഇവിടെയെത്തുമെന്ന് അവർ പ്രതീക്ഷിച്ചതേയില്ല.

പ്രാർത്ഥന കഴിഞ്ഞതും അവൾ വണ്ടിയിൽ കയറി വീട്ടിലേക്കു പോയി. വീട്ടിലെത്തിയതും പട്ടുകുപ്പായവും

തൊപ്പിയും ആഭരണങ്ങളും മാറി അവളുടെ പഴയ വസ്ത്രങ്ങ ളണിഞ്ഞ് മട്ടുപ്പാവിൽച്ചെന്ന് പക്ഷിത്തൂവൽ ഇടത്തേക്ക് വീശി. ഉടനെ അതെല്ലാം എങ്ങോട്ടോ അപ്രത്യക്ഷമായി.

പള്ളിയിൽ ഇന്നു കണ്ട കാഴ്ചയെക്കുറിച്ച് വിവരിച്ചുകൊണ്ട് വലിയ സന്തോഷത്തിലായിരുന്നു സഹോദരിമാർ തിരിച്ചെ ത്തിയത്.

“ഇന്നു പള്ളിയിലെത്തിയ രാജകുമാരിയെ നീ കാണാത്തത് വലിയ കഷ്ടമായിപ്പോയി. എന്താ അവളുടെ വേഷം! ശരിക്കും രാജകുമാരിതന്നെ.” എന്നു പറഞ്ഞുകൊണ്ട് അവർ അനിയ ത്തിയെ ഉറുത്തി നോക്കി. തിരക്കിട്ട് വസ്ത്രം മാറുന്നതിനിടയിൽ തലയിൽ കുത്തിയ വൈരക്കല്ലിന്റെ മുടിപ്പൂ അവൾ ഊരാൻ മറന്നുപോയിരുന്നു.

“ഇതെവിടെന്നാ നിനക്കു കിട്ടിയത്?”

രണ്ടുപേരും ഒന്നിച്ചാണ് ചോദിച്ചത്. അവർ അത് പിടിച്ചുപറിച്ചെടുക്കുന്നതിനു മുമ്പ് അവൾ ഒറ്റയോട്ടത്തിനു മുറിയിലെത്തി മുടിപ്പൂ ചുവന്നപൂക്കൾക്കിടയിൽ ഒളിപ്പിച്ചു. അവർ പിന്നാലെ ചെന്ന് അവിടമെല്ലാം പരിശോധിച്ചെങ്കിലും മുടിപ്പൂ കണ്ടുപിടിക്കാനായില്ല.

അവർ അച്ഛന്റെ അടുത്തെത്തി പരാതി പറഞ്ഞു.

“അച്ഛാ ഇവൾക്കൊരു രഹസ്യകാമുകനുണ്ടെന്നതിൽ സംശയമില്ല.”

“കുശുമ്പികളായ നിങ്ങൾ പറയുന്നത് ഞാൻ വിശ്വസിക്കില്ല.”

എന്നു പറഞ്ഞ് അച്ഛൻ അവരെ ഓടിച്ചു.

അന്നു വൈകുന്നേരവും അവൾ പൂപ്പാത്രം ജനൽപ്പടിയിൽ വച്ചതും പ്രാപ്പിടിയനെത്തി രൂപം മാറി രാജകുമാരനായി. സംസാരിച്ചിരുന്ന് നേരം വെളുത്തത് അവരറിഞ്ഞതേയില്ല. ഇത്തവണ പക്ഷേ, സഹോദരിമാർ മുകളിലെ വാതിലിനു പിറകിൽ ഒളിച്ചിരുന്ന് അവരുടെ സംസാരത്തിനു കാതോർത്തു. അവർ ഓടിച്ചെന്ന് പിതാവിനെ വിവരമറിയിച്ചെങ്കിലും അദ്ദേഹം അന്നും അത്ര കാര്യമാക്കിയില്ല. എന്നിട്ടും അവർ ചാരപ്പണി നിർത്തിയില്ല. രാത്രിയിൽ വാതില്ക്കൽ പതുങ്ങിനിന്ന്

സഹോദരിയുടെ സംസാരത്തിനു ചെവിയോർത്തു. അവൾ ആരോടോ കളിതമാശ പറഞ്ഞ് രസിക്കുന്നുണ്ടെന്ന് അവർക്കു മനസ്സിലായി. രാവിലെ അവൾ വാതിൽ തുറന്നു പുറത്തിറങ്ങിയപ്പോൾ മുറി മുഴുവൻ അരിച്ചുപെറുക്കിയിട്ടും അവിടെ ആരേയും കാണാൻ സാധിച്ചില്ല. അങ്ങനെ വിട്ടാൽ പറ്റില്ല എന്ന് തീരുമാനിച്ച അവർ രഹസ്യം അറിയാൻതന്നെ തീരുമാനിച്ചു. പിറ്റേദിവസം അവർ വീഞ്ഞിൽ ഉറക്കഗുളിക കലർത്തി അനിയത്തിയെക്കൊണ്ട് നിർബ്ബന്ധമായി കുടിപ്പിച്ചു. അവൾ നല്ല ഉറക്കമായെന്നു കണ്ടപ്പോൾ അവർ ജനാല ആണിവച്ചടിച്ചുറപ്പിച്ച് അതിനുമുകളിൽ കത്തിയും സൂചികളും കുത്തി നിർത്തി. പിറ്റേന്ന് കാമുകിയെ കാണാനെത്തിയ പ്രാപ്പിടിയന്റെ മാറത്ത് കത്തി തുളച്ചുകയറിയും സൂചികൾ തറച്ചും മുറിവേറ്റു.

"നീ എന്നെ കാണാതിരിക്കാനാണ് ഇപ്പണി ചെയ്തത് അല്ലേ? ഇനി നിനക്കെന്നെ കാണണമെങ്കിൽ നീ ഒമ്പത് രാജ്യങ്ങളും കടന്ന് മുപ്പതാമത്തെ രാജ്യത്തെത്തി മൂന്നുജോടി ഇരുമ്പ് ചെരിപ്പുകൾ തേടിപ്പിടിച്ച് അതിട്ടു മൈലുകൾ താണ്ടി മൂന്ന് ഇരുമ്പുതൂണുകൾ പൊട്ടിച്ച് കല്ലുകൊണ്ടുള്ള മൂന്ന് അപ്പക്കഷണങ്ങൾ കരണ്ടുതിന്നണം."

വീഞ്ഞിന്റെ ലഹരിയിൽ മയങ്ങിക്കിടന്ന അവൾ ഈ വാക്കുകൾ കേട്ടെങ്കിലും കണ്ണു തുറക്കാനോ എഴുന്നേല്ക്കാനോ സാധിച്ചില്ല. പിറ്റേന്നു രാവിലെ എഴുന്നേറ്റപ്പോഴാണ് ജനാല കൊട്ടിയടിച്ച് സൂചികളും കത്തികളും കുത്തി നിർത്തിയത് അവൾ കണ്ടത്. ജനലരികിൽ രക്തത്തുള്ളികളുമുണ്ടായിരുന്നു. അപ്പോഴാണ് തലേരാത്രിയിലുണ്ടായ കാര്യങ്ങളെക്കുറിച്ച് അവൾക്ക് ഒരേകദേശ ധാരണയുണ്ടായത്. അവൾ കരഞ്ഞുകൊണ്ട് തൂവൽ വീശി പ്രാപ്പിടിയനെ സ്നേഹത്തോടെ വിളിച്ചെങ്കിലും ഒന്നും സംഭവിച്ചില്ല. തൂവൽ മുറിഞ്ഞുപോവുകയും ചെയ്തു.

അപ്പോഴാണ് തലേദിവസം രാത്രി കേട്ട വാക്കുകൾ അവളുടെ ഓർമ്മയിലെത്തിയത്. പിറ്റേദിവസം ആരുമറിയാതെ അവൾ ഒരു കൊല്ലനെ ചെന്നു കണ്ട് മൂന്നു ജോടി ഇരുമ്പ്

ചെരിപ്പുകളും മൂന്ന് ഇരുമ്പുദണ്ഡുകളും ഉണ്ടാക്കിച്ചു. കല്ലപ്പവും കൈയിൽ കരുതി അവൾ യാത്ര പുറപ്പെട്ടു. പറയാനെളുപ്പമാണെങ്കിലും ആ യാത്ര അവൾക്ക് വളരെ കഠിനമായിരുന്നു. ഇരുമ്പുചെരിപ്പുകൾ ധരിച്ച് ഇരുമ്പുദണ്ഡും കുത്തി അവൾ കാട്ടിലെത്തി. ഒരു കല്ലപ്പം കരണ്ടു തിന്നു. കുറേ ചെന്നപ്പോൾ കാട്ടിൽ ഒഴിഞ്ഞസ്ഥലത്ത് ഒരു കുടിൽ കണ്ടു. ഉമ്മറത്ത് പരുഷമുഖമുള്ള ഒരമ്മൂമ്മ ഇരിക്കുന്നുണ്ടായിരുന്നു.

"അമ്മൂമ്മേ, ദയവു ചെയ്ത് എന്നെ ഇന്നിവിടെ താമസിപ്പിക്കു. ഞാൻ എന്റെ പ്രാപ്പിടിയനെ അന്വേഷിച്ചിറങ്ങിയതാണ്."

"അവന്റെ ബന്ധുവാണ് ഞാൻ. പക്ഷേ, അവനെ കണ്ടുപിടിക്കണമെങ്കിൽ നീയിനിയും ഒരുപാട് മുന്നോട്ടു പോകണം. ഇന്നിവിടെ വിശ്രമിച്ചിട്ട് രാവിലെ പുറപ്പെടുന്നതാണ് നല്ലത്."

അന്നു രാത്രി അമ്മൂമ്മ അവൾക്ക് തിന്നാനും കുടിക്കാനും കിടക്കാൻ ഇടവും കൊടുത്തു. രാവിലെ അവളെ ഉണർത്തിയിട്ടു പറഞ്ഞു:

"ഇവിടന്ന് എട്ടു രാജ്യങ്ങൾക്കപ്പുറമുള്ള പതിനഞ്ചാം സാമ്രാജ്യത്തിലാണ് ഫാൽക്കൺ ഇപ്പോഴുള്ളത്. മറ്റൊരു രാജ്യത്തെ രാജകുമാരിയെ അവന് വിവാഹമാലോചിക്കുന്നുണ്ട്. അതുകേട്ട് നീ ഭയപ്പെടേണ്ട. പെട്ടെന്നു പുറപ്പെട്ടാൽ കല്യാണം കഴിയുന്നതിനു മുമ്പ് നിനക്കവിടെ എത്താം. ഈ വെള്ളിത്തക്ലി കൈയിൽവെച്ചോ. ഇതുകൊണ്ട് സ്വർണ്ണനൂൽ നൂറ്റ്, രാജകുമാരിക്ക് വിവാഹ സമ്മാനമായി കൊടുക്കാം. വേഗം ചെന്നാൽ ദൈവസഹായത്താൽ ഇവിടന്നു മൂന്നു രാജ്യങ്ങൾക്കപ്പുറമുള്ള എന്റെ മച്ചുനത്തിയുടെ വീട്ടിലെത്താം. അവൾ മുൻകോപക്കാരിയാണെങ്കിലും നീ വിനയത്തോടെ കാര്യങ്ങൾ പറഞ്ഞാൽ അവൾ നിന്നെ സഹായിക്കാതിരിക്കില്ല."

പച്ചപ്പ് പുൽമേടും ഉണങ്ങി വരണ്ട ചതുപ്പുനിലവും പിന്നിട്ട് പെൺകുട്ടി യാത്ര തുടർന്നു. ഒന്നാമത്തെ ഇരുമ്പ് ചെരിപ്പ് തേഞ്ഞപ്പോൾഅവൾ രണ്ടാമത്തെ ജോടി ഇരുമ്പുചെരിപ്പും ധരിച്ച് രണ്ടാമത്തെ ഇരുമ്പ് ദണ്ടും മുറിച്ച് രണ്ടാമത്തെ കല്ലപ്പവും കരണ്ടുതിന്ന് ചെറിയൊരു ചതുപ്പു നിലത്തിന്റെ അതിർത്തിയിലെത്തിയപ്പോൾ ഒരു ചെറിയ കുടിലു കണ്ടു.

"എന്റെ പ്രിയപ്പെട്ട കാമുകൻ പ്രാപ്പിടിയനെ അന്വേഷി ച്ചിറങ്ങിയതാണ്. അലഞ്ഞുതിരിഞ്ഞ് ആകെ അവശതയിലാണ്."

കുടിലിന്റെ ഉമ്മറത്തു കണ്ട അമ്മൂമ്മയോട് അവൾ വിനയത്തോടെ പറഞ്ഞു.

"കയറി വാ, പ്രാപ്പിടിയനെ കാണണമെങ്കിൽ നീ ഇനിയും ഏറെ ദൂരം താണ്ടേതുണ്ട്. അവൻ ഒരു രാജകുമാരിയെ വിവാഹം കഴിക്കാൻ പോവുകയാണ്. ഇന്നാണ് അവളുടെ വിവാഹസൽ ക്കാരം. ഇന്നിവിടെ വിശ്രമിക്ക്. രാവിലെ ഞാൻ വിളിച്ചുണർ ത്താം."

പിറ്റേന്നു രാവിലെ അമ്മൂമ്മ അവളെ വിളിച്ചുണർത്തി ഒരു സ്വർണ്ണച്ചുറ്റികയും കുറച്ച് വൈരക്കല്ലുകൊണ്ടുള്ള ആണികളും കൊടുത്തു.

"ചുറ്റിക അതിന്റെ ഇഷ്ടത്തിനൊത്ത് ഒരു പാവയെ ഉണ്ടാക്കും. അത് നിനക്ക് പ്രാപ്പിടിയന്റെ വധുവിന് വിവാഹസ മ്മാനമായി കൊടുക്കാം. പെട്ടെന്നിറങ്ങിക്കോ. ഇനിയും ഏറെദൂരം ചെന്നാൽ ആഴമേറിയ നദീതീരത്ത് താമസിക്കുന്ന എന്റെ നാലാമത്തെ മച്ചുനത്തിയുടെ വീട്ടിലെത്താം. അവൾ എന്നെക്കാൾ മുൻകോപിയാണ്. പക്ഷേ, സത്യസന്ധമായി കാര്യ ങ്ങൾ പറഞ്ഞു മനസ്സിലാക്കിയാൽ അവൾ സഹായിക്കാതിരി ക്കില്ല."

അവൾ മൂന്നാമത്തെ ഇരുമ്പ് ചെരിപ്പണിഞ്ഞ്, മൂന്നാമത്തെ ഇരുമ്പുദണ്ഡും വളച്ചൊടിച്ച്, മൂന്നാമത്തെ കല്ലപ്പവും കാർന്നു തിന്ന് നടന്നു നടന്നു അവശയായപ്പോൾ നദീതീരത്തെ കുടി ലിനു മുന്നിലെത്തി. അമ്മൂമ്മ ഇറയത്തുതന്നെ ഉണ്ടായിരുന്നു. മറ്റു രണ്ടുപേരെക്കാളും വിരൂപയും കർക്കശക്കാരിയുമായിരുന്നു മൂന്നാമത്തെ അമ്മൂമ്മ.

"പ്രിയപ്പെട്ട അമ്മൂമ്മേ, എന്നെ സഹായിക്കണം. ഞാൻ എന്റെ പ്രിയൻ പ്രാപ്പിടിയനെ അന്വേഷിച്ചിറങ്ങിയതാണ്. ദുഷ്ടകളായ എന്റെ സഹോദരിമാർ അവനെ എന്നിൽനിന്ന് അകറ്റിക്കളഞ്ഞു."

"ഇനി ഒരുപാടു ദൂരമൊന്നും പോകാനില്ല. ഏതായാലും നീ ഇന്നു രാത്രി ഇവിടെ വിശ്രമിക്ക്. രാവിലെ ക്ഷീണം മാറിയിട്ട് പുറപ്പെടാം."

അമ്മൂമ്മ അവളെ സമാധാനിപ്പിച്ചു. പിറ്റേ ദിവസം അതിരാവിലെ അവളെ വിളിച്ചുണർത്തിയിട്ട് അമ്മൂമ്മ പറഞ്ഞു;

"ഇവിടെ തൊട്ടടുത്തുള്ള നാട്ടിലാണ് അവൻ താമസിക്കുന്നത്. അവന്റെ കൊട്ടാരം കടൽക്കരയിലാണ്. ഇന്നേക്ക് മൂന്നാം ദിവസമാണ് അവന്റെ വിവാഹം. ഈ സ്വർണ്ണപ്പിഞ്ഞാണവും വൈരക്കൽപന്തും കൈയിൽ വച്ചോളൂ. നീ ആഗ്രഹിക്കുകയാണെങ്കിൽ അവന്റെ വധുവാകാൻപോകുന്ന രാജകുമാരിക്ക് വിവാഹസമ്മാനമായി കൊടുക്കാലോ."

അമ്മൂമ്മയ്ക്ക് നന്ദി പറഞ്ഞുകൊണ്ട് പെൺകുട്ടി യാത്ര തുടർന്നു. ഉച്ചയാകുമ്പോഴേക്ക് അവൾ കടൽത്തീരത്തെത്തി. കുറച്ചകലെയുള്ള മലയുടെ മുകളിൽ വെള്ളക്കല്ലിൽ പണിത കൊട്ടാരത്തിന്റെ മിനാരങ്ങളും ഗോപുരങ്ങളും സൂര്യവെളിച്ചത്തിൽ വെട്ടിത്തിളങ്ങുന്നത് അവൾക്ക് ദൂരെനിന്നേ കാണാമായിരുന്നു. കടൽത്തീരത്തുനിന്നുകൊണ്ട് ഒരു പണിക്കാരി ഒരു കുപ്പായം വെള്ളത്തിൽ മുക്കി ഉരച്ചു കഴുകുകയും വീണ്ടും വെള്ളത്തിൽ മുക്കി പിഴിഞ്ഞെടുക്കുകയും ചെയ്യുന്നുണ്ടായിരുന്നു. എന്തിനാ ഇത്ര പാടുപെട്ട് കഴുകിയെടുക്കുന്നത് എന്ന് അവൾക്ക് ചോദിക്കാതിരിക്കാൻ സാധിച്ചില്ല.

"ഇതേ, ഞങ്ങളുടെ രാജാവിന്റെ കുപ്പായമാ. ഇന്നേക്ക് മൂന്നാം ദിവസം അദ്ദേഹത്തിന്റെ വിവാഹമാ. പക്ഷേ, ഈ കുപ്പായത്തിലെ രക്തക്കറ എത്ര ഉരച്ചിട്ടും വെള്ളത്തിൽ മുക്കിപ്പിഴിഞ്ഞിട്ടും വൃത്തിയാകുന്നില്ല."

അന്ന് അവളെ കാണാൻ വന്നപ്പോൾ പ്രാപ്പിടിയൻ ധരിച്ച കുപ്പായമായിരിക്കണം അതെന്ന് അവൾ ഊഹിച്ചു. അതും കൈയിൽപ്പിടിച്ച് അവൾ കരയാൻതുടങ്ങി, അത്ഭുതമെന്ന് പറയട്ടെ അവളുടെ കണ്ണീർ വീണതും കുപ്പായത്തിലെ രക്തക്കറ മാഞ്ഞ് കുപ്പായം മഞ്ഞുപോലെ വെളുത്തു.

ജോലിക്കാരി അന്തംവിട്ട് അതുമായി രാജകുമാരിയുടെ അടുത്തേക്കോടി ഉണ്ടായ കഥകൾ വിവരിച്ചു. കേട്ടപ്പോൾ ചക്രവർ

ത്തിയുടെ കുപ്പായത്തിലെ കറ കണ്ണീരുകൊണ്ട് ഇല്ലാതാക്കിയ പെൺകുട്ടിയെ ഒന്നുകാണാൻ രാജകുമാരിക്കും മോഹമായി. ഉടനെ ഭടൻമാരെയും കൂട്ടി രാജകുമാരി കടൽത്തീരത്തെത്തി. പെൺകുട്ടി അപ്പോഴും അവിടെയിരുന്നു കടലിലേക്ക് നോക്കിക്കൊണ്ട് തേങ്ങിക്കരയുകയായിരുന്നു.

"എന്താ നിന്റെ ദുഃഖത്തിന്റെ കാരണം?"

രാജകുമാരി ചോദിച്ചു.

"ഇവിടത്തെ രാജാവ് പ്രാപ്പിടിയനെ കാണാൻ ഞാൻ ഏറെ നാളായി ആഗ്രഹിക്കുന്നു." പെൺകുട്ടി പറഞ്ഞു.

"ഇത്രേയുള്ളൂ. കൊട്ടാരത്തിലെ അടുക്കളയിലേക്കു ചെന്നോളൂ. ഭക്ഷണം വിളമ്പുന്നവരുടെ കൂട്ടത്തിൽ കൂടിയാൽ നിനക്കദ്ദേഹത്തെ ഒരു നോക്കു കാണാം."

രാജകുമാരി അവളെ സമാധാനിപ്പിച്ചു. അന്ന് രാത്രി രാജാവിന് അത്താഴം വിളമ്പിയത് ആ പെൺകുട്ടിയായിരുന്നു. പക്ഷേ, കാമുകി നഷ്ടപ്പെട്ടതിൽ മനംനൊന്ത് കഴിയുന്ന രാജാവിന് ഒന്നിലും താല്പര്യമില്ലാതിരുന്നതുകൊണ്ട് അവളെ ശ്രദ്ധിച്ചതേയില്ല. അവൾ വീണ്ടും കടൽത്തീരത്തു ചെന്നിരുന്ന് തന്റെ വെള്ളിത്തക്ലി കൈയിലെടുത്തു. കടൽക്കരയിലെത്തിയ രാജകുമാരി വെള്ളിത്തക്ലിയിൽ സ്വർണ്ണനൂല് നെയ്യുന്ന അവളെ കണ്ടപ്പോൾ കൊതിയോടെ ചോദിച്ചു:

"ഇതെനിക്കു വില്ക്കുന്നോ?"

"നിന്റെ ഭാവിവരന്റെ കട്ടിലിനരികിൽ ഒരു രാത്രി ഇരിക്കാൻ സമ്മതിച്ചാൽ ഇതു ഞാൻ നിനക്കു തരാം."

രാജകുമാരി അതിൽ വലിയ അപാകതയൊന്നും കണ്ടില്ല. എന്നാലും അദ്ദേഹം ഉറക്കത്തിൽ ഉണരാതിരിക്കാനുള്ള മുൻകരുതൽ എന്ന നിലയ്ക്ക് ഒരു മാന്ത്രിക മുടിപ്പിൻ രാജാവിന്റെ തലയിൽ കുത്തി. അന്നു രാത്രി മുഴുവൻ കച്ചവടക്കാരന്റെ മകൾ രാജാവിന്റെ കട്ടിലിനരികിലിരുന്നു കണ്ണീരൊഴുക്കി.

"ദയവു ചെയ്ത് ഉണരൂ എന്റെ പ്രിയപ്പെട്ട കാമുകാ.... ഇതാ ഞാനെത്തിയിരിക്കുന്നു."

അവൾ കണ്ണീരോടെ പറഞ്ഞുകൊണ്ടേയിരുന്നു. പക്ഷേ, പ്രാപ്പിടിയൻ അതൊന്നും കേൾക്കാതെ നല്ല ഉറക്കത്തിലാ

യിരുന്നു. രാവിലെ അവൾക്ക് അടുക്കളയിലേക്ക് പോകേണ്ടി വന്നു.

"അങ്ങിന്നലെ നന്നായി ഉറങ്ങിയോ?"

പിറ്റേദിവസം രാവിലെ രാജകുമാരി, പ്രതിശ്രുതവരനോടു ചോദിച്ചു.

"ഒരുവിധം നന്നായി ഉറങ്ങി. പക്ഷേ, രാത്രി മുഴുവൻ ആരോ എന്റെ കട്ടിലിനരികിലിരുന്ന് സങ്കടപ്പെട്ട് പറഞ്ഞ് കരയുന്നതായി എനിക്കു തോന്നിയെങ്കിലും അതാരാണെന്നു നോക്കാൻ എനിക്കു സാധിച്ചില്ല."

"അതൊരു ദുഃസ്വപ്നമാകാനേ തരമുള്ളു. ഇവിടെയെങ്ങും ആരുമുണ്ടായിരുന്നില്ല."

അന്ന് രാവിലെ പ്രാപ്പിടിയൻ രാജാവ് കുതിരയെ വരുത്തി നായാട്ടിനിറങ്ങി. ആകെ നിരാശയിലായിരുന്ന രാജാവ് അന്നും തനിക്കു ഭക്ഷണം വിളമ്പിയ പെൺകുട്ടിയെ ശ്രദ്ധിച്ചതേയില്ല. അവൾ വ്യസനത്തോടെ രാത്രി കടൽക്കരയിൽച്ചെന്നിരുന്നു. അവൾ സ്വർണ്ണച്ചുറ്റികയും വൈരക്കല്ലുകൊണ്ടുള്ള ആണികളും കൈയിലെടുത്ത് കടലിലേക്ക് കണ്ണുംനട്ടിരുന്ന് കരയുമ്പോഴാണ് രാജകുമാരി അവിടെ എത്തിയത്.

"ഇതെനിക്കു തരുമോ?"

അതു കണ്ട രാജകുമാരി ചോദിച്ചു.

"തരാം. പക്ഷേ, ഒരു രാത്രികൂടി നിന്റെ പ്രതിശ്രുതവരന്റെ അരികിലിരിക്കാൻ എന്നെ അനുവദിക്കണം."

പെൺകുട്ടി ആവശ്യപ്പെട്ടു.

രാജകുമാരി സമ്മതിച്ചെങ്കിലും ആ മാന്ത്രികമുടിപ്പിൻ രാജാവിന്റെ തലയിൽ കുത്തിയതിനുശേഷമാണ് അവൾ പെൺകുട്ടിയെ രാജാവിന്റെ അറയിലേക്കയച്ചത്.

"എത്രയോ ദുരിതങ്ങൾ താണ്ടിയാണ് ഞാൻ അങ്ങയെ കാണാൻ ഇവിടെ എത്തിയിരിക്കുന്നത്. ഒന്നു കണ്ണു തുറക്കൂ പ്രിയപ്പെട്ടവനേ." കച്ചവടക്കാരന്റെ മകൾ രാത്രി മുഴുവൻ അടുത്തിരുന്ന് കരഞ്ഞു പറഞ്ഞിട്ടും പ്രാപ്പിടിയൻ ഉണർന്നതേയില്ല.

"അങ്ങയുടെ കുപ്പായത്തിലെ ചോരക്കറ കണ്ണീരുകൊണ്ടാണ് ഞാൻ കഴുകിക്കളഞ്ഞത്. ഒന്നുണർന്നേ.... ."

രാജാവ് അതൊന്നും കേട്ട് കണ്ണു തുറന്നതേയില്ല.

"ഇന്നെങ്ങനെയുണ്ട്. ഉന്മേഷം തോന്നുന്നുണ്ടോ?"

പിറ്റേദിവസം രാവിലെ അവിടെയെത്തിയ രാജകുമാരി ചോദിച്ചു.

"എന്താണെന്നറിയില്ല, എന്റെ ഹൃദയം വല്ലാതെ വിങ്ങുന്നു. രാത്രി മുഴുവൻ ആരോ ഇവിടെയിരുന്ന് ഒന്നു കണ്ണുതുറക്കൂ എന്നു കേണു പറഞ്ഞിട്ടും എനിക്ക് ഉണരാനായില്ല."

"ഒക്കെ വെറും തോന്നലുകളാ. ഇന്ന് നായാട്ടിനുപോയി വരുന്നതോടെ മനസ്സ് ശാന്തമാകും."

രാജകുമാരി ആശ്വസിപ്പിച്ചു. ഇത്തവണ രാജകുമാരൻ കുതിപ്പുറത്തുകയറി വെളിമ്പ്രദേശത്തേക്കാണ് പോയത്.

പിറ്റേന്ന് വിവാഹമാണല്ലോ. ഇനി തനിക്കൊരിക്കലും കാമുകനായ പ്രാപ്പിടിയനെ കിട്ടുകയില്ലല്ലോ എന്നോർത്ത് കച്ചവടക്കാരന്റെ മകൾ വെന്തുനീറി. അന്നു വൈകുന്നേരം കടപ്പുറത്ത് ചെന്നിരുന്ന് ആ പെൺകുട്ടി സ്വർണ്ണപ്പിഞ്ഞാണം മടിയിൽവച്ച് വജ്രംകൊണ്ടുള്ള പന്ത് അതിൽവച്ചു. പന്ത് സോസറിൽനിന്ന് താഴെവീണ് ഉരുളുമ്പോഴാണ് രാജകുമാരി അവിടെ എത്തിയത്.

"ഇതെനിക്കു തരുമോ?"എന്ന ചോദ്യത്തിന് ഒരു രാത്രികൂടി രാജാവിന്റെ മുറിയിലിരിക്കാൻ അനുവദിച്ചാൽ തരാമെന്നായിരുന്നു പെൺകുട്ടിയുടെ മറുപടി. ഇവളൊരു പമ്പരവിഡ്ഢി തന്നെയെന്ന് ഉള്ളിൽക്കരുതി അന്നു രാത്രിയും രാജാവിന്റെ മുറിയിലിരിക്കാൻ രാജകുമാരി അവളെ അനുവദിച്ചു. അന്നും മാന്ത്രിക മുടിപ്പിൻ രാജാവിന്റെ തലയിൽ കുത്താൻ അവൾ മറന്നില്ല. പ്രാപ്പിടിയൻ അന്നും അവളുടെ പരിഭവം പറച്ചിൽ കേട്ടെങ്കിലും കണ്ണു തുറക്കാനായില്ല.

"നീ പറഞ്ഞതുപോലെ ഞാൻ മൂന്നുജോടി ഇരുമ്പു ചെരിപ്പുകൾ ധരിച്ച് ഒരുപാട് ദൂരം സഞ്ചരിച്ച് എത്തിയില്ലേ, മൂന്ന് ഇരുമ്പ് ദണ്ഡുകളും ഞാൻ പൊട്ടിച്ചില്ലേ, മൂന്നു കല്ലപ്പവും ഞാൻ

കരണ്ടു തിന്നില്ലേ, എന്നിട്ടും നീ കണ്ണു തുറന്നില്ലല്ലോ....." അവൾ പൊട്ടിക്കരഞ്ഞു പറഞ്ഞിട്ടും പ്രാപ്പിടിയന് കണ്ണു തുറക്കാനായില്ല.

നേരം പുലരാറായപ്പോൾ ഇനി ഇവിടെയിരുന്നിട്ട് കാര്യമില്ലെന്ന് മനസ്സിലാക്കിയ പെൺകുട്ടി അവസാനമായി അവനൊരു മുത്തംകൊടുത്തിട്ട് പോകാമെന്നു കരുതി അടുത്തേക്കു ചെന്നു. താൻ കുനിഞ്ഞ് കവിളത്തു മുത്തുമ്പോൾ തലയിൽ കുത്തിയ മുടിപ്പിൻ തട്ടി ഫാൽക്കനു വേദനിച്ചാലോ എന്നു കരുതി അവളാ മുടിപ്പിൻ പതുക്കെ ഊരിയെടുത്തതും പ്രാപ്പിടിയൻ കണ്ണു തുറന്നു. ഇവളാണ് മൂന്നുദിവസമായി രാത്രികളിൽ തന്റെ അരികിലിരുന്ന് എണ്ണിപ്പെറുക്കി കരയുന്നതെന്ന് അയാൾക്ക് മനസ്സിലായി. ഉടനെ പെൺകുട്ടി നടന്നതെല്ലാം പറഞ്ഞു കേൾപ്പിച്ചു. ദുഷ്ടരായ സഹോദരിമാരുടെ ക്രൂരതയും രാജകുമാരിയുടെ അത്യാർത്തിയും അവൾ അയാളോടു പറഞ്ഞു.

ആകെ കുപിതനായ രാജകുമാരൻ പ്രാപ്പിടിയനായി പെൺകുട്ടിയെയും പുറത്തിരുത്തി തന്റെ രാജ്യത്തേക്കു പറന്നു. അവിടെയെത്തിയ പ്രാപ്പിടിയൻ മന്ത്രിമാരെയും ഉപദേശകരേയുമൊക്കെ വിളിച്ചുകൂട്ടി നടന്ന സംഭവങ്ങളൊക്കെ പറഞ്ഞു കേൾപ്പിച്ചിട്ട് ചോദിച്ചു;

"ഇവരിൽ ആരെയാണ് ഞാൻ വിവാഹം കഴിക്കേണ്ടത്?"

"അങ്ങയെ കാണാൻ അമ്പത് രാജ്യങ്ങളും കടന്ന് ഇവിടെയെത്തിയ ആ പെൺകുട്ടിയെ വിവാഹം കഴിക്കൂ." അവരെല്ലാം ഒന്നിച്ചു പറഞ്ഞു.

അങ്ങനെ പ്രാപ്പിടിയൻ തന്റെ പ്രിയപ്പെട്ട കാമുകിയെ വിവാഹം കഴിച്ചു.

മന്ത്രമോതിരം

പണ്ടുപണ്ട് ഒരിടത്തു മൂന്നു സഹോദരന്മാർ ഉണ്ടായിരുന്നു. അവർക്കു മൂന്നു കണ്ടം വയലുണ്ടായിരുന്നു. ഇരുവശവും ഓരോന്ന്, നടുവിൽ ഒന്ന്. അവർ ഒരു ദിവസംകൊണ്ട് അതു മുഴുവൻ ഉഴുതുമറിച്ചു വിത്തിട്ടു. അക്കൊല്ലം ധാരാളം നെല്ലു വിളഞ്ഞു. കടലുപോലെ പരന്നു കിടക്കുന്ന നെല്ലുകണ്ട് കർഷകരുടെ ഹൃദയം നിറഞ്ഞു. പെട്ടെന്നു മാനം ഇരുണ്ടു. കനത്ത മഞ്ഞു പെയ്യാൻ തുടങ്ങി. രണ്ടു വശങ്ങളിലുമുണ്ടായിരുന്ന കണ്ടങ്ങൾക്കു നഷ്ടമൊന്നും പറ്റിയില്ല. പക്ഷേ, നടുവിലെ കണ്ടത്തിലെ വിള അപ്പാടെ നശിച്ചുപോയി.

നശിച്ച വയലിന്റെ ഉടമസ്ഥനായ കൃഷിക്കാരന്റെ മനസ്സു കരിഞ്ഞു. നെടുവീർപ്പിടാനല്ലാതെ ഒന്നിനും അയാൾക്കു സാധിച്ചില്ല. അയാൾ അരിവാളുമായി ജോലി തേടി പുറപ്പെട്ടു.

അയാൾ നടന്നുനടന്ന് ഒരു ധനികന്റെ വീട്ടിലെത്തി. വലിയ ജന്മി, ഏക്കർ കണക്കു പാടത്തു ഗോതമ്പു വിളഞ്ഞു കിടക്കുന്നു. നൂറുദിവസം വേണം കൊയ്തു തീരാൻ. ജന്മിയോടു ചോദിച്ചു: “ഈ പാടം ഒരു ദിവസം കൊണ്ടു കൊയ്തു തന്നാൽ നിങ്ങൾ എനിക്ക് എന്തു തരും?”

“വിളവിൽ പാതി.” ജന്മി പറഞ്ഞു.

അതിരാവിലെ സൂര്യൻ ഉദിച്ചതും കൃഷിക്കാരൻ കൊയ്ത്ത് തുടങ്ങി.

ചായപോലും കുടിക്കാൻ നില്ക്കാതെയാണ് പാടത്തിറങ്ങിയത്. ഉച്ചയാകുമ്പോഴേക്കു കറ്റകെട്ടിത്തീർന്നു. ഉച്ച കഴിഞ്ഞതും കെട്ടിവച്ച കറ്റകൾ കൊയ്തുതുടങ്ങി. കൊയ്തു കൊയ്തു നേരം അസ്തമിക്കാറായത് അയാൾ അറിഞ്ഞില്ല. പെട്ടെന്നു തല ഉയർത്തിയപ്പോൾ സൂര്യൻ കടലിൽ താഴാൻ പോകുന്നു. ഒരു കെട്ടു കറ്റയാക്കി. "സൂര്യഭഗവാനേ കുറച്ചുനേരം കൂടി ക്ഷമിക്ക്. ഈ കറ്റകൂടി ഒന്നു കൊയ്തോട്ടെ."

പക്ഷേ, സൂര്യൻ അതു കേട്ടതായി ഭാവിച്ചില്ല. പതിവുസമയത്തു തന്നെ അസ്തമിച്ചു. അയാൾ അവസാനത്തെ കതിരും കൊയ്തു നടുനിവർത്തിയപ്പോൾ ഉടമസ്ഥൻ എത്തി. അപ്പോഴേക്കും സൂര്യൻ മറഞ്ഞിരുന്നു. കുന്നുകൂടിക്കിടക്കുന്ന കറ്റകണ്ടു ജന്മിക്കു സന്തോഷമായി.

"പറഞ്ഞതുപോലെ പപ്പാതി." ജന്മി പറഞ്ഞു.

"വേണ്ട, ഭാഗ്യം എന്നെ തുണച്ചില്ല. സൂര്യൻ ചതിച്ചു. അസ്തമിച്ച ശേഷമാണ് ഞാൻ അവസാനത്തെ കറ്റകൊയ്തത്. എനിക്ക് വാക്ക് പാലിക്കാൻ കഴിഞ്ഞില്ല. ഞാൻ പോകുന്നു. എനിക്ക് എന്റെ വഴി, നിങ്ങൾക്കു നിങ്ങളുടെ വഴി." അതും പറഞ്ഞു അയാൾ നടന്നു. അലഞ്ഞു തിരിഞ്ഞ് ഒരു രാജകൊട്ടാരത്തിലെത്തി. സങ്കടം രാജാവിനെ ബോധിപ്പിച്ചു. രാജാവ് അയാളെ നാലുവർഷത്തേക്കു മേച്ചിൽക്കാരനായി നിയമിച്ചു. രാജാവും ഒരു കരാർ വെച്ചു. "നാലുകൊല്ലത്തിനകം ഒരാടുപോലും ചാവരുത്, ചെന്നായ പിടിക്കരുത്. ഒരു കേടും പറ്റാതെ ആടുകളെ തിരിച്ചേല്പിച്ചാൽ പകുതി ആടുകളെ ആട്ടിടയനു നല്കും. അല്ലെങ്കിൽ ആട്ടിടയൻ പ്രതിഫലം കൂടാതെ പിരിഞ്ഞു പോകണം."

ഇടയൻ സമ്മതിച്ചു. അയാൾ ആടുകളെയുംകൊണ്ട് മേച്ചിൽസ്ഥലം തേടിപ്പോയി.

നാലുകൊല്ലം തീരാറായി. ആടുകളൊന്നും ചത്തില്ല. മാത്രമല്ല, എല്ലാ ആടുകളും മുമ്പത്തേക്കാൾ തടിച്ചു കൊഴുത്തു. പെറ്റും

പെരുകിയും ആട്ടിൻകൂട്ടം മുമ്പത്തേക്കാൾ ഏറി. പക്ഷേ, കഷ്ട കാലമെന്നല്ലാതെ എന്തു പറയാൻ! മടക്കയാത്രയിൽ ഒരു ചെന്നായ ഒരാട്ടിൻകുട്ടിയെയും കടിച്ചെടുത്തു കാട്ടിലേക്കോടി. ഇടയനു എന്തെന്നില്ലാത്ത സങ്കടമായി. അയാൾ ആടുകളുമായി കൊട്ടാരത്തിലെത്തി. ആട്ടിൻകൂട്ടത്തെ കണ്ട് രാജാവിന് സന്തോഷമായി. മുമ്പത്തേക്കാൾ ഏറിയിരിക്കുന്നു. പിന്നെ സന്തോഷം തോന്നില്ലേ?

"ഇതിൽ പകുതി നിനക്ക്." രാജാവു പറഞ്ഞു.

"എനിക്കു വേണ്ട. ഞാൻ വിശ്വാസവഞ്ചന ചെയ്യില്ല. വരുന്ന വഴിക്ക് ഒരാട്ടിൻകുട്ടിയെ ചെന്നായ പിടിച്ചു. എനിക്കു വാക്കു പാലിക്കാൻ കഴിഞ്ഞില്ല. അതുകൊണ്ടു പങ്കു വേണ്ട."

അയാൾ വീണ്ടും യാത്ര തുടർന്നു. വല്ലാതെ തളർന്നപ്പോൾ ഒരു നദീതീരത്തു വിശ്രമിക്കാനിരുന്നു. നദിയിൽ മൂന്നു സുന്ദരിമാർ മുങ്ങിക്കുളിക്കുന്നു. മൂന്നു അതിസുന്ദരിമാർ. അയാൾ എണീറ്റ് പതുങ്ങിച്ചെന്ന് ഒരുവളുടെ കൈയും പിടിച്ചു ഓടി. ഓടിയോടി അവർ ഒരു പാടത്തെത്തി. അയാൾ ഓട്ടം നിർത്തി.

"എവിടെച്ചെന്നാലും എന്തു ചെയ്താലും നിർഭാഗ്യം എന്നെ പിന്തുടരുന്നു. എന്തു ചെയ്താലും നഷ്ടം, എനിക്ക് മടുത്തു."

ഇതു കേട്ടപ്പോൾ സൂര്യപുത്രി പറഞ്ഞു: "നിരാശപ്പെടേണ്ട. എന്റെ കൈയിൽ ഒരു ദിവ്യമോതിരമുണ്ട്. അതു ഞാൻ നിങ്ങൾക്കു സ്ത്രീധനമായി തരാം. ഇതു താഴെയിട്ടാൽ ഒരു മേശ വരും. അപ്പോൾ മോതിരമെടുത്തു മേശപ്പുറത്ത് വയ്ക്കണം. അപ്പോൾ സ്വാദൂറുന്ന ഭക്ഷണസാധനങ്ങൾ മേശയിലെത്തും. മോതിരം മേശപ്പുറത്തുനിന്നു മാറ്റിയാൽ തീറ്റസാധനങ്ങൾ അപ്രത്യക്ഷമാവും. ഇതു മാത്രമാണെന്റെ സ്വത്ത്. ഇതു കളയരുത്."

അയാൾക്കു സന്തോഷമായി. ദിവസങ്ങൾ ഒന്നൊന്നായി കഴിഞ്ഞു. മൂന്നു നേരവും വിഭവസമൃദ്ധമായ സദ്യ. രണ്ടുപേരും സുഖമായി കഴിഞ്ഞു. അയാൾ ഇടയ്ക്കിടെ തന്റെ അയൽക്കാരെ വിരുന്നിനു ക്ഷണിക്കുമായിരുന്നു.

"ഹാ, എത്ര നല്ല ഭക്ഷണം. നിങ്ങളുടെ ഭാര്യയുടെ കൈപ്പുണ്യം നാടറിയട്ടെ. നമുക്കു രാജാവിനെ സദ്യക്കു ക്ഷണിക്കണം."

നാട്ടുകാർ അയാളെ നിർബ്ബന്ധിക്കാൻ തുടങ്ങി. അയാളെ അതിൽ നിന്നു പിന്തിരിപ്പിക്കാൻ സൂര്യപുത്രി ശ്രമിക്കാതിരുന്നില്ല.

"മിണ്ടാതിരുന്നോളൂ. രാജാവിനെ വിരുന്നിനു ക്ഷണിക്കുക നേരമ്പോക്കല്ല. വേണ്ടാത്ത ഏടാകൂടങ്ങളിലൊന്നും ചെന്നു ചാടേണ്ട. നമുക്കാകെയുള്ള സ്വത്താണ് ഈ മോതിരം. അതു നഷ്ടപ്പെട്ടാൽ വീണ്ടും മുഴുപ്പട്ടിണിയാകും."

"ഞാൻ രാജാവിനെ ക്ഷണിക്കും. നമ്മുടെ വീട്ടിൽ രാജാവ് എഴുന്നള്ളിയാൽ നമ്മുടെ നിലയും വിലയും ഏറും. നമ്മൾ ഗ്രാമീണരും മോശക്കാരല്ലെന്ന് അദ്ദേഹത്തിനു കാണിച്ചു കൊടുക്കണം. ഒരു രാജാവിനെ വിരുന്നൂട്ടാനുള്ള സ്ഥിതിയൊക്കെ നമുക്കുമുണ്ടെന്ന് അദ്ദേഹവും അറിയട്ടെ."

ഭാര്യയുടെ വാക്കുകൾ കേൾക്കാതെ അയാൾ രാജാവിനെ ക്ഷണിക്കാൻ പുറപ്പെട്ടു.

"അവിടുന്ന് ഒരു നേരത്തെ ആഹാരം ഞങ്ങളുടെകൂടെ കഴിക്കണം."

അയാൾ കൊണ്ടുപോയ കാഴ്ചവസ്തുക്കൾ രാജാവിന്റെ കാല്ക്കൽ വെച്ചിട്ട് അപേക്ഷിച്ചു.

രാജാവ് ആ ക്ഷണം ചിരിച്ചു തള്ളി.

അദ്ദേഹം പറഞ്ഞു: "നീ ആരാണ്? അങ്ങനെ ആരെങ്കിലുമൊക്കെ വന്നു വിളിച്ചാൽ എനിക്കു വരാൻ പറ്റില്ല. നീ ക്ഷണിച്ച സ്ഥിതിക്ക് എന്റെ മന്ത്രിമാരെ അയയ്ക്കാം. ആരവിടെ? പ്രധാനമന്ത്രി, നിങ്ങളും അനുചരന്മാരും ഇവന്റെ കൂടെ ചെല്ലുക. ഇവന്റെ ഉദ്ദേശ്യം എന്താണെന്ന് അറിയണമല്ലോ. നമ്മെ വിഡ്ഢിയാക്കാൻ ശ്രമിക്കുകയാണോ എന്ന് അറിഞ്ഞു വരണം."

രാജാവു കല്പിച്ചു.

അയാൾ മന്ത്രിയെയും അനുചരന്മാരെയും കൂട്ടി യാത്ര തിരിച്ചു. വഴിയിൽവെച്ചു പ്രധാനമന്ത്രിക്കു വിശന്നു.

"വല്ലാതെ വിശക്കുന്നു. ഉടനെ തിന്നാനെന്തെങ്കിലും കിട്ടണം."

ഭൃത്യൻമാർ നാലുപാടും ഓടി. അവസാനം ഒരു കാട്ടുകോഴിയെ കിട്ടി.

കോഴിയെ ചുടാനെന്താ വഴി? അവർ ആലോചിച്ചു.

ഒരു ഭൃത്യൻ തീയന്വേഷിച്ചു പുറപ്പെട്ടു.

കുറേ ചെന്നപ്പോൾ ഒരു മൺകുടിൽ കണ്ടു. അകത്തു ചെന്നപ്പോൾ അടുപ്പിൽ തീ എരിയുന്നു. അയാൾ കോഴിയെ വൃത്തിയാക്കി, അടുപ്പിനടുത്തു കണ്ട ഭരണികൾ പരതിയപ്പോൾ അയാൾക്ക് ഉപ്പും മുളകും കിട്ടി. ഉപ്പും മുളകും തേച്ച കോഴിയെ അയാൾ ഒരു കമ്പിൽ കുത്തി അടുപ്പിൽ വെച്ചു. പെട്ടെന്ന് അപ്സരസിനെപ്പോലെ ഒരു രൂപം കണ്ടു ഭൃത്യൻ മിഴിച്ചുനിന്നുപോയി. പരിസരബോധം വന്നപ്പോൾ കോഴി കിടന്നു കരിയുന്നു. അയാൾ പെട്ടെന്നു തീയണച്ചു. കോഴി കരിഞ്ഞു നാശമായിരിക്കുന്നു. വേറെ വഴിയൊന്നുമില്ലാതെ അയാൾ കോഴിയെ പാത്രത്തിലാക്കി മന്ത്രിയുടെ മുമ്പിൽ വെച്ചുകൊടുത്തു. പ്രധാനമന്ത്രി ചോദിച്ചു:

"നിനക്ക് കണ്ണില്ലേടാ? കോഴി കരിഞ്ഞതെങ്ങനെ?"

"ക്ഷമിക്കണം അങ്ങുന്നേ. ഞാൻ കോഴിയെ ചുട്ടുകൊണ്ടിരുന്നപ്പോൾ ആ കുടിലിൽ ഒരു അപ്സര കന്യക എത്തി. അവളെ കണ്ടതും എന്റെ കണ്ണ് മിഴിച്ചുപോയി. ഹമ്പോ! എന്തൊരു സൗന്ദര്യം! എനിക്ക് ഒന്നും കാണാനോ കേൾക്കാനോ കഴിഞ്ഞില്ല. മുമ്പിൽ അവൾ മാത്രം! അങ്ങനെയാണ് കോഴി കരിഞ്ഞത്."

"ഒരു ചെറ്റക്കുടിലിൽ അപ്സരസോ? ആരാണവൾ? അതറിഞ്ഞിട്ടു ഇനി വേറെ കാര്യം."

മന്ത്രിയും പരിവാരങ്ങളും കുതിരപ്പുറത്ത് കയറി പുറപ്പെട്ടു. അവർ ഭൃത്യൻ കാണിച്ചുകൊടുത്ത കുടിലിന്റെ മുമ്പിൽ എത്തി. എല്ലാവരും കുതിരപ്പുറത്തു നിന്നിറങ്ങി കുടിലിനകത്തേക്ക് ചെന്നു. ആ തക്കത്തിൽ ഗ്രാമീണൻ മോതിരം താഴെയിട്ടു. അപ്പോൾ മേശ വന്നു. അയാൾ മോതിരം മേശപ്പുറത്തിട്ടപ്പോൾ പലതരം വിഭവങ്ങൾ നിരന്നു.

മന്ത്രിയും പരിവാരങ്ങളും പുറത്ത് വന്നപ്പോൾ മേശപ്പുറം നിറയെ വിശേഷപ്പെട്ട ആഹാരസാധനങ്ങൾ. പലതരം പാനീയങ്ങൾ. കൊതിയൂറുന്ന മണം. മന്ത്രി അത്ഭുതപ്പെട്ടു. അടുത്തെങ്ങും ആരുമില്ല. ഇത്ര ക്ഷണത്തിൽ ഇത്രയും വിഭവങ്ങൾ ആരുണ്ടാക്കി? പെട്ടെന്നു കുടിലിൽ നിന്നും സൂര്യപുത്രി പുറത്തേക്ക് വന്നു. അവർക്ക് അവളുടെ മുഖത്തുനിന്ന് കണ്ണെടുക്കാൻ കഴിഞ്ഞില്ല.

"ഇതാണ് അടിയന്റെ കുപ്പമാടം, ഭക്ഷണം കഴിച്ചാലും."

സൂര്യപുത്രിയുടെ ഭർത്താവ് ക്ഷണിച്ചതു കേട്ടു മന്ത്രിയും പരിവാരങ്ങളും ഭക്ഷണത്തിനിരുന്നു. അയാൾ അതിഥികളെ സന്തോഷിപ്പിച്ചു തിരിച്ചയച്ചു.

മന്ത്രി കൊട്ടാരത്തിൽ തിരിച്ചെത്തി. രാജാവിനെ മുഖം കാണിച്ചു.

"എന്തായിരുന്നു അവിടെ വിശേഷം?" രാജാവ് ആരാഞ്ഞു.

മന്ത്രി നടന്നതെല്ലാം വിവരിച്ചു.

"എന്താ ആ പെണ്ണിന്റെ സൗന്ദര്യം. ഈരേഴു ലോകത്തും അവളെപ്പോലൊരുത്തിയെ കാണാനില്ല. ആ കോന്തന് അങ്ങനെയൊരു ഭാര്യ ഒരിക്കലും ചേരില്ല. അവൾ അങ്ങയോടു ചേരണ്ടവളാണ്."

അതുകേട്ട രാജാവ് ആശയക്കുഴപ്പത്തിലായി.

"എന്തു പറഞ്ഞാണ് അവളെ കൊണ്ടുവരിക? അന്യന്റെ ഭാര്യയെ വെറുതെ പിടിച്ചുകൊണ്ടുവരാൻ പറ്റുമോ?" രാജാവു ചോദിച്ചു.

"വഴിയൊക്കെ ഞാൻ പറഞ്ഞുതരാം. അയാളെ ഉടനെ വിളിപ്പിക്കണം. സൂര്യന്റെ സ്വർണ്ണരോമം കൊണ്ടുവരാൻ കല്പിക്കണം. ആ വിഡ്ഢിയാൻ അതന്വേഷിച്ചു പുറപ്പെടും. അയാൾക്കൊരിക്കലും തിരിച്ചുവരാനാവില്ലെന്ന് ഉറപ്പല്ലേ. പിന്നെ ആ പെണ്ണിനെ പിടിച്ചു കൊണ്ടുപോരാൻ എന്താണ് തടസ്സം?"

ഉടനെ രാജാവ് ഗ്രാമീണനെ വിളിപ്പിച്ചു.

"എനിക്ക് സൂര്യന്റെ രോമം വേണം. നീയാണ് അതിനു പറ്റിയവൻ. ഉടനെ പുറപ്പെട്ടോളൂ."

സൂര്യന്റെ മരുമകനായ ഗ്രാമീണന് ആധിയായി. സൂര്യന്റെ

രോമം എവിടെച്ചെന്നു കൊണ്ടുവരും? അയാൾ സങ്കടത്തോടെ വീട്ടിലെത്തി വിവരം ഭാര്യയോടു പറഞ്ഞു. "രാജാവിനെ സദ്യക്കൊന്നും ക്ഷണിക്കേണ്ടെന്നു ഞാൻ പറഞ്ഞതല്ലേ? ഇപ്പോൾ എന്തായി? ഇനി ദു:ഖിച്ചിരുന്നിട്ട് എന്താ കാര്യം? ഉടനേ പുറപ്പെട്ടോളൂ."

സൂര്യപുത്രി പറഞ്ഞു: "ഞാനെന്റെ ബന്ധുക്കൾക്ക് ഒരു കത്തുതരാം. അവർ തീർച്ചയായും നിങ്ങളെ സഹായിക്കും."

ഭാര്യയുടെ കത്തുമായി അയാൾ പുറപ്പെട്ടു. പല രാജ്യങ്ങളും കടന്നു. ദിവസങ്ങളോളം യാത്ര ചെയ്തു. കാടും മേടും കടന്നു. വരണ്ടുണങ്ങിയ മരുഭൂമിയും പച്ചപിടിച്ച സമതലങ്ങളും കടന്ന് അയാൾ സൂര്യചന്ദ്രന്മാരുടെ രാജ്യത്തെത്തി.

സൂര്യൻ നാട്ടിൽ വെളിച്ചം നല്കാനായി പുറപ്പെട്ടുകഴിഞ്ഞിരുന്നു. പക്ഷേ, ചന്ദ്രൻ വീട്ടിലുണ്ടായിരുന്നു. സൂര്യപുത്രി കൊടുത്തയച്ച കത്തുവായിച്ച് അയാൾ അവനെ തിരിച്ചറിഞ്ഞു. അമ്പിളിയമ്മാവൻ അയാളെ സന്തോഷത്തോടെ സ്വീകരിച്ചു.

"നിന്റെ അമ്മാവൻ തിരിച്ചെത്താറാവുന്നേയുള്ളൂ. പക്ഷേ, അദ്ദേഹത്തിന്റെ ചൂടുതാങ്ങാനുള്ള കരുത്തു നിനക്കില്ല. നീ കരിഞ്ഞു ചാമ്പലായിപ്പോകും. ഒരു കാര്യം ചെയ്യാം, ഞാൻ നിന്റെ രൂപം മാറ്റിത്തരാം."

ചന്ദ്രൻ അയാളെ ഒരു സൂചിയാക്കി മാറ്റി, ഒരു തൂണിൽ തറച്ചു.

സന്ധ്യയായപ്പോൾ സൂര്യൻ തിരിച്ചെത്തി.

"മനുഷ്യന്റെ ചൂരടിക്കുന്നു." സൂര്യൻ പറഞ്ഞു.

"വിഡ്ഢിത്തം പറയേണ്ട. ഇവിടെ എങ്ങനെയാ മനുഷ്യൻ എത്തുന്നത്? നീയാണല്ലോ ഉലകം ചുറ്റും വാലിഭൻ? മനുഷ്യമണവുമായി തിരിച്ചെത്തിയതു നീതന്നെയാണ്."

എന്നിട്ടു പറഞ്ഞു: "അതൊക്കെ പോട്ടെ, നിന്റെ മരുമകൻ നമ്മെ കാണാനായി വന്നു എന്നു കരുതൂ. നീ അവനെ കരിച്ച് ചാമ്പലാക്കുമോ?"

"ഹേയ്, ഒരിക്കലുമില്ല. എന്റെ മരുമകനെ കാണാൻ എനിക്കും മോഹമുണ്ട്. അയാൾ എങ്ങനെയുള്ളവനാണെന്ന് എനിക്ക് അറിയണമല്ലോ."

ചന്ദ്രൻ ഉടനെ സൂചിയെ മനുഷ്യനാക്കി മാറ്റി. മരുമകൻ സൂര്യന്റെ കാല്ക്കൽ വീണു വന്ദിച്ചു. സൂര്യൻ അയാളെ അനുഗ്രഹിച്ചു. മകളുടെ കാര്യങ്ങൾ അന്വേഷിച്ചു: "എന്താ പെട്ടെന്നിങ്ങോട്ട് വന്നത്? മകൾക്കു സുഖം തന്നെയല്ലേ?"

"സുഖം തന്നെ. പക്ഷേ, ഞാനിപ്പോൾ കുഴപ്പത്തിലാണ്. രാജാവ് അങ്ങയുടെ മകളെ എന്നിൽനിന്നു തട്ടിപ്പറിക്കാൻ ശ്രമിക്കുകയാണ്. അങ്ങയുടെ സുവർണ്ണരോമത്തിനുവേണ്ടി യാണ് എന്നെ അയച്ചിരിക്കുന്നത്. അത് എത്തിച്ചുകൊടു ത്തില്ലെങ്കിൽ അദ്ദേഹം എന്റെ ഭാര്യയെ തട്ടിക്കൊണ്ടുപോകും."

"പേടിക്കണ്ട, എല്ലാം ശരിയാകും. ഇപ്പോൾ എന്റെ പഴത്തോട്ടത്തിൽ ചെന്നു വിശ്രമിക്ക്." സൂര്യൻ ആശ്വസിപ്പിച്ചു.

അവർ അയാളെ തോട്ടത്തിലേക്കു കൊണ്ടുപോയി. മനോഹരമായ തോട്ടം, ആപ്പിൾ മരങ്ങൾ നിറയെ ചുവന്നു തുടുത്ത ആപ്പിളുകൾ, കായ്ച്ചു നില്ക്കുന്ന മുന്തിരിവള്ളികൾ, വിളഞ്ഞുനില്ക്കുന്ന നാരങ്ങ, പലതരം പൂക്കൾ, എങ്ങും നറുമണം.

അയാൾക്കു തോട്ടം നന്നേ പിടിച്ചു. തോട്ടത്തിൽ കുറേനേരം ചുറ്റി നടന്നു. അപ്പോഴേക്കും വിശന്നു തളർന്നു. സൂര്യൻ പറഞ്ഞു: "ഇനി കുറച്ചുനേരം വിശ്രമിക്ക്. വരുണനും ചെന്നാ യയും നിനക്കു വേണ്ടതെല്ലാം ഒരുക്കിത്തരും."

ചെന്നായ ഉടൻ മേശയുമായി എത്തി. വരുണൻ ഭക്ഷണം വിളമ്പി. അയാളുടെ കൈയിൽ ഓക്കുമരത്തിന്റെ ഒരു ചില്ല ഉണ്ടായിരുന്നു. അതയാൾ വെറുതെ ചുഴറ്റിക്കൊണ്ടിരുന്നു. ചെന്നായയെ അടുത്തുവിളിച്ചു അയാൾ ചോദിച്ചു. നിനക്കെന്നെ ഓർമ്മയുണ്ടോ? പണ്ടൊരിക്കൽ ഞാൻ മേച്ചിൽക്കാരനായിരുന്നു. നാലുകൊല്ലത്തോളം ഞാൻ ആടിനെ മേച്ചു നടന്നു. ആടുകളെ എന്റെ കണ്ണിലെ കൃഷ്ണമണിപോലെ കാത്തുസൂക്ഷിച്ചു. കരാറിൽ പറഞ്ഞ പ്രകാരം ആടുകളെ രാജാവിനെ ഏല്പിക്കാൻ മടക്കയാത്ര ആരംഭിച്ചപ്പോൾ നീ എല്ലാം താറുമാറാക്കി, വഴിയിൽ ഒളിച്ചിരുന്ന നീ എന്റെ ഒരാട്ടിൻകുട്ടിയെ കടിച്ചെടുത്തുകൊണ്ടു കാട്ടിലേക്കോടി. എനിക്കു വാക്കുപാലിക്കാൻ സാധിച്ചില്ല. നാലുകൊല്ലത്തെ എന്റെ അലച്ചിൽ നീ കാരണം വെറുതെയായി.

നീ അതൊന്നും ഓർക്കുന്നുണ്ടാവില്ല, അല്ലേ? നീ എന്തിനാ അങ്ങനെ ചെയ്തത്?" അതും പറഞ്ഞ് അയാൾ ചെന്നായയെ തലങ്ങും വിലങ്ങും അടിച്ചു; പകതീരുന്നതുവരെ.

പിന്നീട് വരുണദേവനെ അടുത്തു വിളിച്ചു. "നീ കാരണമാണ് എനിക്ക് തെണ്ടേണ്ടിവന്നത്. ഞാൻ കൃഷിക്കാരനായിരുന്നു. നീ എന്റെ പാടത്തെ വിള അപ്പാടെ നശിപ്പിച്ചു. നീ അതുമറന്നു അല്ലേ? പക്ഷേ, ഞാൻ മറന്നിട്ടില്ല. നീ എന്തിനാ അങ്ങനെ ചെയ്തത്?"

അയാൾ വരുണദേവനെയും അടിച്ചു ശരിയാക്കി. ദേവന്റെ കണ്ണുകൾ പൊട്ടി കുരുടനായി. അരിശം തീർന്നപ്പോൾ അയാൾ ഭക്ഷണം കഴിക്കാനായി ഇരുന്നു. ഭക്ഷണം കഴിഞ്ഞ് അയാൾ തോട്ടത്തിൽ ചെന്നു.

അയാൾ ഓരോ മരവും വെട്ടിനുറുക്കി തോട്ടമാകെ നശിപ്പിച്ചു. അങ്ങനെ സൂര്യനോടു പകരം വീട്ടി.

വരുണദേവനും ചെന്നായയും സൂര്യനെ ചെന്നു കണ്ട് പരാതി പറഞ്ഞു. സൂര്യൻ തോട്ടത്തിലെത്തി. തോട്ടം താറുമാറായി കിടക്കുന്നു. ഒറ്റ മരംപോലും ബാക്കിയില്ല. സൂര്യന് സഹിക്കാനായില്ല. "എന്താ നീ ഈ കാണിച്ചത്?" സൂര്യൻ അരിശപ്പെട്ടു. ഞാനൊരു പാവം കർഷകനായിരുന്നു. എനിക്കൊരു ചോളവയലുണ്ടായിരുന്നു. ഈ വരുണൻ അതിലെ വിളയൊക്കെ നശിപ്പിച്ചു. ഗതിയില്ലാതെ എനിക്കു നാടുവിടേണ്ടി വന്നു. അതുകഴിഞ്ഞ് ഞാനൊരു പാടത്തു കൊയ്യാനിറങ്ങി. സൂര്യൻ അസ്തമിക്കുന്നതിനുമുമ്പ് കൊയ്തുതീർന്നാൽ വിള പപ്പാതി എന്നായിരുന്നു കരാർ. ഒരൊറ്റ കതിർ ബാക്കിയായപ്പോൾ താങ്കൾ മറഞ്ഞു. ഞാൻ കാലുപിടിച്ചു പറഞ്ഞിട്ടും കേട്ടതായി നടിച്ചില്ല. പിന്നെ ഞാനൊരു മേച്ചിൽക്കാരനായി. ഈ ചതിയൻ ചെന്നായ എന്റെ ഒരാട്ടിൻകുട്ടിയെ മോഷ്ടിച്ചു. അങ്ങനെ അവിടെയും ഞാൻ പരാജയപ്പെട്ടു. ജീവിക്കാൻ വഴിയില്ലാതായി.

സൂര്യനു മറുപടി പറയാനായില്ല. മരുമകനോടു ദേഷ്യപ്പെടാനും കഴിഞ്ഞില്ല. സ്വർണ്ണരോമം നല്കി മരുമകനെ യാത്രയാക്കി.

അയാൾ നാട്ടിൽ ചെന്നു സ്വർണ്ണരോമം രാജാവിനു കാഴ്ചവെച്ചു. അയാളുടെ ഭാര്യയെ തട്ടിയെടുക്കാനുള്ള ശ്രമം അങ്ങനെ പൊളിഞ്ഞു. രാജാവ് പ്രധാനമന്ത്രിയോടു ചോദിച്ചു: "ഇനി എന്തു ചെയ്യും?"

മന്ത്രി പറഞ്ഞു: "അങ്ങു നിരാശപ്പെടരുത്. നമുക്കവനെ പരലോകത്തേക്കു പറഞ്ഞയയ്ക്കാം. മരിച്ചുപോയ അങ്ങയുടെ അമ്മയുടെ കൈവിരലിൽ കിടക്കുന്ന മോതിരം തിരിച്ചുവാങ്ങി ക്കൊണ്ടുവരാൻ അവനോടു കല്പിക്കണം."

രാജാവ് അയാളെ വിളിച്ച് അപ്രകാരം കല്പിച്ചു. അയാൾ ആകെ വിഷമത്തിലായി. വിവരം ഭാര്യയോടു പറഞ്ഞു.

"എന്റെ വാക്കു കേട്ടിരുന്നെങ്കിൽ ഇതൊന്നും വരില്ലാ യിരുന്നു. ഇനി വരുന്നതെല്ലാം അനുഭവിക്കാം. സാരമില്ല. ഞാൻ ഒരാപ്പിൾ തരാം. നിങ്ങൾ അതു നിലത്തിട്ടുരുട്ടുക. ആപ്പിൾ ഉരുളുന്ന വഴിയെ ചെന്നാൽ മതി. എത്തേണ്ടിടത്ത് എത്തും."

അവൾ ഒരു ആപ്പിൾ കൊടുത്തു.

അയാൾ ആപ്പിൾ താഴെ ഇട്ടു. ആപ്പിൾ ഉരുളാൻ തുടങ്ങി. ആപ്പിൾ ഉരുണ്ടുരുണ്ടു കാട്ടിലെ ഒരു വെളിമ്പ്രദേശത്ത് എത്തി. അവിടെ ഒരു കലമാൻ നില്ക്കുന്നുണ്ടായിരുന്നു. അതിന്റെ കൊമ്പു വളർന്നു മാനത്തു മുട്ടുന്നുണ്ടായിരുന്നു.

"ഓ. എത്തിപ്പോയി." അയാൾ സന്തോഷത്തോടെ പറഞ്ഞു.

"എവിടെ എത്തി എന്നാ പറയുന്നത്? എങ്ങോട്ടാ നിന്റെ പുറപ്പാട്"?

"ഞാൻ പരലോകത്തേക്കു പുറപ്പെട്ടതാ, രാജാവിന്റെ അമ്മയെക്കണ്ടു മോതിരം തിരിച്ചുവാങ്ങണം."

"ഓഹോ അങ്ങനെയാണോ? നീ എനിക്കുവേണ്ടി എന്തെ ങ്കിലും മരുന്നു വാങ്ങിക്കൊണ്ടു വരണം. നോക്കൂ, എന്റെ കൊമ്പു വളർന്നു മാനം മുട്ടാറായി, എനിക്കു താങ്ങാനാകു ന്നില്ല."

അയാൾ സമ്മതിച്ചു. ആപ്പിൾ വീണ്ടും ഉരുളാൻ തുടങ്ങി; കൂടെ അയാളും. അങ്ങനെ ഒരു പാറക്കെട്ടിലെത്തി. അവിടെ ഒരു കാളയെ കെട്ടിയിരിക്കുന്നു. അടുത്തെങ്ങും പച്ചപ്പുല്ലോ വൈ

ക്കോലോ വെള്ളമോ ഉണ്ടായിരുന്നില്ല. എന്നിട്ടും കാളക്കൂറ്റൻ തടിച്ചു കൊഴുത്ത് ഉന്മേഷവാനായിരുന്നു.

അയാൾ അതിശയം അടക്കാനാവാതെ ചോദിച്ചു. "വെള്ള മോ, പുല്ലോ വൈക്കോലോ ഇവിടെങ്ങുമില്ല. എന്നിട്ടും നീയെങ്ങനെ തടിച്ചുകൊഴുത്തു?"

"ഇതിലേ മുമ്പു പലരും കടന്നുപോയിട്ടുണ്ട്. അവരാരും തിരിച്ചുവന്നു കണ്ടിട്ടില്ല. നീ തിരിച്ചു വരികയാമെങ്കിൽ ഉത്തരം പറയാം."

അയാൾ ഒരു പുൽമേട്ടിലെത്തി. നിറയെ പലതരം ചെടികൾ പരന്നു കിടക്കുന്ന പച്ചപ്പുൽപ്പരപ്പ്, കാറ്റിൽ തിരമാലപോലെ അലവീശുന്ന പുൽച്ചെടികൾ. പുൽത്തകിടിക്കു നടുവിൽക്കൂടി കളകളത്തോടെ ഒരു പുഴ ഒഴുകുന്നു. തെളിഞ്ഞ വെള്ളം. ഒരു കാളയെ കെട്ടിയിരിക്കുന്നു. പക്ഷേ, തിന്നാനൊന്നും കിട്ടാത്തതു പോലെ കാള മെലിഞ്ഞ് എല്ലുന്തിയിരിക്കുന്നു.

"ഇത്ര നല്ല പച്ചപ്പുല്ലും ഇഷ്ടംപോലെ ശുദ്ധജലവും. എന്നിട്ടും നീയെന്താ ഇങ്ങനെ മെലിഞ്ഞുപോയത്?"

"ഇതുവഴി നടന്നുപോയവരെല്ലാം ഈ ചോദ്യം ചോദിച്ചു. അവരാരും പക്ഷേ, മടങ്ങിവന്നില്ല. നീ തിരിച്ചുവരികയാണെങ്കിൽ പറയാം."

കുറെ ചെന്നപ്പോൾ ഒരു പിച്ചാത്തിപ്പിടിയിൽ സുഖമായി കിടക്കുന്ന ദമ്പതികളെ കണ്ടുമുട്ടി. പിച്ചാത്തിപ്പിടിയിൽ കിട ക്കാൻ അവർക്കു വിഷമമില്ലെന്നു മാത്രമല്ല, അവർക്കിരുവശത്തും ഒരുപാട് സ്ഥലം ഒഴിഞ്ഞുകിടക്കുന്നുണ്ടുതാനും. അയാൾ ചോദിച്ചു.

"ഇത്തിരി പോന്ന ഒരു പിച്ചാത്തിപ്പിടിയിൽ സുഖമായി വിശ്രമിക്കുന്നു! എന്നിട്ടും സ്ഥലം ബാക്കിയാണല്ലോ?"

"നീ ഇതുവഴിതന്നെ തിരിച്ചുവരികയാണെങ്കിൽ ഉത്തരം പറയാം."

അയാൾ വീണ്ടും നടന്നു. തറയിൽ മൃഗത്തൊലി വിരിച്ചു കിടക്കുന്ന മറ്റൊരു ഭാര്യാഭർത്താക്കന്മാരെ കണ്ടുമുട്ടി. വിരിപ്പിൽ ഇഷ്ടംപോലെ സ്ഥലം. എന്നിട്ടും അവർ രണ്ടുപേരും പിടിച്ചു തള്ളുകയും വഴക്കുകൂടുകയും ചെയ്യുന്നുണ്ടായിരുന്നു.

“എന്തിന്റെ തകരാറാ നിങ്ങൾക്ക്? ഇഷ്ടംപോലെ സ്ഥലമുണ്ടല്ലോ. എന്നിട്ടും നിങ്ങളെന്തിനാ പിടിച്ചു തള്ളുന്നത്.”

അയാൾക്കു ചോദിക്കാതിരിക്കാൻ കഴിഞ്ഞില്ല.

അവർ പറഞ്ഞു. “ഈ ചോദ്യം ചോദിച്ചുകൊണ്ട് ഇതിലെ കടന്നുപോയവരാരും തിരിച്ചുവന്നിട്ടില്ല. നിന്നെ ഇനിയും കാണാനിടയായാൽ ഉത്തരം പറയാം.”

കുറെ ചെന്നപ്പോൾ ഒരു അമ്മൂമ്മ ഇരുന്നു മുട്ടകൊണ്ടു ഗോപുരം ഉണ്ടാക്കുന്നു. അവർ ശ്രദ്ധയോടുകൂടി മുട്ട അടുക്കും. പണിതീരാറാകുമ്പോൾ എല്ലാംകൂടി കെട്ടിമറിഞ്ഞു താഴെ വീഴുന്നു. മുട്ട മിക്കതും പൊട്ടുന്നു. അമ്മൂമ്മ അതൊന്നും കാര്യമാക്കുന്നില്ല. അയാൾ സംശയിച്ചുകൊണ്ടു ചോദിച്ചു.

“അമ്മൂമ്മ എന്താ ഇക്കാണിക്കുന്നത്? മുട്ടകൊണ്ടു ഗോപുരം ഉണ്ടാക്കാൻ ആർക്കെങ്കിലും കഴിയുമോ?”

“നീ പോയിട്ടു വാ. വീണ്ടും കാണുകയാണെങ്കിൽ ഉത്തരം പറയാം.”

അയാൾ അവരെ വിട്ട് ആപ്പിൾ ഉരുണ്ട വഴിയെ നടന്നു. കുറെ നടന്നപ്പോൾ നിലത്തു കുഴിയുണ്ടാക്കി അതിൽ റൊട്ടി ചുട്ടെടുക്കുന്ന ഒരു സ്ത്രീയെ കണ്ടു. അക്കാലത്ത് അങ്ങനെയായിരുന്നു റൊട്ടി ഉണ്ടാക്കിയിരുന്നത്. നല്ല തൂവെള്ള മാവു കുഴിയിലിടുമ്പോൾ കിട്ടുന്നതു കറുത്ത കരിക്കട്ടപോലെയുള്ള റൊട്ടി.

“നിങ്ങൾക്കെന്താ വട്ടുണ്ടോ? വെള്ളമാവുകൊണ്ടെന്തിനാ കരിക്കട്ടപോലുള്ള റൊട്ടി ഉണ്ടാക്കുന്നത്?”

തിരികെ വരുമ്പോൾ ഉത്തരം നല്കാമെന്ന് അവരും പറഞ്ഞു.

അയാൾ വീണ്ടും ആപ്പിളിനെ പിന്തുടർന്നു.

കുറേ നടന്നപ്പോൾ ശരീരം വില്ലുപോലെ വളച്ചു പാലമാക്കിയ ഒരു മനുഷ്യനെ കണ്ടു. പലരും അയാളുടെ ശരീരത്തിൽ ചവിട്ടിമെതിച്ചും കയറിയിറങ്ങിയും അങ്ങോട്ടുമിങ്ങോട്ടും പോകുന്നുണ്ടായിരുന്നു. ഗ്രാമീണനു മിണ്ടാതിരിക്കാൻ കഴിഞ്ഞില്ല.

“ഇതെന്താ കഥ? സ്വന്തം ശരീരം പാലമാക്കുന്നോ?”

"തിരിച്ചുവരികയാണെങ്കിൽ പറഞ്ഞുതരാം."

അങ്ങനെ അയാൾ വീണ്ടും യാത്ര തുടർന്നു. അവസാനം പരലോകത്തെത്തി പറഞ്ഞു: "എന്നെ രാജാവ് അയച്ചിരിക്കയാണ്."

രാജാവിന്റെ അമ്മ മോതിരം കൊടുത്തിട്ടു പറഞ്ഞു:

"ഇതാ എടുത്തോളിൻ. അവൻ എനിക്കു പരലോകത്തും സ്വൈരം തരില്ല അല്ലേ? അവനെ ഞാൻ ശപിക്കുന്നു. അവന്റെ മന്ത്രിതന്നെ അവന്റെ നാശത്തിനു കാരണമാകും. എന്റെ ശാപം നിങ്ങൾ അവനെ അറിയിക്കണം."

അപ്പോൾ ഗ്രാമീണൻ ചോദിച്ചു:

"കൊമ്പു വളർന്നതുകാരണം കഷ്ടപ്പെടുന്ന ഒരു കലമാനിനെ കണ്ടിരുന്നു. അതിനെന്തെങ്കിലും മരുന്നു തരാമോ?"

"കാട്ടിലെ തീർത്ഥക്കുളത്തിലെ ശുദ്ധജലം കുടിക്കാൻ പറയൂ. എല്ലാം നേരെയാകും."

ഗ്രാമീണൻ നന്ദി പറഞ്ഞു മടക്കയാത്ര ആരംഭിച്ചു. ആദ്യമായി ശരീരം പാലമാക്കിയ ആളെ കണ്ടു. "മുൻജന്മത്തിൽ എനിക്കു പാലം കാവലായിരുന്നു. കാശു തരാതെ പാലം കടക്കാൻ ഞാൻ ആരേയും അനുവദിച്ചിരുന്നില്ല. പിച്ചക്കാരെപ്പോലും ഞാൻ വെറുതെ വിട്ടില്ല. അതിനുള്ള ശിക്ഷയാണിത്."

റൊട്ടി ചുടുന്ന സ്ത്രീ പറഞ്ഞു.

"മുൻജന്മത്തിൽ ഞാനൊരു കൊതിച്ചിയായിരുന്നു. ഉണ്ടാക്കുന്ന റൊട്ടിയെല്ലാം ഞാൻതന്നെ തിന്നും. ഏതെങ്കിലും ഭിക്ഷക്കാരെ കണ്ടാൽ ഞാനെന്റെ മുഖം അടുപ്പിൻകുഴിയിൽ ഒളിപ്പിക്കും. പുകയേറ്റു കണ്ണും മുഖവും കരിയും. എന്നാലും റൊട്ടി മറ്റാർക്കും കൊടുക്കണ്ടല്ലോ എന്നോർത്തു സന്തോഷിക്കും. അതിന് എനിക്കു കിട്ടിയ ശിക്ഷയാണിത്. കരിഞ്ഞ റൊട്ടി തിന്നാനാണ് വിധി."

മുട്ടകൊണ്ടു ഗോപുരമുണ്ടാക്കുന്ന അമ്മൂമ്മ പറഞ്ഞു: "കഴിഞ്ഞ ജന്മത്തിൽ ഞാൻ മുട്ട മോഷ്ടിക്കുമായിരുന്നു. അതുകൊണ്ടാണ് എനിക്കീ ഗതി വന്നത്."

തമ്മിൽ തല്ലുകൂടുന്ന ഭാര്യാഭർത്താക്കന്മാർ പറഞ്ഞു: "മുൻ

ജന്മത്തിൽ ഞങ്ങളിരുവരും തമ്മിൽ സ്നേഹിച്ചിരുന്നില്ല. എന്നും വഴക്കായിരുന്നു. ഇന്നിപ്പോൾ ഇവിടെയും അതുതന്നെ ഗതി. എത്ര വെറുത്താലും പിരിയാനാവുന്നുമില്ല."

പിച്ചാത്തിപ്പിടിയിൽ കിടക്കുന്ന ദമ്പതികൾ പറഞ്ഞു: "ഞങ്ങൾ ഭൂമിയിലും അന്യോന്യം സ്നേഹിച്ചിരുന്നു. ഒരുമയുണ്ടെങ്കിൽ പിച്ചാത്തിപ്പിടിയിലും സുഖമായി കിടക്കാം."

പിന്നീടയാൾ പുൽപ്പരപ്പിൽ പട്ടിണി കിടക്കുന്ന കാളയെ കണ്ടു. കാള പറഞ്ഞു: "കഴിഞ്ഞ ജന്മത്തിൽ ഞാനൊരു മടിയനായിരുന്നു. ഞാനൊരു പണിയും ചെയ്തില്ല. എന്റെ യജമാനന് എന്നെക്കൊണ്ട് ഒരുപകാരവുമില്ലായിരുന്നു. ഇന്നിതാ അനുഭവിക്കുന്നു."

തടിച്ചുകൊഴുത്ത കാള പറഞ്ഞു: "ഞാനെന്റെ യജമാനനെ സത്യസന്ധമായി സേവിച്ചു. ഭാരം വലിക്കുമ്പോൾ ഞാനെന്റെ ചങ്ങാതിയെ ഒരിക്കലും ബുദ്ധിമുട്ടിച്ചില്ല. അതുകൊണ്ടെനിക്ക് ഇവിടെയും പരമസുഖം തന്നെ.

അയാൾ കലമാനിന്റെ അടുത്തെത്തി.

"എനിക്ക് മരുന്ന് കൊണ്ടുവന്നോ?"

"തീർത്ഥക്കുളത്തിലെ വെള്ളം കുടിച്ചോളൂ, നിന്റെ പ്രശ്നം തീരും." തീർത്ഥജലം കുടിച്ച കലമാനിന്റെ കൊമ്പു പൊടിഞ്ഞു വീണു.

അയാൾ മോതിരവുമായി കൊട്ടാരത്തിൽ എത്തി. രാജാവിനെ മുഖം കാണിച്ചു. അമ്മയുടെ ശാപം അദ്ദേഹത്തെ അറിയിക്കുകയും ചെയ്തു.

രാജാവ് ഒരു മുയലായി മാറി. മന്ത്രി ചെന്നായ ആയി. ചെന്നായ മുയലിനെ കഷണം കഷണമായി കടിച്ചു കീറി.

ആ രാജ്യവും രാജ്യത്തെ സകല സമ്പത്തും ഗ്രാമീണനും ഭാര്യക്കും കിട്ടി. അവർ ഏറെക്കാലം സുഖമായി ജീവിച്ചു.

ചുവന്ന പശു

ഒരാട്ടിടയന് രണ്ടു മക്കൾ ഉണ്ടായിരുന്നു. ഒരാണും ഒരു പെണ്ണും. അവർക്ക് ഒരു ചുവന്ന പശു ഉണ്ടായിരുന്നു. ഇടയന്റെ ഭാര്യ പെട്ടെന്നൊരു ദിവസം മരിച്ചു. വീട്ടുകാര്യം നോക്കാനാളില്ലാതായപ്പോൾ ഇടയൻ രണ്ടാമതും കല്യാണം കഴിച്ചു. ഇളയമ്മയ്ക്ക് ഇടയന്റെ മക്കളെ കണ്ണെടുത്താൽ കണ്ടുകൂടാ. അവൾ ഏതുനേരവും പിറുപിറുക്കും.

"നാശങ്ങൾ. ഇവരെന്റെ മക്കളുമല്ല, എനിക്കിവരെ സ്നേഹിക്കാനും വയ്യ." അവൾ കുട്ടികളെ എപ്പോഴും ഉപദ്രവിക്കും. കുട്ടികളെ രണ്ടാം ഭാര്യയുടെ അടുക്കലാക്കിയിട്ടു ജോലിക്ക് പോകാൻ ഇടയനു പേടിയായിരുന്നു. അതുകൊണ്ട് അയാൾ കുട്ടികളെ ആട്ടിൻപറ്റത്തോടൊപ്പം മേച്ചിൽസ്ഥലത്തേക്കയച്ചു.

കുട്ടികൾ വെയിലേറ്റു തളർന്നു. വിശപ്പും ദാഹവും സഹിക്കാൻ കഴിയാതെ ഉറക്കെ കരഞ്ഞു. കരച്ചിൽ കേട്ടു ചുവന്ന പശു അവിടെ എത്തി. പശു പറഞ്ഞു:

"പൊന്നു മക്കളേ, കരയേണ്ട. നിങ്ങളാ മരത്തണലിൽ ചെന്നു വിശ്രമിച്ചോളു. ആട്ടിൻപറ്റത്തെ ഞാൻ മേച്ചോളാം."

ചുവന്ന പശു പറഞ്ഞതുപോലെ ചെയ്തു. പകൽ മുഴുവൻ അവൾ ആട്ടിൻപറ്റത്തെ മേച്ചുനടന്നു. സന്ധ്യക്ക് അവയെ ആട്ടിത്തെളിച്ചു വീടണയ്ക്കാൻ കുട്ടികളെ സഹായിച്ചു.

എന്നും രാവിലെ ഓരോ കഷണം ഉണക്കറൊട്ടി മാത്രമാണ് ഇളയമ്മ കുട്ടികൾക്കു കൊടുക്കുക. മേച്ചിൽസ്ഥലത്തു ചെന്നാൽ ചുവന്ന പശു അവർക്കു വയർ നിറയെ പാലു കൊടുക്കും. അവർ റൊട്ടി പാലിൽ കുതിർത്തി തിന്നും.

കുറേക്കാലം കഴിഞ്ഞ് ഇളയമ്മ ഒരു പെൺകുഞ്ഞിനെ പ്രസവിച്ചു. അവൾ വളർന്നപ്പോൾ ഇളയമ്മ അവളെയും ആടിനെ മേയ്ക്കാൻ പറഞ്ഞയച്ചു. പക്ഷേ, അവൾക്ക് തിന്നാനായി വെണ്ണ പുരട്ടിയ റൊട്ടിയും പാൽക്കട്ടിയും കൊടുത്തയയ്ക്കുമായിരുന്നു. ഭക്ഷണസമയത്തു ചുവന്ന പശു പറഞ്ഞു: "അവളും പാലു കുടിച്ചോട്ടെ... പക്ഷേ, നിങ്ങൾക്കു പാലു മധുരിക്കുമ്പോൾ അവൾക്ക് കയ്ക്കും."

ഇളയമ്മയുടെ മകൾ നാൾക്കുനാൾ വിളർത്തുമെലിഞ്ഞു. മറ്റു രണ്ടു കുട്ടികളാകട്ടെ, കൊഴുത്തു തടിച്ചു. സംഗതിയെന്താ? ഇളയമ്മ അദ്ഭുതപ്പെട്ടു. ഒരിക്കൽ അവൾ മകളോടു ചോദിച്ചു:

"നിനക്കു ഞാൻ ദിവസവും അഞ്ചു കഷണം വെണ്ണ പുരട്ടിയ റൊട്ടി തരുന്നു, കൂടെ പാൽക്കട്ടിയും. ആ നശിച്ച പിള്ളേർക്കാകട്ടെ ഓരോ കഷണം ഉണക്കറൊട്ടിയും. എന്നിട്ടും നീ മെലിഞ്ഞു കോലം കെട്ടു. അവരാകട്ടെ, തടിമാടന്മാരും, എന്താ അങ്ങനെ?"

"ചുവന്ന പയ്യിന്റെ പാല് അവർക്കു മധുരിക്കും, എനിക്ക് കയ്ക്കും." അവൾ പറഞ്ഞു: "ഓ, അതാണല്ലെ സംഗതി. ശരി ഞാൻ കാണിച്ചുകൊടുക്കാം." അമ്മ അരിശപ്പെട്ടു. പിറ്റേ ദിവസം രാവിലെ അവൾ ഭർത്താവിനോട് പറഞ്ഞു: "നമ്മുടെ മോൾ നാൾക്കുനാൾ ക്ഷീണിച്ചുവരുന്നതു നിങ്ങൾ കാണുന്നില്ലേ? ഞാനിന്നലെ രാത്രി ഒരു സ്വപ്നം കണ്ടു. ആ ചുവന്ന പയ്യിനെ കൊന്ന് അതിന്റെ ഇറച്ചി കൊടുത്താൽ മോൾക്ക് ആരോഗ്യം തിരിച്ചുകിട്ടും."

"അയ്യോ പാവം. നല്ല നന്ദിയുള്ള പയ്യാ അത്. അതിനെ കൊല്ലേണ്ട, എനിക്കതു സഹിക്കാനാവില്ല."

"മോളേക്കാൾ വലുതാ അല്ലേ പയ്യ്. എന്റെ മോൾ ചാകാറായി. അതു നിങ്ങൾക്കു പ്രശ്നമല്ല അല്ലേ? വേറെയും ഉണ്ടല്ലോ രണ്ടുപേർ, അവരെ മാത്രം മതിയായിരിക്കും." അവൾ മാറത്തടിച്ചു നിലവിളിച്ചു.

ഇടയൻ കേൾക്കാത്ത മട്ടിൽ നടന്നു. പക്ഷേ, അവൾ വിട്ടില്ല. അക്കാര്യം പറഞ്ഞ് എന്നും അയാളെ ശല്യപ്പെടുത്തും. അവസാനം പശുവിനെ കൊല്ലാൻ സമ്മതിച്ചു. കുട്ടികൾ അക്കാര്യം അറിഞ്ഞതേയില്ല. പാടത്ത് ചെന്നപ്പോൾ പശു വല്ലാതെ ദുഃഖിതയായിരുന്നു. മുഖം വാടിയിരിക്കുന്നു. കണ്ണു നിറഞ്ഞിരിക്കുന്നു.

"എന്തിനാ പയ്യേ കരയുന്നത്. നീ എന്തിനാ കരയുന്നത്?"

"പ്രിയപ്പെട്ട മക്കളേ, നിങ്ങളുടെ ഇളയമ്മ എന്നെ അറുക്കാൻ പോകുകയാണ്. അവളുടെ മകൾക്കുവേണ്ടി."

"തള്ളപ്പയ്യേ, നിന്റെ ജീവനുവേണ്ടി ഞങ്ങൾ ഇളയമ്മയുടെ കാലു പിടിക്കാം. അവർ കേൾക്കാതിരിക്കില്ല."

"വേണ്ട മക്കളേ. നിങ്ങളതിനുപോകണ്ട. ആ ദുഷ്ട നിങ്ങളെ തല്ലിച്ചതയ്ക്കും. എനിക്കതു കാണാൻ വയ്യ. നിങ്ങൾ ഞാൻ പറയുന്നതുപോലെ ചെയ്താൽ മതി. അവരെന്റെ കഴുത്തറുക്കും. ആരും കാണാതെ നിങ്ങളെന്റെ ചോര മുഖത്തു പുരട്ടണം. അപ്പോൾ നിങ്ങളുടെ മുഖം സ്വർണ്ണംപോലെ തിളങ്ങും. എന്റെ കൊമ്പും കുളമ്പും നിങ്ങൾ കുഴിച്ചിടണം. അതു നിങ്ങൾക്ക് ഉപകരിക്കും."

കുട്ടികൾ ഉറക്കെ കരയാൻ തുടങ്ങി. പശു ചോദിച്ചു: "നിങ്ങളെന്തിനാ കരയുന്നത്?"

"ഞങ്ങൾക്കിനി ആരാണ് ഒരു തുണ. ഞങ്ങൾക്കാരാണിനി പാൽ തരുന്നത്?"

"കരയണ്ട. എന്റെ കൂടെ വാ. എനിക്കു വളരെ വേണ്ടപ്പെട്ട ഒരമ്മൂമ്മ ഉണ്ട്. ഞാൻ നിങ്ങളെ അവരെ ഏല്പിക്കാം. അവർ നിങ്ങളെ നോക്കിക്കൊള്ളും."

പശു കുഞ്ഞുങ്ങളെയുംകൊണ്ട് അമ്മൂമ്മയുടെ അടുത്തെത്തി.

"എന്നെ കൊല്ലാൻ പോകുന്ന വിവരം അമ്മൂമ്മ അറിഞ്ഞില്ലേ?"

"അറിഞ്ഞു."

"എങ്കിൽ എന്റെ അന്ത്യാഭിലാഷം സാധിച്ചുതരണം. ഈ കുഞ്ഞുങ്ങൾക്ക് ആരുമില്ല. അമ്മൂമ്മ അവരെ ഏറ്റെടുക്കണം."

"അതിനെന്താ, നീ ഒന്നുകൊണ്ടും പേടിക്കേണ്ട. അവരുടെ കാര്യം ഞാനേറ്റു."

പിന്നീട് പശു കുട്ടികളോടു തന്റെ കൊമ്പിൽ ഒരു കഷണം അറുത്തെടുക്കാൻ പറഞ്ഞു.

"വിശക്കുമ്പോൾ ഈ കൊമ്പു നുണഞ്ഞോളൂ. നിങ്ങളുടെ വിശപ്പു മാറും, ആടുമേയ്ക്കാൻ അമ്മൂമ്മ നിങ്ങളെ സഹായിക്കും."

പിറ്റേദിവസം രാവിലെ പശുവിനെ കൊന്നു. കുട്ടികൾ പശു പറഞ്ഞതുപോലെരക്തം കട്ടെടുത്തു മുഖത്തുപുരട്ടി.അവരുടെ മുഖത്തിന് അസാമാന്യ ശോഭ കിട്ടി.

ഇളയമ്മയുടെ മകളാണ് ആദ്യമായി പശുവിറച്ചി തിന്നത്. ഉപ്പും മുളകും പുരട്ടി വറുത്ത ഇറച്ചിയിൽ പകുതിയും അമ്മ മകൾക്കു വിളമ്പി. പക്ഷേ, അവൾ ഒരു കഷണം പോലും തിന്നില്ല.

"അയ്യോ കയ്ക്കുന്നു. എനിക്കു വേണ്ട." അവൾ പറഞ്ഞു.

അനാഥക്കുട്ടികൾക്കു രണ്ടു കഷണം രുചി നോക്കാൻ കൊടുത്തു. അവർക്കതു തേൻപോലെ മധുരിച്ചു. കുട്ടികൾ ആരുമറിയാതെ പശുവിന്റെ കൊമ്പും കുളമ്പും തലയും എല്ലും കുഴിച്ചിട്ടു. വിശക്കുമ്പോൾ അവർ പശുവിന്റെ കൊമ്പു നുണഞ്ഞു വിശപ്പടക്കി. രണ്ടാനമ്മ അവർക്ക് ഒരുവക കൊടുക്കില്ല. എല്ലാം സ്വന്തം മകളെ തീറ്റിക്കും. പാവം അനാഥക്കുട്ടികൾക്ക് എന്നും പട്ടിണി.

നാളുകൾ കഴിഞ്ഞു. വസന്തവും ഗ്രീഷ്മവും പോയ്മറഞ്ഞു. കുട്ടികൾ വളർന്നു. അടുത്ത വീട്ടിൽ വിവാഹം, നാടടക്കി ക്ഷണിച്ചിട്ടുണ്ട്. ഇടയന്റെ വീട്ടുകാരെയും ക്ഷണിച്ചിരുന്നു. ഇളയമ്മ മകളെ അണിയിച്ചൊരുക്കി കല്യാണത്തിനു പുറപ്പെട്ടു.

"വാതിലടച്ച് അകത്തു കിടന്നോളൂ. നാട്ടിൽ നിറയെ കള്ളന്മാരാ. വീടുപൂട്ടിയാൽ ശരിയാവില്ല." പോകുമ്പോൾ അവർ അനാഥക്കുട്ടികളോടു പറഞ്ഞു.

അവർ ഒന്നും മിണ്ടിയില്ല. സങ്കടത്തോടെ ഉറങ്ങാൻ കിടന്നു. അപ്പോൾ ചുവന്ന പശുവിന്റെ ശബ്ദം കേട്ടു. അതുകേട്ട്

അമ്മൂമ്മ എത്തി. അവർ ഭൂമി കുഴിച്ച് ആ കുഴിയിൽനിന്നു വിശേഷപ്പെട്ട വസ്ത്രങ്ങൾ പുറത്തെടുത്തു. കുട്ടികളെ അണിയിച്ചൊരുക്കി കല്യാണത്തിനു കൊണ്ടുപോയി.

ഇളയമ്മയുടെ എതിർവശത്തായിട്ടാണ് അവർ ഇരുന്നത്. പക്ഷേ, ഇളയമ്മയ്ക്ക് അവരെ മനസ്സിലായില്ല. അവർ കുട്ടികളെത്തന്നെ തുറിച്ചു നോക്കിയിട്ട് വിചാരിച്ചു. "എത്ര ഭംഗിയുള്ള കുട്ടികൾ! എത്ര നല്ല കുപ്പായം! ആ ചെറുപ്പക്കാരനെ കണ്ടാൽ മണവാളനെപ്പോലെയുണ്ട്. എന്റെ മകൾക്കു വരനായി കിട്ടിയെങ്കിൽ."

വിരുന്നുകാർ പിരിയാൻ തുടങ്ങിയപ്പോൾ അമ്മൂമ്മ അവരേയും കൊണ്ടു സ്ഥലംവിട്ടു. വസ്ത്രങ്ങൾ അഴിച്ചു വാങ്ങി. അവർ പഴയ വസ്ത്രങ്ങൾ ധരിച്ചു വീട്ടിലേക്ക് ഓടിപ്പോയി. അവരുടെ മനസ്സ് നിറഞ്ഞിരുന്നു. രണ്ടാനമ്മ എത്തിയപ്പോൾ അനാഥകൾ നല്ല ഉറക്കം. അവർക്ക് അരിശം വന്നു. "വീട് കാവലിനാക്കിയിട്ടു പോത്തുപോലെ ഉറങ്ങുകയാണ് അല്ലേ? ഹൊ, എന്തു മടിയരാ നിങ്ങൾ. നിങ്ങളുടെ പ്രായത്തിലുള്ള രണ്ടു കുട്ടികൾ കല്യാണത്തിനുണ്ടായിരുന്നു. എന്തൊരു ഭംഗി! ആണിന് പൊൻചെരിപ്പ്. പെൺകുട്ടിക്കു വെള്ളിച്ചെരിപ്പ്. കുപ്പായമോ പറയേണ്ട."

"നിങ്ങളെന്താ അവരെ വീട്ടിലേക്കു ക്ഷണിക്കാത്തത് ഇളയമ്മേ?"

"നല്ല ചോദ്യം! വിവരമില്ലാത്ത നിങ്ങളെപ്പോലുള്ള ശവങ്ങളെ കാണിക്കാനാ അവരെ ഇങ്ങോട്ടു കൊണ്ടുവരുന്നത്? പോ, പോയി ഉറങ്ങ് നാശങ്ങളേ."

പിറ്റേദിവസം രാവിലെ വലിയൊരു ചെമ്പ് കുട്ടികളുടെ മുന്നിൽ വെച്ചിട്ട് ഇളയമ്മ പറഞ്ഞു: "ഇവിടെ വാ, ചെമ്പിനടുത്തിരുന്നു കരയൂ. നിങ്ങളുടെ കണ്ണീരു വീണ് ഈ ചെമ്പിനകം നിറയണം."

അവൾ അണിഞ്ഞൊരുങ്ങി മകളേയും കൂട്ടി കല്യാണസദ്യക്കു പോയി. ഉടനെ അമ്മൂമ്മയെത്തി. അവർ കുട്ടികളെ അണിയിച്ചൊരുക്കി കല്യാണസദ്യക്ക് പുറപ്പെട്ടു.

സദ്യ കഴിഞ്ഞ് അവർ അമ്മൂമ്മയോടൊത്ത് വീട്ടിലേക്കു മടങ്ങി. രാജകൊട്ടാരത്തിലെ തടാകത്തിനരികിലെത്തിയപ്പോൾ പെൺകുട്ടിയുടെ വെള്ളിച്ചെരിപ്പു പൊയ്കയിൽ വീണു. അവൾക്കു സങ്കടമായി. "മുത്തശ്ശീ, ദ് നോക്കൂ. എന്റെ ചെരിപ്പ് വെള്ളത്തിൽ വീണു."

"സാരമില്ല കുട്ടീ, അത് മുങ്ങിത്തപ്പാൻ ഇപ്പോൾ നേരമില്ല. ഇളയമ്മ മടങ്ങി എത്തുമ്പോഴേക്ക് വേഗം വീട്ടിലെത്താൻ നോക്ക്. നിങ്ങളെ ഈ വേഷത്തിൽ കണ്ടാൽ അവൾ ഉണ്ടാക്കുന്ന പൊല്ലാപ്പ് അറിയാമല്ലോ."

വീട്ടിലെത്തിയപ്പോൾ മുത്തശ്ശി അവരെ പഴയ വേഷം അണിയിച്ചു. കുട്ടികൾ ഉറങ്ങാൻ കിടന്നു.

ഇളയമ്മ തിരിച്ചെത്തിയപ്പോൾ അവരെ വിളിച്ചുണർത്തി.

"പോത്തുപോലെ കിടന്നുറങ്ങുകയാണല്ലേ? ഇന്നലെ വന്നവർ ഇന്നും വന്നിരുന്നു. ഇന്നലത്തേതിനേക്കാൾ മുന്തിയ വേഷത്തിൽ. പക്ഷേ, പെട്ടെന്ന് അവർ മിന്നൽപോലെ മറഞ്ഞു. അവിടെയെല്ലാം തിരക്കിയിട്ടും പിന്നീടവരെ കണ്ടില്ല."

കുട്ടികൾ ഉറക്കം നടിച്ചു കിടന്നു. അവർ ഉള്ളാലെ ചിരിക്കുന്നുണ്ടായിരുന്നു.

പിറ്റേദിവസം രാവിലെ രാജകുമാരൻ തന്റെ കുതിരയെ കുളിപ്പിക്കാൻ ഭൃത്യന്മാരോട് ആജ്ഞാപിച്ചു. പക്ഷേ, എത്രയായിട്ടും കുതിര വെള്ളത്തിലിറങ്ങുന്നില്ല. ഭൃത്യൻ വിവരം രാജകുമാരനെ അറിയിച്ചു. രാജകുമാരൻ കുളക്കരയിലെത്തി. കുളത്തിൽ എന്തോ ഒഴുകുന്നതു കണ്ട രാജകുമാരൻ അതെടുത്തുകൊണ്ടുവരാൻ കല്പന കൊടുത്തു. ഭൃത്യന്മാർ അതു രാജകുമാരന്റെ മുന്നിലെത്തിച്ചു. ഒരു വെള്ളിച്ചെരിപ്പായിരുന്നു അത്. രാജകുമാരൻ അതുമായി രാജാവിന്റെ മുന്നിലെത്തി. അയാൾ രാജാവിനെ നമസ്കരിച്ചു പറഞ്ഞു:

"ഈ ചെരിപ്പ് ഏതു കന്യകയുടെ കാലിലാണോ ഇണങ്ങുന്നത്, അവളെ മാത്രമേ ഞാൻ വിവാഹം കഴിക്കൂ."

രാജാവു രാജ്യത്തിന്റെ നാനാഭാഗങ്ങളിലും ഭൃത്യന്മാരെ അയച്ചു, പെരുമ്പറ കൊട്ടി അറിയിച്ചു. രാജ്യത്തുള്ള കന്യകമാരെല്ലാം കൊട്ടാരത്തിലെത്തി; പാവം അനാഥ ബാലിക ഒഴികെ.

"നിന്നെപ്പോലൊരസത്തു പെണ്ണിന് അവിടെ എന്താ കാര്യം." ഇളയമ്മ അവളെ വിരട്ടി.

അവൾ മകളെയും കൂട്ടി കൊട്ടാരത്തിലെത്തി.

രാജാവു കുമാരിമാരെയെല്ലാം ചെരിപ്പ് അണിയിച്ചുനോക്കി. ആർക്കും പാകമാകുന്നില്ല.

"രാജ്യത്തെ കന്യകമാരെല്ലാം ഇവിടെ ഉണ്ടെന്നുറപ്പുണ്ടോ?" രാജാവു ചോദിച്ചു.

"ഉവ്വ് മഹാരാജാവേ. പക്ഷേ, ഒരു വൃത്തികെട്ട പെണ്ണുമാത്രം വന്നിട്ടില്ല." മന്ത്രിമാർ അറിയിച്ചു.

"അവളെ ഉടനെ ഇവിടെ ഹാജരാക്കൂ."

മന്ത്രിമാർ ഉടനെ അവളെ രാജസന്നിധിയിൽ ഹാജരാക്കി. ചെരിപ്പ് അവളുടെ കാലിനു നല്ല പാകം!

രാജാവും രാജ്ഞിയും മന്ത്രിമാരും രാജകുമാരനെ പിന്തിരിപ്പിക്കാൻ നോക്കി. "രാജകുമാരന് ഈ പീക്കിരിപ്പെണ്ണോ? അയ്യേ ഇവളെ നാറുന്നു." അവർ പറഞ്ഞു.

"എന്തുപറഞ്ഞാലും ശരി. ഞാൻ ഇവളെ മാത്രമേ വിവാഹം കഴിക്കൂ."

രാജസദസ്സ് അവളെ വിചാരണ ചെയ്തു. "നീ ആരാണ്? എവിടെയാണ് വീട്? അച്ഛനാര്?"

"ഞാനൊരു പാവം പെണ്ണാണ്. എന്റെ അച്ഛൻ ഇടയനായിരുന്നു. ഇപ്പോൾ വയസ്സായി. എനിക്ക് ഇളയമ്മയും ഒരു സഹോദരനുമുണ്ട്. ഒരനിയത്തിയും."

"ഈ ചെരിപ്പിന്റെ ഇണയെവിടെ?"

"എനിക്കറിയില്ല. എന്റെ മുത്തശ്ശിക്കുമാത്രമേ അതറിയൂ."

പെൺകുട്ടി പേടിച്ചരണ്ടു വീട്ടിൽ തിരിച്ചെത്തി. ഇളയമ്മ രാജകുമാരനെ പിന്തിരിപ്പിക്കാൻ ആവുന്നതും നോക്കി. "അവൾ മഹാമൂശേട്ടയാണ്. തീരെ വൃത്തിയില്ല. റാണിയാവാൻ അവൾക്ക് ഒട്ടും യോഗ്യതയില്ല. അങ്ങ് എന്റെ മകളെ വിവാഹം കഴിച്ചോളൂ. അവൾ സുന്ദരിയാണ്, നല്ലവളും."

പക്ഷേ, രാജകുമാരൻ കുലുങ്ങിയില്ല.

ചുവന്ന പശുവിന്റെ തല അനാഥപ്പെണ്ണിനെ വിളിച്ചിട്ടു പറഞ്ഞു.

“നിന്റെ സഹോദരനെ കൊട്ടാരത്തിൽ അയയ്ക്കണം. ഇന്നു വൈകുന്നേരം നിന്റെ മുത്തശ്ശി നിന്നെ വിവാഹവേഷത്തിൽ കൊട്ടാരത്തിൽ എത്തിക്കുമെന്നു പറയണം.” അവൾ അപ്രകാരം ചെയ്തു.

വൈകുന്നേരം രാജകുമാരൻ അവളെത്തേടി എത്തി. അമ്മൂമ്മ അവളെ വേണ്ടവിധത്തിൽ അണിയിച്ചൊരുക്കി രാജകുമാരന്റെ കൂടെ അയച്ചു. കൊട്ടാരത്തിൽ എത്തിയ അവളെ കണ്ട് രാജസദസ്സ് അതിശയിച്ചു. പട്ടിലും പൊന്നിലും പൊതിഞ്ഞ അതിസുന്ദരി! രാജകുമാരന്റെ വിവാഹം ആർഭാടത്തോടെ നടന്നു.

ഒരാഴ്ച കഴിഞ്ഞപ്പോൾ ഇളയമ്മ കൊട്ടാരത്തിൽ എത്തി. രാജാവിന്റെ മരുമകളെ രണ്ടുദിവസം അവളുടെ സ്വന്തം വീട്ടിൽ താമസിക്കാൻ അനുവദിക്കണം. അവളുടെ വയസ്സനായ അച്ഛന്റെ ആഗ്രഹമാണ്. രാജാവ് അനുവദിച്ചു. രണ്ടുദിവസം കഴിഞ്ഞപ്പോൾ അവൾ സ്വന്തം മകളെ രാജകുമാരിയുടെ വേഷം ധരിപ്പിച്ച് കൊട്ടാരത്തിൽ എത്തിച്ചു. ഇനി തന്റെ മകളായിരിക്കും റാണി. അവൾ സന്തോഷത്തോടെ വീട്ടിലേക്കു മടങ്ങി. രാജകുമാരൻ ചതി മനസ്സിലാക്കി.

രാജകുമാരൻ ഇളയമ്മയുടെ ചതി രാജാവിനെ അറിയിച്ചു. “അവളേയും വീട്ടുകാരെയും ഉടൻ നാടുകടത്തുക.”

രാജാവു കല്പിച്ചു.

ഭടന്മാർ അമ്മയെയും മകളെയും നാട്ടിൽനിന്ന് ആട്ടിയോടിച്ചു. അനാഥക്കുട്ടികൾക്ക് ഉറ്റവരും ഉടയവരും ഉണ്ടായി. അവർ സുഖമായി ജീവിച്ചു.

പാരിജാതം

നിത്യവൃത്തിക്കുപോലും വകയില്ലാത്ത ഒരമ്മയും മകനുമുണ്ടായിരുന്നു. എന്നും പട്ടിണിയാണ്. യുവാവായപ്പോൾ മകനു വിവാഹം കഴിക്കാൻ മോഹം. അമ്മ സമ്മതിച്ചു. പക്ഷേ, ഗ്രാമത്തിലെ കന്യകമാരെയൊന്നും അവന് ഇഷ്ടപ്പെട്ടില്ല.

അമ്മ പറഞ്ഞു: "നീ എന്നും ആറ്റിൻകരയിൽ ചെല്ലണം. ഓരോ കഷണം റൊട്ടി ദിവസവും ആറ്റിൽ എറിയണം. ഇരുപതാം ദിവസം നിനക്കൊരു ഭാര്യയെ കിട്ടും."

മകൻ അമ്മ പറഞ്ഞതുപോലെ ചെയ്തു. ഇരുപതാം ദിവസം അമ്മ മരിച്ചു. മകൻ ആദരപൂർവ്വം അന്തിമ കർമ്മങ്ങളെല്ലാം ചെയ്തു. എന്നിട്ട് അവസാനത്തെ റൊട്ടിക്കഷണവും ആറ്റിലെറിഞ്ഞു. അമ്മ പറഞ്ഞതുപോലെ അതിസുന്ദരിയായ ഒരു കന്യക പുഴയിൽനിന്ന് ഉയർന്നുവന്നു. അയാൾ അവളെയുംകൊണ്ടു വീട്ടിലെത്തി. അവർ വിവാഹം കഴിച്ചു.

ഒരു ദിവസം അയാൾ പറഞ്ഞു: "എനിക്ക് ഈ നാടു മടുത്തു. നമുക്കു മറ്റേതെങ്കിലും രാജ്യത്തേക്കു പോകാം."

അവൾക്കു നാടുവിടാൻ ഇഷ്ടമുണ്ടായിരുന്നില്ല. ആവുന്നതും പറഞ്ഞുനോക്കി. അയാൾ സമ്മതിച്ചില്ല. അങ്ങനെ അവർ മറ്റൊരു രാജ്യത്തെത്തി. ഒരു ദിവസം അവൾ വീടിന്റെ വരാന്തയിലിരുന്നു തിരക്കിട്ട് എന്തോ ചെയ്യുകയായിരുന്നു. രാജാവിന്റെ

മന്ത്രിമാരിൽ ഒരാൾ അവളെ കാണാനിടയായി. സുന്ദരിയായ യുവതിയെ മന്ത്രിക്കു വളരെ ഇഷ്ടപ്പെട്ടു. മന്ത്രി രാജാവിനോടു പറഞ്ഞു: "ഗ്രാമത്തിൽ ഒരു പെണ്ണിനെ കണ്ടു. അതിസുന്ദരി. അവളുടെ ഭർത്താവാണെങ്കിലോ കാക്കാശിനു വകയില്ലാത്തവൻ. അവൾ അങ്ങേക്കു ചേർന്നവളാണ്."

"നിങ്ങളെന്താ പറയുന്നത്. വല്ല ബോധവുമുണ്ടോ?"

രാജാവ് ആശ്ചര്യപ്പെട്ടു. "എനിക്ക് റാണിയും ഒരു മകളുമുണ്ട്. ആ പെണ്ണാണെങ്കിൽ വേറൊരുത്തന്റെ ഭാര്യയും."

"നമുക്കെന്തെങ്കിലും ഉപായം കണ്ടുപിടിക്കാം."

"എന്തുപായം?"

"അവനോടു നാളെമുതൽ കൊട്ടാരത്തിലേക്കു മുട്ട കൊണ്ടുവരാൻ പറയണം. ആ മുട്ടകളിൽനിന്നു ലോകത്തെമ്പാടുമുള്ള പലതരം പക്ഷിക്കുഞ്ഞുങ്ങൾ വിരിഞ്ഞിറങ്ങണം."

പിറ്റേദിവസം രാജാവ് അയാളെ വിളിച്ചുവരുത്തി കല്പിച്ചു: "നാനാതരം പക്ഷിക്കുഞ്ഞുങ്ങൾ വിരിയുന്ന മുട്ടകൾ നീ കൊട്ടാരത്തിൽ എത്തിക്കണം. അല്ലെങ്കിൽ നിന്റെ ഭാര്യയെ നമ്മുടെ മുന്നിൽ ഹാജരാക്കണം."

അയാൾക്കാകെ സങ്കടമായി. വീട്ടിൽ ചെന്നു ഭാര്യയോടു വിവരം പറഞ്ഞു. "നിങ്ങളെന്നെ നശിപ്പിക്കാനായിട്ടല്ലേ ഈ നാട്ടിലേക്ക് കൊണ്ടുവന്നത്? ഞാനന്നേ പറഞ്ഞതല്ലേ, ആരു കേൾക്കാൻ? ഇനി നമ്മളെന്തു ചെയ്യും?"

കുറച്ചു നേരം ആലോചിച്ചിട്ട് അവൾ പറഞ്ഞു: "എന്നെ നിങ്ങൾക്കു കിട്ടിയ ആറ്റിൻകരയിൽ ചെല്ലണം. മൂന്നു പ്രാവശ്യം വിളിക്കുമ്പോൾ എന്റെ അമ്മ വരും. വെള്ളക്കോഴിയുടെ മുട്ട വേണമെന്നു അമ്മയോടു പറയണം."

അയാൾ ആറ്റിൻകരയിൽ ചെന്നിട്ടു വിളിച്ചു: "അമ്മായി, അമ്മായി പുറത്തുവരൂ." അപ്പോൾ അമ്മായി എത്തി.

മരുമകൻ പറഞ്ഞു: "നിങ്ങളുടെ മകൾ പറഞ്ഞിട്ടാ ഞാൻ വന്നത്. അവൾക്കു വെള്ളക്കോഴിയുടെ മുട്ട വേണമെന്ന്."

"മരുമോൻ ഇവിടെ നില്ക്ക്. ഞാനിപ്പോൾ വരാം." അമ്മായി ആറ്റിൽ മുങ്ങാൻകുഴിയിട്ടു. രണ്ടു മുട്ടയുമായി മടങ്ങിയെത്തി. മരുമകൻ അതുമായി വീട്ടിലേക്കു തിരിച്ചു.

നേരം അന്തിമയങ്ങിയപ്പോൾ ഒരു മരത്തിൽ കയറി വിശ്രമിക്കാൻ തീരുമാനിച്ചു. മരത്തിൽ കയറുന്നതിനിടയിൽ ഒരു മുട്ട താഴെവീണുടഞ്ഞു. പെട്ടെന്നു നാനാതരം പക്ഷിക്കുഞ്ഞുങ്ങൾ മാനത്തു പറന്നു. പലതരം മൃഗങ്ങൾ കാട്ടിലേക്കോടിപ്പോയി. അയാൾക്കു വിശ്വസിക്കാനായില്ല.

പിറ്റേദിവസം അയാൾ മുട്ടയുമായി കൊട്ടാരത്തിൽ എത്തി. രാജാവ് മുട്ട ഉടച്ചപ്പോൾ പക്ഷിക്കുഞ്ഞുങ്ങൾ മാനത്തേക്കു പറന്നു. മൃഗങ്ങൾ മുക്കുറയിട്ടു. ചുറ്റും മുള്ളുവേലി കെട്ടി മൃഗങ്ങളെ അതിനകത്താക്കി. പക്ഷികളെ കൂട്ടിലടച്ചു. ജനങ്ങൾ കാഴ്ചകണ്ടു മയങ്ങി.

കള്ളൻ മന്ത്രിക്ക് എന്നിട്ടും തൃപ്തിയായില്ല. മന്ത്രി പറഞ്ഞു: "ഇവനെ നാടു കടത്തണം. അതിനെന്തെങ്കിലും സൂത്രം കണ്ടുപിടിച്ചേ പറ്റൂ."

"എന്തു സൂത്രം?" രാജാവു ചോദിച്ചു.

"അവനോട് ഒരു കുല മുന്തിരി കൊണ്ടുവരാൻ പറയണം. ആ ഒരു കുല മുന്തിരികൊണ്ട് നമ്മുടെ രാജ്യത്തെ മുഴുവൻ പട്ടാളക്കാരുടെയും വയറു നിറയണം. എന്നിട്ടു മിച്ചം വരികയും വേണം." രാജാവ് അയാളെ മുന്തിരി കൊണ്ടുവരാൻ പറഞ്ഞയച്ചു. നിരാശനായ ഗ്രാമീണൻ വീട്ടിൽ ചെന്നു വിവരം ഭാര്യയോടു പറഞ്ഞു.

ഭാര്യ വീണ്ടും അയാളെ കുറ്റപ്പെടുത്തി. "ഞാനന്നേ പറഞ്ഞതല്ലേ നാടുവിടേണ്ടെന്ന്. ഇനിയിപ്പോ എന്താ ചെയ്യാൻ പോകുന്നത്? ഏതായാലും ആറ്റിൻകരയിൽ ചെന്ന് അമ്മയെ കാണുക. അമ്മയുടെ തോട്ടത്തിലെ മുന്തിരിവള്ളിയിൽനിന്ന് ഒരു കുല മുന്തിരി തരാൻ പറ."

അയാൾ ആറ്റിൻകരയിൽ ചെന്ന് അമ്മായിയെ വിളിച്ച് കാര്യം പറഞ്ഞു. മകൾ വിഷമത്തിലാണെന്ന് അയാൾ പറഞ്ഞു.

"അവൾക്കിപ്പോ എന്തിനാ മുന്തിരി?" അമ്മ ചോദിച്ചു.

"അതൊന്നും എനിക്കറിയില്ലാട്ടോ. രണ്ടു ദിവസമായി അവൾ മുന്തിരി വേണമെന്നുപറഞ്ഞ് ഒരേ ശാഠ്യം. എന്തിനാണെന്നു ചോദിച്ചിട്ടു പറഞ്ഞതുമില്ല. അതാ ഞാൻ പോന്നത്."

അമ്മ മുന്തിരി കൊടുത്തു. അയാൾ അതുമായി കൊട്ടാരത്തിലേക്ക് പുറപ്പെട്ടു. വഴിയിൽ വെച്ച് അയാൾക്ക് വല്ലാതെ വിശന്നു. അയാൾ കുലയിൽനിന്ന് ഒരു മുന്തിരി പൊട്ടിച്ച് തിന്നു. അയാൾക്ക് വയർ നിറഞ്ഞു ശ്വാസം മുട്ടി.

അയാൾ കൊട്ടാരത്തിലെത്തി മുന്തിരിക്കുല രാജാവിന് ഏല്പിച്ചു. പട്ടാളക്കാർ മുഴുവൻ തിന്നിട്ടും മുന്തിരി ബാക്കി.

"നമുക്കയാളുടെ ഭാര്യയെ തട്ടിക്കൊണ്ടുവരണം."

മന്ത്രി രാജാവിന്റെ കാതിൽ മന്ത്രിച്ചു.

"പക്ഷേ, എങ്ങനെ?" രാജാവു ചോദിച്ചു.

"അങ്ങു വിഷമിക്കേണ്ട. പണിയുണ്ട്. പതിനാലു ഭാഷ അറിയുന്ന ഒരു ആൺകുട്ടിയെ കൊണ്ടുവരാൻ പറയണം അവനോട്. അങ്ങയുടെ പതിനാലു മന്ത്രിമാരുമായി ആ കുട്ടി പതിനാലു ഭാഷയിൽ സംസാരിക്കണം."

രാജാവു വീണ്ടും ഗ്രാമീണനെ വിളിപ്പിച്ചു. "പതിനാലു ഭാഷ അറിയുന്ന ഒരാൺകുട്ടിയെ ഉടൻ കൊണ്ടുവരണം. അവൻ എന്റെ മന്ത്രിമാരുമായി പതിനാലു ഭാഷയിൽ സംസാരിക്കണം. അല്ലെങ്കിൽ നിന്റെ ഭാര്യയെ ഞാൻ അടിമയാക്കും." രാജാവു കല്പിച്ചു.

പാവം ചെറുപ്പക്കാരൻ! അവനു സങ്കടം വന്നുമുട്ടി. അവൻ വീട്ടിൽ ചെന്നു ഭാര്യയോടു കാര്യം പറഞ്ഞു. അവൾ പതിവുപോലെ തട്ടിക്കയറി. എന്നിട്ടു പറഞ്ഞു: "ഏതായാലും എന്റെ അമ്മയെ ചെന്നു കാണൂ. എന്നിട്ട് ചോദിക്കണം ഞങ്ങളുടെ നാത്തൂൻ പ്രസവിച്ചോ? എങ്കിൽ മോനെ കുറച്ചു ദിവസം ഞങ്ങളുടെ കൂടെ താമസിക്കാൻ പറഞ്ഞയയ്ക്കണം."

യുവാവ് ആറ്റിൻകരയിൽ ചെന്ന് അമ്മയെ വിളിച്ചു. ഭാര്യയുടെ സന്ദേശം അറിയിച്ചു. "മരുമകനെ, അവർക്ക് പ്രസവവേദന തുടങ്ങിയതേ ഉള്ളൂ. കുറച്ചു നേരം കാത്തിരിക്ക്. ഇപ്പം പ്രസവിക്കും."

മരുമകൻ പുഴയോരത്തു കാത്തിരുന്നു. ഏറെ നേരം കഴിഞ്ഞപ്പോൾ അമ്മായിഅമ്മ ചോരക്കുഞ്ഞുമായെത്തി. ചെറുപ്പക്കാരനെ കണ്ടതും കുഞ്ഞു ചോദിച്ചു:

"ഹാ ഇതാര് അമ്മാവനോ? അമ്മായിക്ക് സുഖം തന്നെയല്ലേ?"

ഒരു ചോരക്കുഞ്ഞ് ഇത്ര ഭംഗിയായിട്ട് സംസാരിക്കുകയോ! ചെറുപ്പക്കാരന് അതിശയം അടക്കാൻ കഴിഞ്ഞില്ല. അവൻ കുഞ്ഞിനെയും കൊണ്ടു വീട്ടിലേക്കു പുറപ്പെട്ടു. വഴിനീളെ അവൻ പലതും പറഞ്ഞുകൊണ്ടിരുന്നു. വീട്ടിലെത്തിയതും അവൻ ചോദിച്ചു: "എവിടെ അമ്മായി? സുഖം തന്നെയല്ലെ?"

അവർ കുഞ്ഞിനെയുംകൊണ്ടു കൊട്ടാരത്തിലെത്തി. പതിനാലു നാടുകളിൽനിന്നുള്ള മന്ത്രിമാർ രാജസദസ്സിൽ ഒത്തുകൂടി. പതിനാലുപേരോടും കുഞ്ഞു പതിനാലു ഭാഷയിൽ സംസാരിച്ചു. രാജസദസ്സ് അന്തംവിട്ടു. അവസാനം അവൻ അമ്മാവനോടും അമ്മായിയോടും യാത്രപറഞ്ഞു വീട്ടിലേക്കു മടങ്ങി.

"ഇതങ്ങനെ വിടാൻ പറ്റില്ല. മറ്റെന്തെങ്കിലും മാർഗ്ഗം കണ്ടുപിടിച്ചേ മതിയാകൂ." മന്ത്രി രാജാവിനെ എരിവുകയറ്റി. മന്ത്രിയുടെ ആഗ്രഹപ്രകാരം രാജാവു വീണ്ടും കല്പന പുറപ്പെടുവിച്ചു.

"തെക്കൻ രാജ്യത്തെ തെക്കെ മലയിൽ ചെന്നു പാരിജാത പുഷ്പം കൊണ്ടുവരണം. എന്നാൽ ഞങ്ങൾക്കു തൃപ്തിയായി. അല്ലെങ്കിൽ നിന്റെ ഭാര്യയെ ഞങ്ങൾ അടിമയാക്കും."

"എനിക്കു കുറച്ചു കാലത്തെ അവധി വേണം. ഞാനില്ലാത്ത അവസരത്തിൽ ആരെങ്കിലും എന്റെ ഭാര്യക്കു കൂട്ടിരിക്കുകയും വേണം."

രാജാവ് മകളെ അവന്റെ ഭാര്യക്ക് കൂട്ടിരിക്കാനായി അയച്ചു.

"എന്നെ മറക്കരുത്. ഈ മോതിരം കൈയിലിട്ടോളു." ഭാര്യ കണ്ണീരോടെ പറഞ്ഞു.

"രാജാവിനോട് ഒരു കുതിരയെ തരാൻ പറ യാത്രയ്ക്ക്."

രാജാവ് കുതിരയെ കൊടുത്തു. അയാൾ കുതിരപ്പുറത്തു കയറി യാത്രയായി. വഴിയിൽ കണ്ടവരോടെല്ലാം അയാൾ ചോദിച്ചു: "തെക്കൻ രാജ്യത്തെ തെക്കെ മല എവിടെയാ?"

ആർക്കും അറിയില്ലായിരുന്നു.

എട്ടു മാസം അയാൾ യാത്ര ചെയ്തു ഒമ്പതാം മാസത്തിന്റെ തുടക്കത്തിൽ അയാൾ ഒരു അമ്മൂമ്മയെ പരിചയപ്പെട്ടു.

"തെക്കൻ രാജ്യത്തെ തെക്കൻ മല എവിടെയാ?" അയാൾ ചോദിച്ചു: "എന്തിനാ തെക്കൻ മലയിൽ പോകുന്നത്?"

"അവിടെനിന്നു പാരിജാതപുഷ്പം പറിച്ചുകൊണ്ടു ചെല്ലാൻ രാജാവിന്റെ ആജ്ഞയുണ്ട്."

അവർ പറഞ്ഞു: "അതിന് ഇനിയും ഒരുപാടു പോകണം. തെക്കൻ മലയിലെ സുന്ദരിക്കു മാത്രമേ പൂവ് എവിടെയാണെന്ന് അറിയൂ. അവളെവിടെയാണെന്ന് അറിയണമെങ്കിൽ അവളുടെ മൂന്നു സഹോദരൻമാരെയും ചെന്നു കാണണം. ദേ, ആ കാണുന്ന മലയില്ലേ? അതിലേ പൊയ്ക്കോളൂ."

വഴി ചൂണ്ടിക്കാണിച്ചുകൊടുത്തിട്ട് അമ്മൂമ്മ പോയി.

യുവാവ് ആദ്യം ചെന്നെത്തിയത് ഇളയ സഹോദരന്റെ വീട്ടിലായിരുന്നു. അയാളുടെ ഭാര്യ പുറത്തു വന്നു കാര്യം തിരക്കി. അവൾ അകത്തു ചെന്നു ഭർത്താവിനോടു പറഞ്ഞു.

"ഹേയ്, കിഴവാ. നിങ്ങളെ കാണാൻ ആരോ വന്നിരിക്കുന്നു."

മുടിനരച്ച്, തൊലി ചുളിഞ്ഞ ഒരു വയസ്സൻ പുറത്തേക്കു വന്നു. യുവാവു ചോദിച്ചു: "പാരിജാതം കൈയിലുള്ള സുന്ദരി എവിടെയാണ് താമസിക്കുന്നത്?"

കിഴവൻ പറഞ്ഞു: "എന്റെ നടുവിലത്തെ സഹോദരൻ അക്കാര്യം നിനക്കു പറഞ്ഞുതരും."

യുവാവു നടുവിലത്തെ സഹോദരന്റെ വീട്ടിലെത്തി. അയാളുടെ ഭാര്യ പുറത്തുവന്നു ദേഷ്യപ്പെട്ടു: "ഉം എന്താ വേണ്ടത്?"

"നിന്റെ ഭർത്താവിനെ ഒന്നു കാണണം."

അവൾ ചവിട്ടിക്കുതിച്ച് അകത്തേക്കു പോയി. മുടിനരച്ചു കൂനിക്കൂടിയ അവളുടെ ഭർത്താവു പുറത്തേക്കു വന്നപ്പോൾ യുവാവു ചോദിച്ചു: "പാരിജാതപുഷ്പം കൈയിലുള്ള സുന്ദരി എവിടെയാണ് താമസിക്കുന്നത്?"

കിഴവൻ പറഞ്ഞു: "എന്റെ മൂത്ത സഹോദരനെ ചെന്നു കാണ്."

യുവാവു മൂത്ത സഹോദരന്റെ വീട്ടിലെത്തി. അയാളുടെ ഭാര്യ പുറത്തുവന്നിട്ടു പറഞ്ഞു: "അദ്ദേഹം ഉറങ്ങുകയാണ്. ഉറങ്ങുമ്പോൾ വിളിക്കുന്നത് അദ്ദേഹത്തിന് ഇഷ്ടമില്ല. ഉണരുമ്പോൾ ഞാൻ കാര്യം പറയാം."

യുവാവിനു അത്ഭുതമായി. മറ്റു രണ്ടുപേരും ദുർമുഖികളായിരുന്നു. അവരുടെ ഭർത്താക്കൻമാരെ ഉറക്കെ ചീത്തവിളിച്ചിരുന്നു. ഇവൾക്കാകട്ടെ, ഉറങ്ങുന്ന ഭർത്താവിനെ ഉണർത്താൻ പേടി. അയാൾ കാത്തിരുന്നു.

മണിക്കൂറുകൾ കഴിഞ്ഞു. അയാൾക്കു മടങ്ങിച്ചെല്ലാൻ ഇനി ഒരാഴ്ചയേ ബാക്കിയുള്ളു.

അവസാനം മൂത്ത സഹോദരൻ ഉണർന്നു. ഭാര്യ വിവരം പറഞ്ഞപ്പോൾ അയാൾ പുറത്തേക്കു വന്നു. ചുവന്നു തുടുത്ത സുന്ദരനായ ഒരു ചെറുപ്പക്കാരൻ. ഇതെന്തൊരു മറിമായം. യുവാവ് അത്ഭുതപ്പെട്ടു. അയാളുടെ ഭാര്യ അയാളെ നന്നായി ശുശ്രൂഷിക്കുന്നുണ്ടാകണം. ഉറക്കത്തിൽ വിളിച്ചുണർത്താൻ പോലും അവൾ തയ്യാറല്ലായിരുന്നു.

മൂത്ത സഹോദരൻ പറഞ്ഞു: "ഒരു ഉയർന്ന ഗോപുരത്തിന്റെ മുകളിലാണ് എന്റെ സഹോദരി താമസിക്കുന്നത്. മുകളിലേക്കു കയറിച്ചെല്ലാൻ ഒരു വഴിയും ഇല്ല. അവൾ വല്ലപ്പോഴും മട്ടുപ്പാവിൽ വന്നുനിന്നു തന്റെ മുടി അഴിച്ചു താഴോട്ടിടും. നീ ഗോപുരച്ചുവട്ടിൽ കാത്തിരിക്കണം. അവൾ മുടി അഴിച്ചിടുമ്പോൾ അതിൽ കയറി പിടിച്ചോളണം. മുടി മുകളിലേക്കു വലിച്ചുകയറ്റുമ്പോൾ അതിൽ പിടിച്ചു നിനക്കു മുകളിലെത്താം."

യുവാവു ഗോപുരച്ചുവട്ടിൽ കാത്തിരുന്നു.

സുന്ദരിയായ യുവതി മട്ടുപ്പാവിൽ വന്നിരുന്നു മുടിയഴിച്ചു താഴേക്കിട്ടു. യുവാവു ഭയംകൊണ്ടു വിറച്ചു. രണ്ടു പ്രാവശ്യം ശ്രമിച്ചിട്ടും അവനു പിടികിട്ടിയില്ല. മൂന്നാം പ്രാവശ്യം അവൻ രണ്ടും കല്പിച്ചു ചാടി മുടിയിൽ പിടിച്ചു. അപ്പോഴേക്കും പെണ്ണ് മുടി മുകളിലേക്ക് വലിച്ചു കയറ്റാൻ തുടങ്ങി. യുവാവ് വീഴാൻ പോയി. അവൻ ശ്വാസം അടക്കിപ്പിടിച്ചു. ഒരുവിധത്തിൽ മുകളിലെത്തി. സുന്ദരി യുവാവിനെ കാര്യമായി സൽക്കരിച്ചു. അവനു തിന്നാനും കുടിക്കാനും കൊടുത്തു. കളിതമാശ പറഞ്ഞു. "നിന്നെ ഭാര്യയാക്കാൻ എനിക്കിഷ്ടക്കേടൊന്നുമില്ല. പക്ഷേ, എനിക്ക് നാട്ടിലൊരു ഭാര്യയുണ്ട്. അവളെ രക്ഷിക്കാൻ വേണ്ടിയാണ് വാസ്തവത്തിൽ ഞാൻ വന്നതുതന്നെ."

"ഭാര്യ ഉണ്ടായാലും എനിക്ക് പ്രശ്നമൊന്നുമില്ല. നിങ്ങൾ

എന്നെ വിവാഹം കഴിക്കണം." സുന്ദരി പറഞ്ഞു.

അയാൾ രാജാവിന്റെ കഥയൊക്കെ സുന്ദരിയോടു പറഞ്ഞു. രാജാവിൽനിന്നു ഭാര്യയെ രക്ഷിക്കണം. സമയം കുറച്ചേ ബാക്കിയുള്ളു.

സുന്ദരി എണീറ്റു ചെന്നു പൂ പറിച്ചുകൊടുത്തു. അയാളെ കുതിരപ്പുറത്തു കയറ്റി യാത്രയാക്കിയിട്ടു പറഞ്ഞു: "ഉടനെ രാജാവിനെ ചെന്നു കാണൂ."

കുതിര ആകാശത്തുകൂടെ പറക്കാൻ തുടങ്ങി. അവൻ നിമിഷങ്ങൾകൊണ്ടു സ്വന്തം രാജ്യത്തെത്തി. ഒമ്പതാം മാസം അവസാനിക്കാൻ പോകുന്നു. ഉടൻ കൊട്ടാരത്തിലെത്തിയില്ലെങ്കിൽ ആകെ കുഴങ്ങും. അയാൾ വീട്ടിലെത്തി വാതിലിൽ മുട്ടി. അച്ഛനായിരിക്കും എന്നു കരുതി രാജകുമാരി പറഞ്ഞു:

"എന്തിനാ അച്ഛാ തിരക്കു കൂട്ടുന്നത്? ഇനിയും നിമിഷങ്ങൾ ബാക്കിയുണ്ട്. അയാൾ ഇപ്പോൾ എത്തുമായിരിക്കും."

"ഇതു ഞാൻതന്നെയാണ്. വാതിൽ തുറക്ക്." യുവാവ് ഉറക്കെ വിളിച്ചുപറഞ്ഞു. യുവാവ് പൂവുമായി കൊട്ടാരത്തിലെത്തി.

യുവാവ് പൂവുമായി ജീവനോടെ എത്തിയിരിക്കുന്നു. ഇനി എന്തു ചെയ്യും? രാജാവും മന്ത്രിയും ആലോചിച്ചു.

അയാൾ വീട്ടിൽ തിരിച്ചെത്തിയപ്പോൾ തെക്കൻമലയിലെ സുന്ദരിയും എത്തിയിരുന്നു.

"രാജാവു നമ്മളെ സമാധാനമായി ജീവിക്കാൻ സമ്മതിക്കുമെന്നു തോന്നുന്നില്ല. നമുക്കു നാടു വിടാം." അയാളുടെ ഭാര്യ പറഞ്ഞു.

സുന്ദരി പറഞ്ഞു: "അതൊന്നും വേണ്ട. രാജാവിനെ ഞാൻ നേരിട്ടോളാം. നീ ഞാൻ പറയുന്നതുപോലെ രാജാവിനോടു ചെന്നു പറയുക. നേരം വൈകുന്നതിനുമുമ്പു ഞാൻ പുഴയ്ക്കു പാലം പണിയാം. രാജാവിനും പട്ടാളക്കാർക്കും മന്ത്രിമാർക്കും അവരുടെ കുടുംബങ്ങൾക്കും കുതിര, പൂന്തോട്ടം, വീട്, തുടങ്ങിയ എല്ലാറ്റിനും ഒന്നിച്ചു നില്ക്കാൻ കഴിയുന്ന ഒരു പാലം. അതിൽ ഞാൻ പരാജയപ്പെട്ടാൽ അങ്ങ് എന്റെ ഭാര്യയെ എടുത്തോളൂ. ഞാൻ എതിർക്കില്ല."

"അയ്യോ, നേരം വെളുക്കുംമുമ്പ് പുഴയ്ക്കു പാലമോ? ഇതെങ്ങനെ സാധിക്കും?" യുവാവ് പേടിച്ചു വിറച്ചു.

"അതൊന്നും നീ അറിയണ്ട. നീ ഞാൻ പറഞ്ഞ വിവരം അറിയിച്ചാൽ മതി."

സുന്ദരി പറഞ്ഞത് അയാൾ രാജാവിനെ അറിയിച്ചു. വെളുക്കുന്നതിനുമുമ്പ് അവൾ തന്റെ മുടികൊണ്ടു ബലമുള്ള പാലം കെട്ടി.

സൂര്യനുദിച്ചതും രാജാവും മന്ത്രിമാരും പട്ടാളക്കാരും കുടുംബാംഗങ്ങളും പരിവാരസമേതം എത്തി. എല്ലാരും പാലത്തിൽ കയറി. സുന്ദരി കുറച്ചു നേരം ക്ഷമിച്ചു. പെട്ടെന്നവൾ മുടി അയച്ചിട്ടു. പാലം പൊളിഞ്ഞു. രാജാവും പരിവാരവും വെള്ളത്തിൽ മുങ്ങി.

യുവാവ് രാജാവായി. ഭാര്യ റാണിയും. അവർ സുന്ദരിയെ മറ്റൊരു രാജ്യത്തെ രാജാവിന് വിവാഹം കഴിച്ചുകൊടുത്തു. യുവാവും ഭാര്യയും കൊല്ലങ്ങളോളം സുഖമായി ജീവിച്ചു.

ഓഹൈ

അച്ഛനും അമ്മയ്ക്കും ഒരേയൊരു മകൻ. അവർ അവനെ തറയിലും തലയിലും വെക്കാതെ വളർത്തി വലുതാക്കി. മകനെ ഏതെങ്കിലും തൊഴിലിൽ നിപുണനാക്കണം എന്നാണ് അച്ഛന്റെ മോഹം. അങ്ങനെ അയാൾ മകനെയുംകൊണ്ടു ഗുരുവിനെ അന്വേഷിച്ചു പുറപ്പെട്ടു.

അവർ യാത്രചെയ്തു വലഞ്ഞു. ദാഹവും വിശപ്പും സഹിക്കാൻ കഴിഞ്ഞില്ല. അപ്പോഴാണ് ഒരു തടാകം കണ്ടത്. ദാഹിച്ചു വലഞ്ഞ അച്ഛൻ അറിയാതെ പറഞ്ഞുപോയി: "ഓഹൈ." പെട്ടെന്നു ജലദേവൻ മുന്നിൽ പ്രത്യക്ഷപ്പെട്ടിട്ടു ചോദിച്ചു: "എന്നെ വിളിച്ചോ? എന്താ വേണ്ടത്? എങ്ങോട്ടാ യാത്ര?"

അച്ഛൻ പറഞ്ഞു: "ഞാൻ ആരെയും വിളിച്ചില്ല. ദാഹിച്ചു വലഞ്ഞിരുന്നു. വെള്ളം കണ്ടപ്പോൾ സന്തോഷം അടക്കാനായില്ല. മകനെ എന്തെങ്കിലും നല്ല തൊഴിൽ പഠിപ്പിക്കണം. ഗുരുവിനെ അന്വേഷിച്ച് ഇറങ്ങിയിരിക്കുകയാണ്."

"എന്തിനാ വെറുതെ അലഞ്ഞുനടക്കുന്നത്. അവനെ ഞാൻ ശില്പവേല പഠിപ്പിക്കാം. ഞാൻ നല്ലൊരു ശില്പിയാണ്."

അച്ഛൻ മകനെ ജലദേവനെ ഏല്പിച്ചു വീട്ടിലേക്കു മടങ്ങി.

കാലം കടന്നുപോയി. അയാളും ഭാര്യയും നിത്യവൃത്തിക്കുപോലും വകയില്ലാതെ വല്ലാതെ കഷ്ടപ്പെട്ടു. വയസ്സായതുകൊണ്ട്

അയാൾക്കു ജോലിയൊന്നും ചെയ്യാനും വയ്യ.

"നിങ്ങൾ മോനെ ചെന്നു വിളിച്ചോണ്ടു വരിൻ." അമ്മ പറഞ്ഞു.

നിവൃത്തിയില്ലാതായപ്പോൾ അച്ഛൻ തടാകത്തിനരികിൽ ചെന്നു വിളിച്ചു: "ഓഹൈ."

ഉടൻ ജലദേവൻ എത്തി. "എന്താ വേണ്ടത്?"

"പട്ടിണി കിടന്നു മതിയായി. മോനെ വിളിക്കാൻ വന്നതാ. എനിക്കു വയസ്സായി. ജോലിയൊന്നും ചെയ്യാൻ വയ്യ. മകൻകൂടി പണിയെടുത്താൽ പട്ടിണി കൂടാതെ കഴിയാം."

ഓഹൈ പറഞ്ഞു:

"അവനിതുവരെ തൊഴിലൊന്നും പഠിച്ചില്ലല്ലോ."

"എങ്കിൽ അവൻ തിരികെ വരുന്നതുവരെ ജീവൻ നിലനിർത്താൻ ഞങ്ങളെ സഹായിക്കണം."

ഓഹൈ വെള്ളത്തിനടിയിൽ ചെന്ന് ഒരു മേശവിരിപ്പു കൊണ്ടുവന്നു കൊടുത്തിട്ടു പറഞ്ഞു:

"വിശക്കുമ്പോൾ ഈ വിരിപ്പു വിരിച്ചോളൂ. വേണ്ടതു കിട്ടും."

അയാൾ വിരിപ്പുമായി നാട്ടിലെത്തി. വീട്ടിൽചെന്നു മേശവിരിപ്പു വിടർത്തിയപ്പോൾ ഹാവു എന്താ അതിശയം! ബിരിയാണി, പറോട്ട, ആപ്പിൾ, മുന്തിരി, മനസ്സിൽ ആഗ്രഹിച്ചതെല്ലാം.

അയാളും ഭാര്യയും തിന്നും കുടിച്ചും സുഖമായി കഴിഞ്ഞു. ഭാര്യ തടിച്ചുകൊഴുത്തു സുന്ദരിയായി. അപ്പോൾ അവൾക്കൊരു മോഹം. രാജകുമാരിയെ വിരുന്നിനു ക്ഷണിക്കണം. അവൾ ഭർത്താവിനോടു അഭിപ്രായം ചോദിച്ചു.

"വേണ്ടാത്ത പണിക്കൊന്നും പോവണ്ടെടി. ഈ വിരികണ്ട് അത് അവർക്കു വേണമെന്നു പറഞ്ഞാൽ ആകെ കുഴയും."

"ശ്ശെ, രാജകുമാരി അങ്ങനെയൊന്നും പറയില്ല. രാജകുമാരി നമ്മുടെ വീട്ടിൽ വിരുന്നിനു വന്നു എന്നറിഞ്ഞാൽ നാട്ടുകാരുടെ ഇടയിൽ നമ്മുടെ നിലയും വിലയും ഏറും. ഞാനേതായാലും രാജകുമാരിയെ വിരുന്നിനു ക്ഷണിക്കാൻ പോവുകയാണ്. എതിരൊന്നും പറയണ്ട."

"ഈ കളി നല്ലതല്ല. നീ ദു:ഖിക്കേണ്ടിവരും."

പക്ഷേ, ഭാര്യ കേട്ടില്ല. അവൾ രാജകുമാരിയെയും അവരുടെ

ചുറ്റുവട്ടത്തുള്ളവരെയുമെല്ലാം വിരുന്നിനു ക്ഷണിച്ചു.

എല്ലാവരും നേരത്തെതന്നെ എത്തി. വന്നവർ അടുക്കള കണ്ട് അത്ഭുതപ്പെട്ടു. രാജകുമാരിയെ വിരുന്നിനു ക്ഷണിച്ചിരിക്കുകയാണ്. എന്നിട്ടും വീട്ടിൽ വിരുന്നിന്റെ യാതൊരു ഒരുക്കവും ഇല്ല. കലവറ കാലി. അടുപ്പിൽ തീ പോലും കൂട്ടിയിട്ടില്ല. വീട്ടുകാരി വിരുന്നുകാരിയെപ്പോലെ അണിഞ്ഞൊരുങ്ങിയിരിക്കുന്നു.

"ഇവളെന്താ നമ്മളെ കളിയാക്കുകയാണോ? എന്തിനാ കാര്യമായി വന്നു വിളിച്ചത്? അടുക്കളയിൽ തീയും പുകയും ഇല്ല." വന്നവർ പരസ്പരം പറഞ്ഞു.

ഭക്ഷണത്തിനു സമയമായപ്പോൾ ഗൃഹനായിക മേശവിരിപ്പു നിരത്തി. ഹൗ! നിറയെ തീറ്റസാധനങ്ങൾ. എന്തൊരു മണം. എല്ലാവരും വയറുനിറയെ തിന്നു.

"ആ വിരിപ്പ് എനിക്കു വേണം." രാജകുമാരി മന്ത്രിയോടു പിറുപിറുത്തു.

"ഇതുപോലൊരെണ്ണം കൊട്ടാരത്തിലുണ്ട്. പെട്ടെന്ന് ചെന്ന് എടുത്തോണ്ടുവാ."

അവർ ഗ്രാമത്തലവനെ കൊട്ടാരത്തിലേക്ക് ഓടിച്ചു. രാജകുമാരി സൂത്രത്തിൽ മേശവിരിപ്പു മാറ്റി.

വിരുന്നുകാർ ഓരോരുത്തരായി പിരിഞ്ഞു. വൈകുന്നേരമായപ്പോൾ വീട്ടുകാരിക്കു നല്ല വിശപ്പ്. അവൾ മേശവിരിപ്പ് നിവർത്തി. ഒന്നും സംഭവിച്ചില്ല. ഭക്ഷണം പോയിട്ട് വെള്ളംപോലുമില്ല.

അവൾക്കു സംഗതി പിടികിട്ടി. രാജകുമാരി പറ്റിച്ചിരിക്കുന്നു. അന്നു പട്ടിണി കിടന്നു. പിറ്റേദിവസം രാവിലെ ഭാര്യയും ഭർത്താവും തടാകത്തിൽ ചെന്നു വയറു നിറയെ വെള്ളം കുടിച്ചിട്ടു വിളിച്ചു:

"ഓഹൈ."

ഓഹൈ ഉടൻ എത്തി. "ഇനിയെന്താ പ്രശ്നം?"

"ഞങ്ങൾക്കു വിശക്കുന്നു."

"ഞാൻ തന്ന മേശവിരിപ്പ് എന്തു ചെയ്തു?"

"അത് ഇന്നലെ വീട്ടിൽ വിരുന്നുവന്ന രാജകുമാരി

കട്ടുകൊണ്ടുപോയി."

ഓഹൈഹ ഒരു മത്തൻ കൊടുത്തിട്ടു പറഞ്ഞു "ഇതാ ഈ മത്തനെടുത്തോളൂ. ഇതൊന്നു വെറുതെ കുലുക്കിയാൽ കാലാൾപ്പടയുടെ ഒരു നിരതന്നെ വന്നു രാജകുമാരനെയും രാജകുമാരിയെയും ആക്രമിക്കും."

അവർ മത്തനുമായി വീട്ടിലെത്തി. അതൊന്നു കുലുക്കിയപ്പോൾ അതാ നിരനിരയായി പട്ടാളം. അവർ കൊട്ടാരത്തിന്റെ മതിലുകൾ തകർത്തുകൊണ്ടു രാജകുമാരിയുടെ മണിമാളികയിലെത്തി. അവർ മതിലും വാതിലും ജനലും അടിച്ചു തകർക്കാൻ തുടങ്ങി. ആൾക്കാർ തടിച്ചുകൂടി.

"എന്താ ഈ കാണിക്കുന്നത്?" അവർ ചോദിച്ചു.

"ഞങ്ങളുടെ മേശവിരിപ്പ് എവിടെ? രാജകുമാരി കട്ടെടുത്ത മേശവിരി?"

പേടിച്ചരണ്ട രാജകുമാരി മേശവിരി തിരിച്ചുകൊടുത്തു. പട്ടാളക്കാർ അതുമായി ഗ്രാമീണന്റെ വീട്ടിൽ തിരിച്ചെത്തി. അയാൾ അവരെ വീണ്ടും മത്തങ്ങയ്ക്കകത്താക്കി. മത്തങ്ങ ചുമരിലെ വളയത്തിൽ കെട്ടിത്തൂക്കി.

വർഷങ്ങൾ ഒരുപാടു കഴിഞ്ഞു ഗൃഹനാഥൻ ഭാര്യയോടു പറഞ്ഞു: "എടീ, മോനെ കാണാഞ്ഞിട്ട് ഒരു പൊറുതിയുമില്ല. ഇനി നമ്മളെത്രകാലം ജീവിച്ചിരിക്കുമെന്ന് ആരു കണ്ടു? അവൻ ജോലിയൊക്കെ പഠിച്ചു മിടുക്കനായിരിക്കും. നമുക്ക് ചെന്ന് അവനെ കൂട്ടിക്കൊണ്ടുവരണം."

അവർ തടാകത്തിൽ ചെന്നു വെള്ളം കുടിച്ചിട്ട് "ഓഹൈഹ" എന്നു വിളിച്ചു.

"എന്തിനാ വിളിച്ചത്?" ഓഹൈഹ ചോദിച്ചു.

"ഞങ്ങളുടെ മകനെ കാണാൻ കണ്ണ് കൊതിക്കുന്നു. അവനിപ്പോൾ പണിയൊക്കെ പഠിച്ചുകാണുമല്ലോ?"

"ഞാൻ ചെന്ന് നോക്കീട്ട് വരാം. അവൻ പണിയിൽ സമർത്ഥനാണെങ്കിൽ തീർച്ചയായും കൂട്ടിക്കൊണ്ടുവരാം."

അതു പറഞ്ഞ് "ഓഹൈഹ" വെള്ളത്തിൽ മുങ്ങാൻകുഴിയിട്ടു.

ഓഹൈഹയ്ക്ക് ഒരു മകളുണ്ട്. അവൾ യുവാവിനോടു പറഞ്ഞു.

"നീ ഈ തലകൾ കാണുന്നില്ലേ. ഇതൊക്കെ എന്റെ അച്ഛന്റെ ശിഷ്യൻമാരുടേതാണ്. അച്ഛൻ തൊഴിൽ പഠിച്ചോ എന്നു ചോദിച്ചാൽ ഇല്ല എന്നേ പറയാവൂ. അല്ലെങ്കിൽ നിന്റെ തലയും കൊയ്യും."

അവിടെ എത്തിയ ഓഹൈ ചോദിച്ചു.

"മകനേ, നീ തൊഴിൽ പഠിച്ചോ? നിന്റെ അച്ഛനും അമ്മയും നിന്നെ വിളിക്കാൻ വന്നിരിക്കുന്നു."

"ഇല്ല."

ഓഹൈ അവനെ തലങ്ങും വിലങ്ങും ഇടിക്കാനും അടിക്കാനും തുടങ്ങി. "പണി പഠിച്ചെന്നു പറ, പണി പഠിച്ചെന്നു പറ."

"ഇല്ല, ഇല്ല" യുവാവ് അതുതന്നെ ആവർത്തിച്ചു.

അവസാനം ഓഹൈ തളർന്നു.

"ഇതാ നിങ്ങളുടെ മകൻ." ഓഹൈ യുവാവിനെ അവന്റെ അച്ഛനമ്മമാരെ ഏല്പിച്ചു.

"ഇപ്പോൾ ചെല്ല്. നിനക്കു ഞാൻ കാണിച്ചുതരാം."

ഓഹൈ പറയുന്നുണ്ടായിരുന്നു.

യുവാവ് ഒരു കറുത്ത കുതിരയായി കുതിച്ചു ചാടി.

കുറച്ചു ദൂരം ചെന്നപ്പോൾ അവൻ വീണ്ടും യുവാവായി. മകനെ കാണാതെ വിഷമിച്ച അച്ഛൻ പറഞ്ഞു. "നീ എവിടെപ്പോയിരുന്നു? കഷ്ടമായിപ്പോയി. നീകൂടി ഉണ്ടായിരുന്നെങ്കിൽ നമുക്കാ കറുത്ത കുതിരയെ തളയ്ക്കാമായിരുന്നു."

വഴിക്കുവെച്ചു മകൻ പല പല മൃഗങ്ങളുടെ രൂപംപൂണ്ട് ഓടാൻ തുടങ്ങി. വീട്ടിലെത്തിയപ്പോൾ അവൻ അച്ഛനോടു പറഞ്ഞു:

"നിങ്ങൾ കണ്ട കുതിര, കലമാൻ, മാൻ തുടങ്ങിയ മൃഗങ്ങളെല്ലാം ഞാൻ തന്നെയായിരുന്നു. രൂപം മാറാനുള്ള ഈ ജോലിയാണ് ഞാൻ പഠിച്ചത്. ഞാൻ വീണ്ടുമൊരു കുതിരയാവാം. അപ്പോൾ നിങ്ങളെന്നെ വിറ്റോളൂ. പക്ഷേ, എന്റെ കടിഞ്ഞാൺ വില്ക്കരുത്. കടിഞ്ഞാൺ പോയാൽ എനിക്കു തിരിച്ചുവരാനാവില്ല."

യുവാവ് പല പ്രാവശ്യം വെളുത്ത കുതിരയും കറുത്ത കുതി

രയുമായി. അച്ഛൻ അവനെ അങ്ങാടിയിൽ കൊണ്ടുചെന്നു വില്ക്കും. രാത്രി അവൻ വീണ്ടും വീട്ടിൽ തിരിച്ചെത്തും. ഒരിക്കൽ മകനെ വില്ക്കാൻ വന്ന ഗ്രാമീണനെ അങ്ങാടിയിൽ രൂപം മാറി എത്തിയ ഓഹൈഹെ തിരിച്ചറിഞ്ഞു. പക്ഷേ, അച്ഛന് ഓഹൈഹെയെ മനസ്സിലായില്ല. "ഈ കുതിരയ്ക്ക് എന്തുവേണം? ഓഹൈഹെ ചോദിച്ചു.

"നൂറ്റമ്പതു സ്വർണ്ണനാണയം. കടിഞ്ഞാൺ തരില്ല."

"കടിഞ്ഞാണടക്കമാണെങ്കിൽ...."

"കടിഞ്ഞാണടക്കം തരികയാണെങ്കിൽ ഇരുനൂറ് സ്വർണ്ണനാണയം തരാം." അച്ഛൻ സമ്മതിച്ചു.

ഓഹൈഹെ കുതിരയുമായി വീട്ടിലെത്തി. കുതിരയെ തൂണിൽ കെട്ടിയിട്ട് അയാൾ മകളോടു പറഞ്ഞു: "ഇതിനെ ഒന്ന് കണ്ണുവെച്ചോളണം. ഞാനെന്റെ അമ്പും വില്ലും എടുത്തോണ്ട് വരട്ടെ."

മകൾ കുതിരയെ കെട്ടഴിച്ചു വിട്ടു. അവൻ ഒരു പ്രാവായി പറന്നുയർന്നു. ഓഹൈഹെ ഒരു പരുന്തായി പ്രാവിനെ പിന്തുടർന്നു.

പറക്കുന്നതിനിടയിൽ ഒരു വിവാഹപ്പാർട്ടി പ്രാവിന്റെ കണ്ണിൽപ്പെട്ടു. അവൻ ഒരു പനിനീർപ്പൂവായി അതിഥികൾക്കിടയിൽ വീണു. ഇതുകണ്ട ഓഹൈഹെ ഒരു ചെണ്ടയായി ഗായകസംഘത്തിന്റെ കൈയിലെത്തി. അതിഥികളെല്ലാം റോസാപ്പൂക്കൾ മണത്തുനോക്കാൻ തുടങ്ങി. ചെണ്ടക്കാരൻ ചെണ്ടക്കോലെടുത്തു ചെണ്ടമേൽ അടിയോടടി. പനിനീർപ്പൂവാകട്ടെ, ഒരു പിടി ധാന്യമായി മാറി ഭൂമിയിൽ അവിടവിടെ വിതറാൻ തുടങ്ങി. ഒരു മണി ധാന്യം ഒരു വിരുന്നുകാരന്റെ ചെരിപ്പിനടിയിൽപ്പെട്ടു. ചെണ്ട പെട്ടെന്നു കോഴിയായി മാറി. ധാന്യം കൊത്തിത്തിന്നാൻ തുടങ്ങി. പക്ഷേ, ചെരിപ്പിനടിയിൽ പറ്റിപ്പിടിച്ച ധാന്യം കുറുക്കനായി മാറി. കുറുക്കൻ കോഴിയെ ഓടിച്ചിട്ടു കൊന്നു. കുറുക്കൻ വീണ്ടും യുവാവായി മാറി. കല്യാണക്കാരുടെ കൂടെക്കൂടി.

അപ്പോൾ ആകാശത്തുനിന്നും മൂന്ന് ആപ്പിളുകൾ വന്നു വീണു. ഒന്ന് കഥ പറയുന്ന യുവാവിന്, ഒന്ന് കേൾക്കുന്ന ആളിന്, മൂന്നാമത്തേതാകട്ടെ; ലോകത്തിനും.